നാൽപ്പത്തിയൊന്ന്
വർഷങ്ങൾ

Nalpathiyonnu Varshangal
Novel

Prathapan Thekkekkooppan

CHINTHA PUBLISHERS
Thiruvananthapuram

First Edition
March 2022

Published & Typesetting
Chintha Publishers, Thiruvananthapuram

Printed at
Time offset printers, Thiruvananthapuram

Cover Design
Subin Abraham

ISBN : 978-93-93468-09-3

CO - 3079 / 5806

₹ 180

Email: chinthapublishers@gmail.com
Website: www.chinthapublishers.com

A version is available at National Libraries
Kolkata, Mumbai, Chennai and Delhi

Distribution
DESHABHIMANI BOOKHOUSE
H O Thiruvananthapuram 695035

Branch
Head Office Kunnukuzhi • Statue Thiruvananthapuram
KSRTC Bus Terminal Thampanoor • Saphalyam Complex Thiruvananthapuram
KSRTC Bus Station Alappuzha • KSRTC Bus Station Ernakulam
Machingal Lane Thrissur • IG Road Kozhikode
Mavoor Road Kozhikode • NGO Union Building Kannur
Central Bus Terminal Complex Thavakkara Kannur

നാൽപ്പത്തിയൊന്ന്
വർഷങ്ങൾ

പ്രതാപൻ തെക്കേക്കൈപ്പൻ

ചിന്ത പബ്ലിഷേഴ്സ്
തിരുവനന്തപുരം-695 035
വില : ₹ 180

പ്രതാപൻ തെക്കേക്കൂപ്പൻ

നെൽസന്റെയും ഇന്ദിരയുടെയും മകനായി 1977 ആഗസ്ത് 13 ന് നന്ദിയോട് പഞ്ചായത്തിൽ പാലോട് വില്ലേജിൽ തെക്കേക്കൂപ്പ് എന്ന സ്ഥലത്ത് ജനിച്ചു. വിതുര വലിയവേങ്കോട് സ്കൂൾ, നന്ദിയോട് നളന്ദ, സെന്റ് ജോസഫ് യു പി എസ് പാലുവള്ളി, എസ് കെ വി എച്ച് എസ് നന്ദിയോട് എന്നിവിടങ്ങളിൽ സ്കൂൾ വിദ്യാഭ്യാസം. കേരള യൂണിവേഴ്സിറ്റിയിൽനിന്നും ചരിത്രത്തിൽ ബിരുദം. ഇപ്പോൾ കെട്ടിടനിർമ്മാണ തൊഴിലാളിയായി ജോലിനോക്കുന്നു.

വിലാസം : പഞ്ചമി ഭവൻ
ചോനൻവിള
നന്ദിയോട്
പാലോട് - 695 562
ഫോൺ - 7012413169

പ്രസാധകക്കുറിപ്പ്

അവന് ആൻസിയോടുള്ള പ്രണയം നിർവ്യാജമായിരുന്നു. അവൾക്കോ? അവൾക്കും അങ്ങനെതന്നെ. പക്ഷേ, പ്രണയപ്പുഴ നേരായ വഴിയിലൂടെ ഒരിക്കലും ഒഴുകില്ലല്ലോ. നിരവധി വളവുതിരിവുകളിലൂടെ ഒഴുകുമ്പോൾ പല പല അരുവികൾ അതിലേക്കൊഴുകിയെത്തും. വേറൊരു പുഴയുമായി ചേർന്ന് മറ്റൊരുപേരിൽ ഒഴുകും. എന്നാൽ പ്രണയ പ്രവാഹം തന്നെയാണത്. പേരും സ്ഥലവും സന്ദർഭവും മാറുമെന്നു മാത്രം. ഗ്രാമീണ ജീവിതവും വായനശാലയും യുവത്വവും സായാഹ്ന സവാരികളും മിത്തുകളും കൂടിയൊഴുകുന്ന മനോഹരമായ രചന. പ്രണയമെന്ന മഹാത്ഭുതത്തെ ഇഷ്ടപ്പെടാതിരിക്കാൻ ആർക്കാണാവുക. പ്രണയമെന്ന അനുഭൂതിയുടെ അഗാധതലങ്ങളിലേക്ക് രചനാകൗശലത്താൽ ഇറങ്ങിപ്പോകുന്ന നോവൽ.

ചിന്ത പബ്ലിഷേഴ്സ്

പ്രണയത്തിന്റെ സ്മാരകങ്ങൾ

കെ ആർ മല്ലിക

***നാ**ൽപ്പത്തിയൊന്ന് വർഷങ്ങൾ* എന്ന നോവലിലൂടെ രചനാപര മായി വിജയിച്ച ഒരു നോവലിസ്റ്റിനെ നാം കണ്ടുമുട്ടുന്നു. തെക്കേക്കൂ പ്പിലെ കാറ്റിനെക്കുറിച്ചും ചുവപ്പും വെള്ളയും മഞ്ഞയും ചെമ്പക ങ്ങളെക്കുറിച്ചുമെല്ലാം പറഞ്ഞ് നോവലിസ്റ്റ് വായനക്കാരെ പുതിയൊരു ലോകത്തേക്ക് കൂട്ടിക്കൊണ്ടുപോവുന്നു. ഇതിലൂടെ കടന്നുപോകുമ്പോൾ എന്തുകൊണ്ട് ഞാനവിടെ ജനിച്ചില്ല എന്ന് ആരും ഓർത്തുപോവുക സ്വാഭാവികം മാത്രം. അത്രമേൽ മനോഹരമായി പാലോട് എന്ന ദേശ ത്തെയും തെക്കേക്കൂപ്പിനെയും നോവലിസ്റ്റ് വരച്ചിടുന്നു.

വിളക്കിത്തിരി പോലും നഷ്ടപ്പെട്ട, പഷ്ണി കിടക്കുന്ന ദേവകളും ദേശത്തിന്റെ ഭൂതപ്രേത പിശാചുക്കളുംചേർന്ന് നാടിനെ പൂർണ്ണമായി വരച്ചിടാൻ സഹായിക്കുന്നുണ്ട്. ഏതൊരുദേശവും അടയാളപ്പെടുത്തു ന്നത് അവിടത്തെ ഭൂതപ്രേത പിശാചുക്കൾ വഴിയാണെന്നത് നാം മറ ന്നുപോകുന്നില്ല. ഒപ്പം പ്രണയം പറയാൻ പുതിയ കഥാകൃത്തുക്കൾ വിമുഖത കാട്ടുന്നിടത്ത് നോവലിസ്റ്റ് കഥയുടെ ശരിയായ പശ്ചാത്തല ത്തിലേക്ക് കൂസലില്ലാതെ കടന്നുപോവുകയും ചെയ്യുന്നു. പക്ഷേ, ആത്തു എന്ന വിളിപ്പേരിൽ അറിയപ്പെടുന്ന നായിക മനുഷ്യരുടെ ആത്മാവ് കണ്ടെത്തുന്നതിൽ പരാജയപ്പെടുന്നിടത്ത് കഥ മറ്റുപല വഴി കളിലേക്കും തിരിയുകയും ചെയ്യുന്നു.

കൃഷ്ണേട്ടനെയും രാധേട്ടത്തിയെയും ഒരുമിപ്പിക്കുന്ന ഒരാളിന്റെ വിവേകം പിന്നെപ്പിന്നെ എവിടൊക്കെയോ ചെന്നുചേരുന്നു എന്നത് നോവ ലിനെ സാധാരണഗതിയിലാക്കുന്നുവെന്ന് പറയാതിരിക്കാൻ കഴിയുന്നില്ല. അമ്മ എന്ന കഥാപാത്രം വല്ലപ്പോഴും മാത്രം പ്രത്യക്ഷപ്പെടുന്നു. വലിയ പ്രാധാന്യമില്ലാതെ തന്നെ. പക്ഷേ, അമ്മയോളം മികവുറ്റ ഒരു കഥാപാ

ത്രത്തെയും നാമിതിൽ കണ്ടെത്തുന്നില്ല. ആളുകൾ സാധാരണക്കാരാവുമ്പോൾ കഥയും സാധാരണമാവും. പക്ഷേ, ഇവിടെ അസാധാരണരാണ് വ്യക്തികൾ എന്നിരിക്കെ ഒരു പരിധിവിട്ട് കഥ സാധാരണരീതി കൈവരിക്കരുത് എന്നു ശഠിച്ചുപോവുകയാണ് അനുവാചകർ.

കഥാനായികയെ വേണ്ടവിധത്തിൽ പഠിച്ച് അവതരിപ്പിച്ചിട്ടുണ്ടോ എന്ന സംശയം ബലപ്പെടുന്നു, രണ്ടാമതും അവൾ വഴിപ്പെടുമ്പോൾ. പക്ഷേ, മനുഷ്യർ പലവിധമാണല്ലോ. പക്ഷേ, രചനയിൽ ഏർപ്പെടുമ്പോൾ നാം സത്യസന്ധമായി കഥാപാത്രങ്ങളുടെ വഴിയേ സഞ്ചരിക്കാൻ ബാദ്ധ്യസ്ഥരാണ്. അങ്ങനെയാണ് നോവലുകൾ പിറക്കുന്നതും. പക്ഷേ, ഇവിടെ അങ്ങനെതന്നെയാണോ സംഭവിച്ചതെന്ന് നമുക്ക് സംശയം തോന്നാം. ഏതായാലും രചനാപരമായി വളരെ മുന്നിലേക്കു കടക്കാൻ ദേശവും പ്രേതങ്ങളും പ്രകൃതിയും നോവലിസ്റ്റിനെ സഹായിക്കുന്നുണ്ട്. അമ്പേ പരാജയപ്പെട്ടുപോകേണ്ട ഒരു രചനയെ താങ്ങിനിർത്താൻ, വളരെ ദൂരം സഞ്ചരിക്കാൻ ഒക്കെ ഇത് നോവലിസ്റ്റിനെ പ്രാപ്തനാക്കുന്നുമുണ്ട്.

“ചിന്തകൾക്കജ്ഞാതമായി മനസ്സുകൾ നിഗൂഢമായി രമിച്ചഭിരമിക്കുമ്പോൾ സൃഷ്ടിക്കപ്പെടുന്ന അനശ്വരതയാകുന്നു പ്രണയം. രാഗം മനുഷ്യന്റെ ഇച്ഛാശക്തികൾക്കും മറുപുറത്ത് ജന്മങ്ങൾ തേടുന്നു. ആത്മാവിന്റെ ഉൾത്തടങ്ങളിലെങ്ങോ ആവിർഭവിച്ച് വിശാലത നേടി പവിത്രമായ ശാരീരഭോഗത്തിന്റെ അനുക്രമമായ ആത്മനിർവൃതികളോടെ പരിപൂർണ്ണതയിൽ വിലയം പ്രാപിക്കുന്നു.”

സമർപ്പണം

എങ്ങുമെത്താതെപോയ മകനെയോർത്ത് വിലപിക്കുന്ന
എന്റെ അമ്മയ്ക്ക്, പ്രിയ സഹോദരി പഞ്ചമിക്ക്.......
സർവ്വോപരി എന്റെ നാട്ടുകാർക്ക്
ആവർത്തനങ്ങൾ വെറും തനിയാവർത്തനങ്ങൾ തന്നെ,
അവ അത്രമേൽ വിരസ നിമിഷങ്ങളുമാകുന്നുവെന്ന്
എനിക്കു പറഞ്ഞുതന്ന, എനിക്കെന്നും
ഏറെ പ്രിയങ്കരിയായ
എന്റെ ആത്തുവിന്........

തെക്കേക്കൂപ്പിൽ അന്ന് ഉത്സവമായിരുന്നു. 1977 ഏപ്രിൽ മാസം 10-ാം തീയതി. അതൊരു വ്യാഴാഴ്ച ആയിരുന്നു. ഇരുട്ടിന് കനം കൂടി നിന്ന ആ രാത്രിയിൽ, ശനിദശയുടെ അപഹാരവുമായി, പൂയം നക്ഷത്രക്കാരനായി അവൻ ജനിച്ചു.

തിരിയിട്ടു കത്തിച്ച ദീപങ്ങളുടെ വെളിച്ചത്തിൽ ദൈവങ്ങൾക്കു മുന്നിൽ നിവേദ്യമായി പായസം അർപ്പിച്ചു. ഗണപതിവിഗ്രഹത്തിനു മുന്നിൽ ഉണ്ണിയപ്പങ്ങൾ നിരത്തിവച്ചു. നാഗർക്കു മുന്നിൽ മഞ്ഞൾപ്പൊടിയും പാലും വച്ചു. തിരികൾ കൊളുത്തിവച്ചു. ശാസ്താവിന് മുന്നിലായി കരിക്കും കദളിപ്പഴവും നിവേദിച്ചു. മണിനാദങ്ങൾ മുഴക്കി. പ്രാർത്ഥനാമന്ത്രങ്ങൾ ഉരുക്കഴിച്ചു.

തെക്കൻതോട് സന്തോഷവതിയായി. ആത്മശാന്തിയോടെ അവൾ നിറഞ്ഞൊഴുകി. അങ്ങകലെ നാഞ്ചിക്കുന്നിലെ കരിമ്പനകൾക്കും മുകളിൽ നിന്നുയർന്ന കറുപ്പും വെളുപ്പും നിറത്തിലുള്ള പൊട്ടിച്ചിരികൾ ഭയാനകമായി പ്രതിധ്വനികൾ സൃഷ്ടിച്ചുവോ?.

തെക്കൻതോട്ടിനരികിലെ കൈതക്കൂട്ടങ്ങളിൽ വലിയ കായ്കൾ വീണിരിക്കുന്നു. തോട്ടിനരികിലെ വീതിയേറിയ പച്ചപ്പുനിറഞ്ഞ പാതയിലൂടെ നടന്നു. തെക്കേക്കൂപ്പിനെപ്പോഴും പച്ചനിറമാണെന്ന് അവന് തോന്നി. പ്രായപൂർത്തിയെത്തിയ വയലേലകൾ സ്വപ്നംകാണാൻ തുടങ്ങിയിരിക്കുന്നു. ഇളംകാറ്റ് പച്ചനിറമണിഞ്ഞ പാടങ്ങൾക്ക് മുകളിൽ ഓളങ്ങൾ സൃഷ്ടിക്കുന്നുണ്ട്.

തെക്കൻപാലത്തിന്റെ പഴക്കമേറിയ കൈവരിപ്പുറത്തിരുന്നു. കൃഷ്ണേട്ടൻ കാലികളെ മേയ്ക്കുന്നുണ്ട്. അതൊരു പതിവുകാഴ്ചയാണ്. തെക്കേക്കൂപ്പിലേക്ക് വരുമ്പോഴൊക്കെ കാണുന്ന കാഴ്ച.

തറവാട്ടിലെ അധികം അകലത്തിലല്ലാത്ത ഒരു ബന്ധുകൂടിയാണ് അയാൾ. മുറയ്ക്ക് അമ്മാവനാണ്. മറ്റുള്ളവർ വിളിക്കുന്നത് കേട്ടിട്ടാകാം അവനും കൃഷ്ണേട്ടൻ എന്ന് വിളിച്ചുശീലിച്ചത്. പേരുമാത്രം ചൊല്ലി അയാളെ വിളിക്കുക ചിലപ്പോൾ അവന്റെ അമ്മ മാത്രമാകും.

അവനെക്കണ്ട് അയാൾ ചിരിച്ചു. അരികിലേക്ക് നടന്നെത്തി അയാൾ ചോദിച്ചു.

"പണിയൊന്നും ആയിട്ടില്ല, അല്ലേ?"

ആ ചോദ്യം അവനെന്നേ കേട്ടുമടുത്തു കഴിഞ്ഞിരിക്കുന്നു. അതറിയാഞ്ഞിട്ടാകാം കൃഷ്ണേട്ടൻ ആദ്യം ചോദിക്കുന്നത് അതുതന്നെയാകും.

"ശ്രമിക്കുന്നുണ്ട് ഉടനെതന്നെ ആകുമായിരിക്കും."

"അല്ലേലും അങ്ങനെതന്നെ വരണമല്ലോ.. അല്ലേ?"

പാലത്തിന്റെ കൈവരിയിലിരുന്ന് മുന്തിയിൽനിന്നും ബീഡിക്കെട്ടെടുത്ത് അയാൾ പറഞ്ഞു.

"അതിനൊത്ത പഠിപ്പുണ്ടല്ലോ.."

മറുപടിയായി അവൻ ചിരിച്ചതേയുള്ളു. അയാൾ ഒരു ബീഡിയെടുത്ത് തീ കൊളുത്തി.

"നെനക്ക് വേണോ?" ബീഡിക്കൂട് അവനുനേരെ നീട്ടി. അവനും ഒരെണ്ണമെടുത്തു. പുകച്ചപ്പോൾ ഒന്നുരണ്ടുവട്ടം ചുമച്ചു.

"പതിവില്ല അല്ലേ?" ചെറുതായി ചിരിച്ച് അയാൾ ചോദിച്ചു.

"ഇല്ല."

"ശീലമാക്കേണ്ട." ഉപദേശിച്ചുകൊണ്ട് അയാൾ പുകവലി തുടർന്നു.

കാറ്റിന് ശക്തികൂടിയതായി തോന്നി. ചെറിയ തണുപ്പ്. കൃഷ്ണേട്ടന്റെ കാലികൾക്ക് കൊറ്റികളും കുളക്കോഴികളും അകമ്പടിക്കാരായുണ്ട്.

"ഇപ്പോൾ ചൂണ്ടലിടാൻ ആരും വരാറില്ലേ?" ബീഡിപ്പുക അകലേക്ക് ഊതിപ്പറത്തി ചോദിച്ചു.

"ഒണ്ടാവും, കൂടുതലും രാത്രിയിലാണ്. നേരം വെളുക്കുവോളം.."

"കൃഷ്ണേട്ടനും കൂടാറുണ്ടോ?"

"പതിവില്ല. വല്ലപ്പഴും മാത്രം." തലയിലെ കെട്ടഴിച്ച് തോളത്തിട്ട് അയാൾ പറഞ്ഞു.

"രാത്രി മീൻ കിട്ടും. കൂടുതലും നെടുമീനാ... കിട്ടാതിരുന്നിറ്റില്ല."

പലപ്പോഴും ചിന്തിച്ചിട്ടുണ്ട്, കൃഷ്ണേട്ടൻ കാലികളെയും മേയ്ച്ച് നടക്കേണ്ടുന്ന ആളേ അല്ലായെന്ന്. നല്ല സാമ്പത്തികം. ആവശ്യത്തിലധികം വരവുള്ള പുരയിടങ്ങൾ. വലിയ നാലുകെട്ട്. വിവാഹം കഴിച്ചിട്ടില്ല. അച്ഛനും അമ്മയും നേരത്തെതന്നെ മരിച്ചുപോവുകയും ചെയ്തു. ചിലപ്പോൾ ഏകാന്തതയെ മറികടക്കാൻ അയാൾ കണ്ടെത്തിയ മാർഗ്ഗമായിരിക്കണം കാലികളെയും തെളിച്ചുകൊണ്ടുള്ള ഈ ജീവിതം. അയാൾ എത്രയോ തവണ കാലികളോട് സംസാരിക്കുന്നത് അവൻ കേട്ടിരിക്കുന്നു.

"കൃഷ്ണേട്ടൻ എന്തുകൊണ്ടാ വിവാഹം കഴിക്കാത്തത്?"

"അതിന് കഴിഞ്ഞില്ല." അത് അയാളുടെ പതിവ് മറുപടിയായിരുന്നു.

"ചിലപ്പോൾ ദൈവങ്ങളുടെ കോപമായിരിക്കും. ആരും തിരിഞ്ഞു നോക്കാതെ അനാഥമായി കെടക്കയല്ലേ..?"

ശരിയാണ് തറവാട്ടുവക ക്ഷേത്രമാണ്. പൂജ മുടങ്ങിക്കിടക്കാൻ തുടങ്ങിയിട്ട് വർഷങ്ങളേറെ ആയിരിക്കുന്നു.

കൃഷ്ണേട്ടൻ പറഞ്ഞതുപോലെ ദൈവങ്ങളുടെ കോപം നിമിത്തമാണോ അയാൾക്ക് വിവാഹം കഴിക്കാനാകാതെ പോയത്..? പിന്നേ... ദൈവങ്ങൾക്ക് ആൾക്കാരെ പെണ്ണ് കെട്ടിക്കലല്ലേ പണി? അതോർത്ത് ഉള്ളിൽ ചിരിച്ചു.

തെക്കൻപാലത്തിന്റെ തലയ്ക്കൽനിന്നും മുകളിലേക്ക് നീളുന്ന എണ്ണമില്ലാത്ത പടിക്കെട്ടുകൾ. കൊട്ടിയമ്പലത്തിന്റെ ഇരുവശങ്ങളിലുമായി അതികായന്മാരായ കാവല്ക്കാരായി ആകാശം താങ്ങിനില്ക്കുന്ന ഭീമന്മാരായ പിണർവൃക്ഷങ്ങൾ. കൊട്ടിയമ്പലം കഴിഞ്ഞാൽ വിശാലമായ മുറ്റമാണ്. ചേർന്ന് വലിയ തറവാട്ടുവീടും.

തറവാടിന്റെ പേരായിരുന്നു തെക്കേക്കൂപ്പ്. പില്ക്കാലങ്ങളിൽ അത് നാടിന്റെയും പേരായി മാറുകയായിരുന്നു. തെക്കേക്കൂപ്പ് തകർന്നുപോയ പ്രൗഢമായ ഒരു സംസ്കാരത്തിന്റെ ഓർമ്മപ്പെടുത്തലുകൾ മാത്രമാണിന്ന്. എണ്ണമറ്റ, ശബ്ദം പ്രതിധ്വനികൾ തീർക്കുന്ന മുറികൾ, കൂറ്റൻ പത്തായപ്പുരകളും ഓട്ടുപാത്രങ്ങളും. തറവാട്ടിലെ അംഗങ്ങൾ പലരും നഗരജീവിതത്തിന്റെ ആർഭാടങ്ങളിലേക്ക് ചേക്കേറിയപ്പോൾ അവശേഷിച്ചത് ഭാഗം ചെയ്തിട്ടില്ലാത്ത തറവാട് മാത്രമായിരുന്നു.

തറവാടിന്റെ മുറ്റത്തുനിന്നും ആകാശത്തിന്റെ അതിരുകളിലേക്കുയർന്നുപോകുന്ന പടിക്കെട്ടുകൾ. അതിനും മുകളിലായിട്ടാണ് ക്ഷേത്രം. കെട്ടിടങ്ങൾ ജീർണ്ണാവസ്ഥയിലാണിപ്പോൾ. ആസന്നമായ പതനത്തെ ഓർത്ത് വ്യാകുലപ്പെട്ട് നില്ക്കുന്ന അതിനുള്ളിൽ ഇപ്പോഴും ദൈവങ്ങൾ അധിവസിക്കുന്നുണ്ടോ? അറിയില്ല.

മുറ്റത്തിപ്പോഴും ചുവപ്പും വെള്ളയും മഞ്ഞയും നിറങ്ങളിലുള്ള ചെമ്പകങ്ങളും താഴകളും പൂത്തുനില്പുണ്ട്. കാറ്റിനെപ്പോഴും താഴംപൂക്കളുടെ ഗന്ധമുണ്ടാകും. അകലെനിന്നും ക്ഷേത്രത്തിന് മുകളിലേക്ക് കൈകാലുകൾ നീട്ടി മുടിയഴിച്ചിട്ടുനില്ക്കുന്ന അരയാലിന് പ്രായമേറെ ആയിരിക്കുന്നു.

ക്ഷേത്രത്തിന് നടയിൽനിന്ന് നോക്കിയാൽ നാഞ്ചിക്കുന്നിലെ കരിമ്പനകളുടെ തലപ്പുകൾ കാണാം. ഭൂതങ്ങൾക്കും പിശാചുക്കൾക്കും താവളമൊരുക്കി, നിഗൂഢതകൾ ഉള്ളിലൊളിപ്പിച്ച് നില്ക്കുന്ന കൂറ്റൻ കരിമ്പനക്കൂട്ടങ്ങൾ. രാത്രികാലങ്ങളിൽ പിശാചുക്കൾ പനകൾക്കു മുകളിൽനിന്നും മണ്ണിലേക്കൊഴുകിയിറങ്ങി കരിമ്പനച്ചുവടുകളിൽ ഇണചേരാറുണ്ട്.

തെക്കേക്കൂപ്പിന്റെ പടിഞ്ഞാറുഭാഗത്തായാണ് നാഞ്ചിക്കുന്ന്. തെക്കൻതോടിനരികിലെ പാടങ്ങൾക്കും കവുങ്ങിൻതോപ്പുകൾക്കും അപ്പുറം തരിശായിക്കിടക്കുന്ന ചരിവുഭൂമി കടന്നുകയറിയാൽ നാഞ്ചിക്കുന്നായി. ഒറ്റയടിപ്പാതയ്ക്ക് ഇരുവശങ്ങളിലുമായി കൂറ്റൻ കരിമ്പനകൾ നിഴൽ വിരിച്ചുനില്ക്കുന്ന നാഞ്ചിക്കുന്ന്. നാഞ്ചിക്കുന്നിന്റെ നെറുകയിൽ എത്തുമ്പോൾ ഈ ലോകവുമായി ഒരു ബന്ധവുമില്ലാത്ത ഏതോ ഒരജ്ഞാത സ്ഥലമാണതെന്ന് പലപ്പോഴും അവനു തോന്നിയിരുന്നു.

കുട്ടിക്കാലത്ത് ഒരിക്കൽ നാഞ്ചിക്കുന്നിലൂടെ ഒരു രാത്രിയിൽ യാത്ര ചെയ്യേണ്ടിവന്നതോർത്തു. പനകൾക്കിടയിലൂടെ അരിച്ചിറങ്ങുന്ന നിലാവെളിച്ചത്തിനെ ചവിട്ടിയകറ്റി ഒറ്റയടിപ്പാതയിലൂടെ നടന്നു. ദേഹത്താരോ സ്പർശിച്ചതായി ഒരു തോന്നൽ. ഹൃദയത്തിനുള്ളിൽ പെരുമ്പറ മുഴങ്ങിക്കേട്ടു ഞെട്ടിത്തിരിഞ്ഞുനോക്കി. ഒന്നുമില്ല. ആശ്വാസത്തോടെ ചിരിച്ചുകൊണ്ട് മുന്നോട്ടുനടന്നു. വീണ്ടും അതേ തോന്നൽ. തോന്നലല്ല.. തോളിലാരോ ബലമായി പിടിച്ചിരിക്കുന്നു.

കാലുകൾ മണ്ണിലേക്കാഴ്ന്നിറങ്ങിയിരിക്കുന്നു. വിറയ്ക്കുന്ന ഹൃദയം എല്ലിൻ കവചങ്ങളും തകർത്തുകൊണ്ട് പുറത്തേക്കിറങ്ങി ഓടുവാൻ വെമ്പൽപൂണ്ടു. ഞെട്ടിത്തിരിഞ്ഞുനോക്കി. ഇരുണ്ട നിറത്തിലുള്ള ഒരു പ്രേതം.

കാലുകൾ മണ്ണിൽനിന്നും വലിച്ചൂരിയെടുത്തു അവയിൽ ചിറകുകൾ വച്ചുകെട്ടി വിജനത നിറഞ്ഞ തരിശുഭൂമിയിലൂടെ താഴ്വാരത്തിലേക്ക് പാഞ്ഞു, തെക്കേക്കൂപ്പിലേക്ക്. നിറഞ്ഞൊഴുകിയിരുന്ന തെക്കൻതോട്ടിലേക്ക് എടുത്തുചാടി. അതോർത്ത് അവൻ ചിരിച്ചു.

“നീയെന്തിനാ ചിരിച്ചത്?” ആശ്ചര്യത്തോടെ അയാൾ ചോദിച്ചു.

“പണ്ടൊരിക്കൽ നാഞ്ചിക്കുന്നിൽവച്ച് ഭയപ്പെട്ട കാര്യം ഓർത്തുപോയതാ.”

“ഞാനവിടേക്ക് പോകാറില്ല.”

“അതെന്താ?”

“എനിക്ക് പേടിയാ.” അയാൾ ചിരിച്ചു.

പക്ഷേ, അവൻ അവിടേക്ക് പോകാറുണ്ടിപ്പഴും. അവനിപ്പോൾ അവയെ ഭയമില്ല.

“എനിക്കൊര് ആഗ്രഹമുണ്ട്.” അയാൾ തുടർന്നു.

“മരിക്കുന്നേനുംമുമ്പ് ഈ ക്ഷേത്രം പഴേതുപോലെ ആയിക്കാണണം.”

“എല്ലാപേരും അതാഗ്രഹിക്കുന്നുണ്ട്.”

“പണ്ട് ഉത്സവങ്ങൾ നടത്തിയിരുന്ന്. ചാറ്റും കഥകളിയും ഓട്ടൻതുള്ളലുമൊക്കെ ഒണ്ടായിരുന്ന്.”

“അമ്മേയും, മുത്തശ്ശിയുമൊക്കെ പറഞ്ഞ് കേട്ടിരുന്നു.”

“ഉത്സവത്തിന് ചായക്കടയൊണ്ടാവും.” ആ ഓർമ്മകളിൽ മുഴുകി

യിട്ടാകാം കുറേനേരം അയാൾ നിശ്ശബ്ദനായി അകലേക്കെങ്ങോ നോക്കിയിരുന്നു.

"എന്നേലും അത് സംഭവിക്കായിരിക്കും. അല്ലേ?"

നിശ്ശബ്ദതയെ ഖണ്ഡിച്ച് പ്രതീക്ഷയോടെ അയാൾ അവനെ നോക്കി.

"അറിയില്ല കൃഷ്ണേട്ടാ, ആരെങ്കിലും ഒരാൾ മുന്നിട്ടിറങ്ങിയാൽ.." അയാളെന്തോ ചോദിക്കാനായി തുനിഞ്ഞു. അതിനുമുമ്പായി അവൻ പറഞ്ഞു.

"ആ ആൾ ഒരിക്കലും ഞാനായിരിക്കില്ല."

അതുകേട്ട് അയാൾ ഉറക്കെ ചിരിച്ചു.

"എന്റെ ചോദ്യം നീ മുന്നേ കണ്ടുവല്ലേ?"

ഒരു ബീഡിക്കുകൂടി തീ കൊടുത്തുകൊണ്ട് അയാൾ തുടർന്നു.

"അല്ലേലും നീയതിന് തയ്യാറാവില്ലെന്ന് എനിക്ക് പണ്ടേ അറിയാം. നീയൊരു കമ്യൂണിസ്റ്റാ.."

അവൻ ഉച്ചത്തിൽ ചിരിച്ചു. കാഴ്ചകൾ മങ്ങിത്തുടങ്ങുന്നു. പക്ഷികൾ ചേക്കേറിത്തുടങ്ങുന്ന ഒച്ച കേൾക്കാം. പിണർവൃക്ഷങ്ങൾക്ക് മുകളിൽ പക്ഷികളുടെ വലിയൊരു പറ്റം വന്നണഞ്ഞു. അവ ചുണ്ടുകളും നഖങ്ങളും വൃത്തിയാക്കി അത്താഴത്തിനുള്ള വട്ടമൊരുക്കുകയാവാം. സമയമറിഞ്ഞിട്ടാകണം കൃഷ്ണേട്ടന്റെ കാലികൾ അനുസരണയോടെ വീട്ടിലേക്ക് മടങ്ങിത്തുടങ്ങുന്നു. മര്യാദക്കാരായ അവയെത്തന്നെ കൗതുകത്തോടെ നോക്കിയിരുന്നു.

"നീ വരണൊണ്ടാ വീട്ടിലേക്ക്..?" അയാൾ ക്ഷണിച്ചു.

"എന്തുണ്ട്?"

"ഇന്ന് വെളുപ്പിന് പിടിച്ച നെടുമീനും, ചേമ്പുംപുഴുക്കും."

"അതൊക്കെ ഞാൻ വല്ലപ്പോഴും കഴിക്കുന്നതാ.."

"മനസ്സിലായി. വാ." അയാൾ നിറഞ്ഞ് ചിരിച്ചു.

"അങ്ങാടിയിട്ടതാണല്ലോ, അല്ലേ?"

"അങ്ങാടിയിടാതെ കൃഷ്ണേട്ടൻ എടുക്കാറില്ല." മുന്നോട്ടു നടന്നുകൊണ്ട് അയാൾ പറഞ്ഞു.

കൃഷ്ണേട്ടൻ കഴിക്കാനുള്ള മദ്യം സ്വന്തമായി വാറ്റിയെടുക്കുകയാണ് ചെയ്യുന്നത്. അങ്ങാടി മരുന്നുകളും പൃഥിച്ചക്കയും പാളയംകോടൻ പഴവും ഒക്കെച്ചേർത്ത്.. അവനത് എത്രയോ തവണ കുടിച്ചിരിക്കുന്നു. ആ ദിവസങ്ങളിൽ വീടെത്താൻ ഏറെ വൈകും. രാത്രി ഏറെനേരം തെക്കേക്കൂപ്പിന്റെയും നാഞ്ചിക്കുന്നിന്റെയും ചരിത്രങ്ങൾ കൃഷ്ണേട്ടൻ വിളമ്പിക്കൊണ്ടേയിരിക്കും. അവനെന്നും അതു കേൾക്കാൻ ഇഷ്ടവുമായിരുന്നു.

കൃഷ്ണേട്ടനാണ് നാടൻ ചാരായത്തിന്റെ ഗുണംനോക്കാൻ അവനെ പഠിപ്പിച്ചത്. അതവൻ വേണുവിനും ബിജുക്കുട്ടനും സച്ചിദാനന്ദനുമൊക്കെ

പറഞ്ഞുകൊടുക്കുകയായിരുന്നു. ചാരായത്തിൽ വിരൽ നനച്ച് തീയിൽ കാണിക്കണം. നല്ലതാണെങ്കിൽ വിരലിൽ നീലനിറമുള്ള ജ്വാലകൾ പടർന്ന് നില്ക്കും.

"നീയിരിക്ക്, ഞാനൊന്ന് മേലുകഴുകിയേച്ച് വരാം."

ധൃതിയോടെ തലയിൽ എണ്ണപുരട്ടി അയാൾ പറഞ്ഞു.

"തോട്ടിലേക്കാണോ?"

"അല്ല, ഇവ്ടന്നാ.."

കുളത്തിൽ നിന്നാണ്. കൃഷ്ണേട്ടന്റെ വീടിന്റെ വടക്ക് വീതിയേറിയ വലിയൊരു കുളമുണ്ട്. അതൊരിക്കലും വറ്റി കണ്ടിട്ടില്ല. നിറഞ്ഞുകവിഞ്ഞ് സ്വയം തീർത്ത കൈവഴിയിലൂടെ അത് തെക്കൻതോട് ലക്ഷ്യമാക്കി ഒഴുകിക്കൊണ്ടേയിരിക്കും. തെക്കൻതോട് പ്രായപൂർത്തിയാകുന്ന ദിനങ്ങളിൽ അവളാ കുളത്തിലേക്ക് പാഞ്ഞുകയറും. മടങ്ങിപ്പോകുമ്പോൾ കുളത്തിനുള്ളിൽ ഒരുപാട് മത്സ്യങ്ങളെയും ഞണ്ടുകളെയും നത്തയ്ക്കകളെയും അവൾ പ്രസവിച്ചിട്ടുണ്ടാകും. മുൻപൊരിക്കൽ ഒരു ആമയെ കിട്ടിയിട്ടുണ്ട്. അന്ന് കൃഷ്ണേട്ടൻ അവനെയും വിളിച്ചിട്ടുണ്ടായിരുന്നു. ആമയിറച്ചിയും പുഴുങ്ങിയ ചീനിയും അങ്ങാടിമരുന്നുകൾ ചേർത്ത് വാറ്റിയെടുത്ത നാടൻ ചാരായവും.

കൃഷ്ണേട്ടൻ കുളിച്ചെത്തി.

"ആ വാഴയില എടുത്തിട്ടോ.."

മുറിയുടെ മൂലയിൽ ചാരിവച്ചിരുന്ന വലിയ വാഴയില മേശമേലിട്ടു. അതിലേക്ക് പുഴുങ്ങിയ ചേമ്പും മീനിന്റെ വറുത്ത കഷണങ്ങളും വിളമ്പിവച്ചു. കൃഷ്ണേട്ടൻ രണ്ട് ഗ്ലാസുകളിലായി അത്ഭുത പാനീയത്തെ പകർന്നുവച്ചു. ഒഴിയാത്ത കുപ്പി തൊട്ടരികിലായി അടച്ചുവച്ചു.

"കഴിച്ചോ.." അയാൾ അവന്റെ മുഖത്തേക്കുനോക്കി. ഒരു ഗ്ലാസ് അകത്തെത്തിച്ചു. പൊരിച്ച മീൻ കഷണമെടുത്ത് ചവച്ചു.

"എങ്ങനൊണ്ട്?" അയാൾ ചോദിച്ചു.

"നല്ല രുചി, തെക്കൻതോട്ടിലെ മീനല്ലേ?" അവനുറക്കെ ചിരിച്ചു. അയാളും.

"ഞാൻ ചോദിച്ചത്..."

"മനസ്സിലായി കൃഷ്ണേട്ടാ. അതെന്നെങ്കിലും മോശമായിട്ടുണ്ടോ?"

അവന്റെ മറുപടി അയാളിൽ അഭിമാനബോധം വളർത്തി.

"ഒരു ദിവസം നിന്റെ കൂട്ടുകാരെക്കൂടി കൂട്ടിക്കോ. നമുക്കന്ന് ഉഷാറാക്കാം." ഒരുനിമിഷം നിർത്തി അയാൾ തുടർന്നു.

"അതൊക്കെയല്ലേ ജീവിതത്തിന്റെ ഒരു സുഖം. നീയില്ലാത്തപ്പോഴൊക്കെ ഈ കാലികളോടൊപ്പം മാത്രം. ഞാനവരോട് സംസാരിക്കും. അതിന് മറുപടി പറയാതെ.."

അയാളൊരു ബീഡിക്ക് തീകൊളുത്തി. അയാളുടെ സ്വരത്തിൽ നിരാശയുണ്ട്. ഒരുപക്ഷേ, കൃഷ്ണേട്ടന് നഷ്ടബോധം തോന്നുന്നു

ണ്ടാകാം, വിവാഹിതനാകാത്തതിൽ. അതെന്തുകൊണ്ടായിരുന്നെന്ന് അയാളൊരിക്കലും പറഞ്ഞിട്ടുമില്ല. ഈ ഏകാന്തതയിൽ നിന്നുള്ള മോചനത്തിനാണോ കൃഷ്ണേട്ടൻ കുടിക്കുന്നത്? അതവന് അറിയില്ലായിരുന്നു. അടുത്തായെങ്ങും വീടുകളില്ല. ഉള്ളത് കരിമ്പനകളും പിണർവൃക്ഷങ്ങളും നെൽപ്പാടങ്ങളും മഞ്ചാടിമരങ്ങളുമൊക്കെയാണ്. അവ രാത്രിയിൽ ഉറങ്ങുമായിരിക്കും. പിന്നെ തെക്കൻതോടുണ്ട്. ഉറങ്ങാതൊഴുകുന്ന അവളുടെ പാട്ടുകേട്ട് അയാളുറങ്ങുമായിരിക്കും.

ചേമ്പിൻ പുഴുക്കും മീനുമായി നല്ല ചേർച്ച തോന്നിച്ചു. കൃഷ്ണേട്ടൻ നല്ലൊരു പാചകക്കാരനാണല്ലോ എന്നോർത്തുചിരിച്ചു. പുഴുക്കെടുത്ത് മെല്ലെ ചവച്ചിറക്കുമ്പോൾ അയാളെന്തോ ചിന്തിക്കുകയാണെന്ന് അവനുതോന്നി.

"ശല്യമാ രാത്രികളിൽ..." മറ്റേതോ ലോകത്തുനിന്നും മുഖം വലിച്ചൂരിയെടുത്ത് അയാൾ പറഞ്ഞു.

"ആര്?"

അവന് അത്ഭുതംതോന്നി. കൃഷ്ണേട്ടനെ ശല്യംചെയ്യാൻ മാത്രം ഇവിടെ ആരാണുള്ളത്?

"അവറ്റകൾ തന്നെ." ഒരു നിമിഷം നിർത്തി അയാൾ തുടർന്നു.

"നാഞ്ചിക്കുന്നിലെ യക്ഷികളും പിശാചുക്കളും." അത് അവന്റെ പുതിയ അറിവായിരുന്നു. കൃഷ്ണേട്ടൻ ആദ്യമായാണ് അതേക്കുറിച്ച് പറയുന്നത്.

"കുടിക്കാതെ ഒറങ്ങാനാവില്ല." അയാളുടെ ശബ്ദത്തിൽ വല്ലാത്തൊരു നിരാശ നിഴലിട്ടുനില്ക്കുന്നു.

"എനിക്കവയെ ഭയമില്ല." അവൻ പറഞ്ഞു.

അതിന് മറുപടിപറയാതെ അയാൾ വീണ്ടും ഗ്ലാസുകൾ നിറച്ചു തുടങ്ങി. പകുതിയെത്തിയപ്പോൾ പറഞ്ഞു:

"മതി."

ഗ്ലാസുകൾ കാലിയായി. അവനും ബീഡിക്കൂടിൽനിന്നും ഒരെണ്ണമെടുത്തു കത്തിച്ച് പുക പുറത്തേക്ക് ശക്തിയായി ഊതിപ്പറത്തി.

"രാധയ്ക്കും മകൾക്കും സുഖമല്ലേ?" അയാൾ ചോദിച്ചു.

"സുഖം."

"അവര് വീട്ടിൽ വരാറില്ലേ?"

"അനുപമ മിക്കപ്പോഴും വരാറുണ്ട്, ചിലപ്പോഴൊക്കെ രാധമ്മായിയും."

അധികം അകലെയല്ലാതെ മഞ്ചാടിപ്പാടങ്ങൾക്കും മുകളിലായി അർദ്ധചന്ദ്രക്കല ചിരിതൂകി നില്ക്കുന്നു. തിരികെ നടക്കുമ്പോൾ ചിന്തിച്ചത് കൃഷ്ണേട്ടനെക്കുറിച്ചായിരുന്നു. അയാളുടെ ജീവിതം സുഖംതന്നെയാണെന്ന് ചിലപ്പോഴൊക്കെ അവനു തോന്നിയിട്ടുണ്ട്. ഉത്തരവാദിത്വങ്ങളൊന്നുമില്ല. കാലികളെയും തെളിച്ച്, പാചകംചെയ്ത്, അങ്ങാടിയിട്ട

വാറ്റുമുണ്ടാക്കി കുടിച്ച്... അങ്ങനെ. അതോർത്ത് അറിയാതെ ചിരിച്ചു. പക്ഷേ, അവനൊരിക്കലും അതിനാകുമായിരുന്നില്ല. അവന്റെ ചുമലിൽ ഭാരമുണ്ട്. കാലുകളിൽ ചങ്ങലക്കെട്ടുകളുണ്ട്. രാത്രിക്ക് കനം കൂടിത്തുടങ്ങുന്നുവോ...?

സമയം എട്ടുമണി ആയെന്നറിയിച്ചുകൊണ്ടുള്ള അലാറം മീന്മുട്ടി നദിയുടെ കാതടപ്പിക്കുന്ന ഒച്ചയ്ക്കുള്ളിലെവിടെയോ അലിഞ്ഞില്ലാതായിത്തീർന്നു. ആശ്വാസത്തോടെ ഫാക്ടറിയിൽനിന്നും പുറത്തേക്കിറങ്ങി. പൊന്മുടി റബർ ഫാക്ടറിയിലെ താല്ക്കാലികമായ ജോലി. അതായിരുന്നു അവന്റെയും കൂട്ടുകാരുടെയും ഏക വരുമാനം. കൂട്ടുകാരെന്നാൽ ബിജുക്കുട്ടനും വേണുവും സച്ചിദാനന്ദനും. ഇടയ്ക്ക് കുറച്ചുനാൾ സാംകുട്ടിയും ഉണ്ടായിരുന്നു. അയാളിപ്പോൾ കോഴിക്കോടാണ്. അവിടെ മഴവെള്ള സംഭരണിയുടെ പണിയാണ്. ജോലിയിൽ പുരോഗതിയുണ്ടെന്ന് രണ്ടോ, മൂന്നോ, മാസങ്ങൾ കൂടുമ്പോഴുള്ള വരവുകൾക്കിടയിൽ സാംകുട്ടി ആവേശത്തോടെ പറയാറുണ്ട്.

ഫാക്ടറിയിൽ രാത്രി ജോലിക്ക് കയറിയാൽ മതി. പന്ത്രണ്ടുമണി മുതൽ രാവിലെ എട്ടുമണിവരെ. പകൽ ആവശ്യംപോലെ സമയംകിട്ടും. അതിനായി മനഃപൂർവ്വം തെരഞ്ഞെടുത്തതായിരുന്നു ആ സമയക്രമം. കള്ളിപ്പാറയിലെ, തലേന്നു രാത്രി ചാറിയ മഴയിൽ നനഞ്ഞുകിടക്കുന്ന കറുത്ത പാതയിൽനിന്നും അവനും സച്ചിദാനന്ദനും വേണുവും വലത്തേക്കുള്ള ഇടവഴിയിലേക്ക് കയറി. അവർ അയൽക്കാരായിരുന്നു. ബിജുക്കുട്ടന് കുറച്ചുകൂടി മുന്നോട്ടുപോകണം. അധികം അകലെയല്ല. കള്ളിപ്പാറയിലെ വാകമരങ്ങളും തെങ്ങിൻതോപ്പും പിന്നിട്ട് കുന്നിന്റെ മുകളിലെ പള്ളിയും കഴിഞ്ഞാൽ അവന്റെ വീടായി.

വീട്ടിലേക്ക് കയറാതെ വഴിയരികിൽനിന്ന് അമ്മയെ വിളിച്ചു. അതാണ് പതിവ്. അമ്മയെത്തുന്നത് കാത്തുനില്ക്കാതെ ഇലകൾ പരവതാനി തീർത്തിരിക്കുന്ന ഇടവഴിയിലൂടെ തെക്കൻതോട് ലക്ഷ്യമാക്കി നടന്നു. വേണുവിന്റെ വീടിന് സമീപത്തായാണ് തെക്കൻതോട്. വേണുവിന്റെ വീട്ടിലെപ്പോഴും തണുപ്പാണ്. ശാന്തയായി നിറഞ്ഞൊഴുകുന്ന തെക്കൻതോട് വരമായി നല്കിയ തണുപ്പ്.

വേണുവിന്റെ വീടിന് താഴെയായി വലിയൊരു കുളമുണ്ട്. ചിലപ്പോഴൊക്കെ കുളി അവിടുന്നാകും. വർഷകാലങ്ങളിൽ പലപ്പോഴും തെക്കൻതോട് ആ കുളത്തിനുമുകളിലേക്ക് പാഞ്ഞുകയറി അവൾ പ്രായപൂർത്തി എത്തിയകാര്യം അറിയിച്ച് മടങ്ങാറുണ്ട്.

തണുത്തൊഴുകുന്ന വെള്ളത്തിലേക്കിറങ്ങി. ഓളങ്ങൾ ഉണ്ടായപ്പോൾ പ്രഭാതസവാരിക്കിറങ്ങിയ മത്സ്യങ്ങൾ എങ്ങോട്ടെന്നില്ലാതെ ഓടിയൊളിച്ചു. കറുത്ത ഒരു ഞണ്ട് മാത്രം തെല്ലൊരഹങ്കാരത്തോടെ ഇരുകാലുകളും നീട്ടി ഇരിപ്പുണ്ട്.

"ഈ വെള്ളത്തിൽ എത്ര കുളിച്ചാലും മതിയാവില്ല." വെള്ളത്തിൽ മുങ്ങിക്കിടന്ന് സർപ്പത്തെപ്പോലെ തലയുയർത്തി സച്ചിദാനന്ദൻ പറഞ്ഞു.

ശരിയാണ്. എത്ര ക്ഷീണമുണ്ടെങ്കിലും തെക്കൻതോട്ടിൽനിന്നും കുളിച്ചുകഴിഞ്ഞാൽ അത് അപ്രത്യക്ഷമാകും. അതിലൊഴുകുന്ന വെള്ളത്തിന് ഔഷധഗുണങ്ങളുണ്ടെന്ന് പലപ്പോഴും അവനു തോന്നിയിരുന്നു. തെക്കൻതോട് പാറക്കൂട്ടങ്ങൾക്ക് മുകളിലേക്കുചാടി കുറുമ്പുകാട്ടി ചിതറിച്ചിരിക്കുന്നു. തലതോർത്തി പാറക്കെട്ടിലിരുന്നു. ഒരു സിഗരറ്റിന് തീ കൊടുത്തു.

"വേറെയില്ലേ?" തണുപ്പകറ്റാനായി കൈകൾ കൂട്ടിത്തിരുമ്മി വേണു ചോദിച്ചു.

"ഉടുപ്പിന്റെ പോക്കറ്റിലുണ്ട്."

സിഗരറ്റിന്റെ പുക മഞ്ഞുമാറിത്തുടങ്ങിയ അന്തരീക്ഷത്തിലേക്ക് ഊതിപ്പറത്തി. ഉണർന്നെഴുന്നേല്ക്കാൻ താമസിച്ചുപോയ ഒരുകൂട്ടം കരിയിലക്കിളികൾ പരിഭവം പറഞ്ഞുകൊണ്ട് തോട്ടിനരികിലെ റബ്ബർ കാടുകൾക്കുള്ളിലേക്ക് പറന്നിറങ്ങി. കരിയിലകൾ കൊത്തിമാറ്റി കളഞ്ഞുപോയതെന്തോ അവ ശ്രദ്ധാപൂർവ്വം തിരയാൻ തുടങ്ങി. ഇത്രമാത്രം തിരയാൻ അവർക്കെന്താ നഷ്ടമായിപ്പോയത്?.

"വായനശാലയിൽ കാണാം."

അതും പറഞ്ഞ് പിരിഞ്ഞു. സൂര്യ വായനശാല, അതവരുടെ കഠിനമായ പ്രയത്നത്തിന്റെ ഫലം തന്നെയായിരുന്നു. ചടച്ചിക്കരിക്കകത്തുള്ള ഒരാളാണ് വായനശാലയ്ക്ക് സൂര്യ എന്ന പേര് നിർദ്ദേശിച്ചത്. രണ്ട് മുറികളിലായി ലൈബ്രറിയും വായനശാലയും. വായനയും ചതുരംഗവും ഓണാഘോഷവുമൊക്കെയായി അത് കള്ളിപ്പാറയിൽ പരിലസിക്കുന്നുണ്ട്.

നനഞ്ഞ വസ്ത്രങ്ങൾ മുറ്റത്തുനില്ക്കുന്ന പേരമരത്തിലും ആനമുന്തിരിയിലുമായി കെട്ടിയ അയയിൽ വിരിച്ചിട്ടു. ആനമുന്തിരിയിൽ കായ്കൾ പാകമായി നില്പുണ്ട്. പേരമരച്ചുവട്ടിൽ വവ്വാലുകൾ വന്നുപോയതിന്റെ അടയാളങ്ങൾ അവശേഷിക്കുന്നു. കാപ്പികുടിച്ചുകഴിഞ്ഞ് ഉറക്കത്തിലേക്ക് വീണു. എഴുന്നേറ്റപ്പോൾ വൈകിയിരുന്നു. മൂന്നുമണി കഴിഞ്ഞിരിക്കുന്നു. കുളിച്ചുകഴിഞ്ഞ് ആഹാരം കഴിച്ചുകൊണ്ടിരിക്കുമ്പോൾ അമ്മ പറഞ്ഞു.

"താഴെവീട്ടിൽ പുതിയ താമസക്കാരെത്തി."

വീട് കുറച്ചുനാളുകളായി കൊടുക്കാനിട്ടിരിക്കുകയായിരുന്നു. ആരോ വാങ്ങിയെന്ന് ഇടയ്ക്ക് പറഞ്ഞുകേട്ടിരുന്നു. ഭാര്യയും ഭർത്താവും മകളുമാണത്രെ. മറ്റാരെയും അമ്മ കണ്ടില്ല.

"പരിചയപ്പെടാൻ വരുമായിരിക്കും." ആരോടെന്നില്ലാതെ അമ്മ പറഞ്ഞു.

"വരണമല്ലോ, അതല്ലേ നാട്ടുനടപ്പ്."

അതുംപറഞ്ഞ് വായനശാലയിലേക്ക് നടന്നു. കറുത്തപാതയ്ക്കരികിലെ വാകമരച്ചില്ലകളും കാറ്റും തമ്മിൽ പ്രണയിച്ചതാകാം, മരച്ചുവട്ടിലും പാതയ്ക്കു മുകളിലും ചുവന്നപൂക്കൾ നഷ്ടവസന്തം തീർത്തിരിക്കുന്നു. പൂക്കളിൽ ചവിട്ടാതെ നടന്നു.

പീടിക്കാരൻ ജോർജ്ജും സുകുമാരൻമാഷും നേരത്തെതന്നെ എത്തിയിട്ടുണ്ട്. ജോർജ്ജിന് സുകുമാരൻ മാഷാണ് 'പീടിക്കാരൻ' എന്ന് പേരിട്ടത്. അയാളുടെ യഥാർത്ഥപേര് ഇപ്പോൾ പലരും മറന്നുപോയിട്ടുണ്ടെന്ന് അവനുതോന്നി. ജോർജ്ജ് എപ്പോഴും പുകയ്ക്കുന്ന സ്വഭാവക്കാരനാണ്. അയാളുടെ അഭിപ്രായത്തിൽ ബീഡിയല്ല പീടിയാണ് ശരിയായ വാക്ക്. പീടിയൽ നിന്നാണത്രേ പീടിക ഉണ്ടായത്. അതുകൊണ്ടാണ് സുകുമാരൻമാഷ് അങ്ങനെ പേരിട്ടതും.

സുകുമാരൻ മാഷ് പെൻഷനായ അദ്ധ്യാപകനാണ്. ജോർജ്ജാകട്ടെ ഒരു കൃഷിക്കാരനും. എങ്കിലും അടുത്ത ചങ്ങാതിമാരാണവർ. വായനശാലയുടെ അടുത്തുതന്നെയാണ് താമസവും.

"ബാക്കിയുള്ളവരോ?" സുകുമാരൻ മാഷ് ചോദിച്ചു.

"ഉടനെത്തും, ഇന്ന് ഞായറാഴ്ചയല്ലേ." അവൻ ചിരിച്ചു.

"നിങ്ങളിന്ന് നേരത്തെ പിരിയും, അല്ലേ?" പീടിക്കാരൻ അതും ചോദിച്ച് ചതുരംഗപ്പലകയുമെടുത്ത് പുറത്തേക്കിറങ്ങി. വായനശാലയുടെ അതിർത്തിയോടുചേർന്നുള്ള കൽക്കെട്ടിന് മുകളിലിരുന്ന് അയാൾ ഒരു പീടിക്ക് തീ കൊളുത്തി.

"ഇവിടാവുമ്പോ വല്ലപ്പോഴും ഓരോ പീടി വലിക്കാം." അതും പറഞ്ഞ് അയാൾ സ്വയം ചിരിച്ചു.

വൈകുന്നേരങ്ങളിൽ ചതുരംഗംകളി പതിവായിരുന്നു. രാത്രിയോളം നീണ്ടുപോകും. ബിജുക്കുട്ടനും വേണുവും സച്ചിദാനന്ദനുമൊക്കെയുണ്ടാവും. ചിലപ്പോഴൊക്കെ വേണുവിന്റെ അനിയൻ ദീപുവും അയൽക്കാരനായ സജിത്തും എത്താറുണ്ട്. രണ്ടുപേരും പ്രായത്തിൽ കുറവും പഠിച്ചുകൊണ്ടിരിക്കുന്നവരും ആയതുകൊണ്ട് അധികനേരം ഇരിക്കാറില്ല. അതാണ് പതിവ്. വൈശാഖേട്ടനും ചിലപ്പോഴൊക്കെ എത്താറുണ്ട്. അയാൾ വേണുവിന്റെ ബന്ധുകൂടിയാണ്. ചതുരംഗം കളിക്കില്ലെങ്കിലും കാഴ്ചക്കാരനായി ഇരിക്കും. എല്ലാക്കാര്യങ്ങൾക്കും അവരോടൊപ്പം മുൻപന്തിയിൽത്തന്നെ അയാളുണ്ടാകും.

ഇരുൾത്തുള്ളികൾ അടർന്നുവീഴാൻ തുടങ്ങിയിരിക്കുന്നു. വൈദ്യുതവിളക്കുകൾ മഞ്ഞക്കണ്ണുകൾ തുറന്ന് കറുപ്പിനെ തുറിച്ചുനോക്കാൻ തുടങ്ങി. സുകുമാരൻ മാഷിനോടും പീടികക്കാരനോടും യാത്ര പറഞ്ഞ് പിരിഞ്ഞു. ബിജുക്കുട്ടനും സച്ചിദാനന്ദനും വേണുവും പോയിക്കഴിഞ്ഞിരുന്നു.

ഹെഡ് ലാമ്പും തോർത്തുമെടുത്ത് തെക്കൻതോട് ലക്ഷ്യമാക്കി നടന്നു. തെക്കൻതോട്ടിൽ ധാരാളം മത്സ്യങ്ങളുണ്ട്. രാത്രികാലങ്ങളിൽ

മീന്മുട്ടി നദിയിൽനിന്നും അവ കൂട്ടത്തോടെ തെക്കൻതോട്ടിലേക്ക് കയറിവരും. കൂടുതലും ആറ്റുവാളയും ആരലും കല്ലനക്കിയും ആയിരിക്കും. ചിലപ്പോൾ കൊഞ്ചിനെമാത്രം പിടിച്ചെടുക്കാറുണ്ട്. ഇരുട്ടിൽ ഹെഡ് ലാമ്പിന്റെ വെളിച്ചത്തിൽ അവയുടെ കണ്ണുകൾ ചുവന്നുതിളങ്ങും. കാഴ്ച മങ്ങും അന്നേരം പിടിക്കാൻ എളുപ്പമാണ്.

വലയുമെടുത്ത് സച്ചിയും വേണുവും നീറ്റിലേക്കിറങ്ങി.

"ഇവിടെനിന്നും തുടങ്ങാം." കടവിനടുത്തെ കൈതക്കൂട്ടങ്ങൾക്കരികിലേക്ക് നീങ്ങിനിന്ന് വേണു പറഞ്ഞു. കൈതപ്പൂക്കളുടെ മണം വായുവിൽ പരക്കാൻ തുടങ്ങിയിരിക്കുന്നു.

"അതെന്താ?" ഇരുട്ടിലേക്ക് കൈചൂണ്ടി സച്ചി ചോദിച്ചു.

"വെളുത്ത നിറത്തിൽ..?"

ശരിയാണ്. വെളുത്തനിറത്തിൽ എന്തോ ഒഴുകിവരുന്നുണ്ട്. ഹെഡ് ലാമ്പ് തെളിച്ചു. അത് രണ്ട് താറാവുകളായിരുന്നു. ആർക്കുള്ളതോ? അടുത്ത പ്രദേശങ്ങളിലെങ്ങും ആരെങ്കിലും താറാവിനെ വളർത്തുന്നതായി അറിയില്ല. വഴിതെറ്റി നീന്തിയതാകാം.

"പാവങ്ങൾ കൂടണയാൻ താമസിച്ചതാ. ആ ലൈറ്റ് കെടുത്ത്."

ജ്വലിച്ചുനിന്ന വെളിച്ചം ഇരുട്ടിനായി വഴിമാറി. ഇരുട്ട് മാത്രമായി അവശേഷിച്ചു.

"ഉടമസ്ഥനില്ലാത്തതാ." രണ്ട് താറാവുകളെയും കഴുത്തിന് തൂക്കിയെടുത്ത് സച്ചിദാനന്ദൻ മുമ്പേ നടന്നു. വലമടക്കി തോളത്തിട്ട് വേണുവും അവനെ അനുഗമിച്ചു. പിന്നാലെ ബാക്കിയുള്ളവരും.

വേണുവിന്റെ വീടിന് അകലെയല്ലാതെ അവന്റെ കുടുംബത്തിലെ തന്നെ ഒഴിഞ്ഞുകിടക്കുന്ന ഒരു വീടുണ്ട്. അവിടേക്ക് മറ്റാരും വരാറില്ല. വല്ലപ്പോഴുമൊക്കെ അവരോടൊപ്പം കൂടുന്ന സജിത്തും ദീപുവും വൈശാഖനുമൊഴിച്ചാൽ.

പാചകത്തിന്റെ ചുമതല ബിജുക്കുട്ടൻ ഏറ്റെടുക്കുകയാണ് പതിവ്. ബാക്കിയുള്ളവർ സഹായികളാകും. അടുപ്പ് കത്തിക്കലും ചേരുവകൾ തയ്യാറാക്കലും മറ്റുള്ളവരുടെ ജോലികളായിരുന്നു.

"ചീനി വേണോ, ചേമ്പ് വേണോ?"

സ്വന്തം പുരയിടത്തിൽ അവയെല്ലാം ധാരാളം വിളഞ്ഞ് കിടക്കുന്ന അതേ ലാഘവത്തോടെ സച്ചിദാനന്ദൻ ചോദിച്ചു.

"ചേമ്പ് വിളവായിട്ടില്ല, ഇന്ന് ചീനി തൂക്കിവാങ്ങാം." വേണു പറഞ്ഞു. ശേഷം അവർ രണ്ടുപേരും ഇരുളിലേക്കെങ്ങോ മറഞ്ഞുപോയി. 'തൂക്കിവാങ്ങുക' എന്നത് വേണുവിന്റെ ഒരു പ്രയോഗമായിരുന്നു. മോഷണത്തിന് അവൻ കണ്ടെത്തിയ മറ്റൊരു പേരായിരുന്നു അത്.

"മോഷണത്തിന് അവരെ രണ്ടിനേയും പോയിട്ടേയുള്ളു..." താറാവിന്റെ കഷണങ്ങളും ചേരുവകളുമായി കൂട്ടിയോജിപ്പിച്ച് ബിജുക്കുട്ടൻ പറഞ്ഞു. ശരിയാണെന്ന് അവന് പലപ്പോഴും തോന്നിയിരുന്നു. കുറച്ചു

നാൾമുമ്പ് സച്ചിദാനന്ദനുമൊത്ത് ഇടുക്കിയിൽ ഒരു രാത്രി തങ്ങേണ്ട തായി വന്നിരുന്നു. ആകെ ഒരു ലോഡ്ജ് മാത്രമേ അവിടെ ഉണ്ടായിരു ന്നുള്ളു. രാത്രി ഏറെ കഴിഞ്ഞിരുന്നതിനാൽ മറ്റെങ്ങും പോകില്ലായെന്ന് ഉറപ്പുള്ളതുകൊണ്ടാകാം ലോഡ്ജുടമ വാടക ഒരുപാട് കൂടുതൽ വാങ്ങി യത്.

അന്ന് രാത്രിയിൽ സച്ചിദാനന്ദൻ ആകെ അസ്വസ്ഥനായിരുന്നു. നേരം പുലരുവോളം ഉറങ്ങാതെ കഴിച്ചുകൂട്ടുകയായിരുന്നു. ബാഗിനു ള്ളിൽ കരുതിയിരുന്ന വിദേശമദ്യം തൊടുകപോലും ചെയ്യാത്തത് അവനെ തെല്ലൊന്ന് അത്ഭുതപ്പെടുത്തുകയും ചെയ്തു. വെളുപ്പാൻകാലം സച്ചിദാന്ദൻ അവനെയും വിളിച്ചുണർത്തി വെറുംവയറ്റിൽ ഔഷധമെ ന്നതുപോലെ മദ്യമൊഴിച്ച് കഴിച്ചു. അവനും നല്കി.

ലോഡ്ജിന്റെയുടമ ഉണർന്നിട്ടുണ്ടായിരുന്നില്ല. ഹാളിലുണ്ടായിരുന്ന അലമാര തുറന്ന് രണ്ട് ബെഡ്ഷീറ്റെടുത്ത് ഒരെണ്ണം അവന്റെ ബാഗിനു ള്ളിൽ വച്ചുകൊടുത്തു. മറ്റൊന്ന് സച്ചിദാനന്ദനും ബാഗിലാക്കി.

"വാടക മുതലാക്കണ്ടേ..?" ആത്മഗതം ചെയ്തുകൊണ്ട് അവൻ ലോഡ്ജുടമയുടെ കിടപ്പുമുറിയുടെ വാതിൽക്കൽ മുട്ടി. ഉറക്കച്ചടവ് മാറ്റാ നായി കണ്ണുകൾ തിരുമ്മിക്കൊണ്ട് അയാൾ പ്രത്യക്ഷനായി, വെളുപ്പിലെ വിളിച്ചുണർത്തിയതിലെ അസഹിഷ്ണുത അയാളുടെ മുഖത്ത് പ്രകട മായി നിന്നു.

"മുറി ചെക്ക് ചെയ്യുന്നില്ലേ?" സച്ചിദാനന്ദൻ വിനയത്തോടെ അയാ ളോട് ചോദിച്ചു.

"വേണ്ട."

കോട്ടുവായിട്ട് അയാൾ പറഞ്ഞു. പൊയ്ക്കൊള്ളാൻ ആംഗ്യം കാണിച്ചു. അവിടെനിന്നിറങ്ങി ആദ്യമെത്തിയ സ്വകാര്യബസിന് കൈകാ ണിച്ചു. അതോർത്ത് അവൻ അറിയാതെ ചിരിച്ചു.

ഇരുട്ടിന്റെ ഉള്ളിലെവിടെനിന്നോ സച്ചിയും വേണുവും പ്രത്യക്ഷ രായി.

"പണയിലെ കെഴങ്ങാണ്. താറാവുമായി നല്ല ചേർച്ചയായിരിക്കും."

പൊളിഞ്ഞുതുടങ്ങിയ ചാണകംമെഴുകിയ തറയിലേക്ക് വേണു കിഴങ്ങ് തട്ടിയിട്ടു. സച്ചിദാനന്ദൻ നാടൻ ചാരായം അടുക്കളയുടെ മൂല യിലേക്ക് വച്ചു.

"ഓരോന്ന് കഴിച്ചിട്ട് പാചകത്തിലേക്ക് തിരിയാം." സച്ചിദാനന്ദന്റെ അഭിപ്രായത്തോട് വേണുവിന് പൂർണ്ണയോജിപ്പായിരുന്നു. അവൻ ചാരാ യത്തിൽ വിരൽനനച്ച് കത്തിച്ചുനോക്കി. വിരൽത്തുമ്പിൽ നീലനിറത്തി ലുള്ള ജ്വാലകൾ തെളിഞ്ഞു. സംതൃപ്തിയോടെ വേണു മറ്റുള്ളവരുടെ മുഖങ്ങളിലേക്കുനോക്കി ചിരിച്ചു.

കൃഷ്ണേട്ടൻ അവനു പറഞ്ഞുകൊടുത്തതായിരുന്നു, ആ വിദ്യ. അതവൻ കൂട്ടുകാർക്ക് പകർന്നുകൊടുക്കുകയായിരുന്നു.

"സൊയമ്പൻ ചാരായം." സച്ചിദാനന്ദൻ സ്വയംപറഞ്ഞു.

"ഇത് കട്ടതല്ലല്ലോ..?" ബിജുക്കുട്ടൻ സംശയനിവാരണത്തിനായി സച്ചിദാനന്ദനെ നോക്കി.

"അല്ല." സച്ചിദാനന്ദൻ ഉറക്കെച്ചിരിച്ചു.

മറ്റുള്ളവർക്കെല്ലാം പാചകം ഒരുവിധം പരിചയമുണ്ടായിരുന്നു. അവനിതുവരെയും ഒരു കട്ടൻചായവരെയും ഉണ്ടാക്കാനറിയില്ല. ഒരിക്കൽ പരീക്ഷിച്ചു നോക്കിയതാണ്. അന്ന് വിരലുകൾക്ക് പൊള്ളലേല്ക്കുകയായിരുന്നു.

എല്ലാം തയ്യാറായിക്കഴിഞ്ഞു. വലിയൊരു വാഴയിലയിലേക്ക് പുഴുങ്ങിയ ചീനിയും താറാവും വിളമ്പിവച്ചു. സച്ചിദാനന്ദൻ ഗ്ലാസുകളിലേക്ക് മദ്യം പകർന്നുവച്ചു.

"കട്ട് തിന്നുന്നതിന്റെ രുചി ഒന്നുവേറെതന്നെയല്ലേ?"

കുരുമുളകിട്ട് പാകപ്പെടുത്തിയ താറാവിന്റെ ചൂടുള്ള മാംസം ചവച്ചിറക്കി സച്ചിദാനന്ദൻ ചോദിച്ചു.

" അക്കാര്യത്തിൽ സംശയം വേണ്ട." വേണുവിന്റെ അഭിപ്രായത്തിൽ മോഷണം നല്ലൊരു കലയാണ്. അതവൻ ഉദാഹരണങ്ങൾ സഹിതം പലപ്പോഴും വ്യക്തമാക്കിയിട്ടുള്ളതുമാണ്.

"സാംകുട്ടി കൂടെയുണ്ടായിരുന്നെങ്കി കാര്യങ്ങളെല്ലാം ഒന്നൂടെ ഉഷാറായേനെ." ചാരായം നിറച്ച ഗ്ലാസ് കൈയിലെടുത്ത് വേണു പറഞ്ഞു. സച്ചിദാനന്ദനും ബിജുക്കുട്ടനും അതിനെ അംഗീകരിച്ചു. ശരിതന്നെയെന്ന് അവനുംതോന്നി. സാംകുട്ടിയുടെ കുറവ് എല്ലായിടത്തും പ്രതിഫലിക്കുന്നുണ്ട്.

"സുകുമാരൻമാഷിന്റെ വീട്ടില് പൂവൻകോഴികളുണ്ട്." നിറഞ്ഞ ഗ്ലാസ് കാലിയാക്കി സച്ചിദാനന്ദൻ പറഞ്ഞു.

"നല്ല മുഴുപ്പുണ്ട്. ഒരെണ്ണം നാല് കിലോയിൽ കൊറയില്ല."

"അത് വേണോ?" ബിജുക്കുട്ടൻ സംശയം പ്രകടിപ്പിച്ചു.

"മാഷ് നമ്മളോടൊപ്പം..."

"അത് വേണം.." വേണുവിന്റെ സ്വരത്തിന് ദൃഢത കൂടുതലായിരുന്നു. മോഷണത്തിൽ അന്തിമതീരുമാനം എപ്പോഴും അവന്റേതുമാത്രമായിരുന്നു.

"ആഹാരസാധനം കട്ടെടുക്കുന്നതിന് മോഷണം എന്ന് പറയാറില്ല. 'തൂക്കിവാങ്ങുക' എന്നേ പറയാറുള്ളു. അങ്ങനേ പറയാവൂ." വേണു പറഞ്ഞുനിർത്തി. ശേഷം ആരും അതേക്കുറിച്ചൊന്നും മിണ്ടിയില്ല.

ജീവിതത്തിലെ ഏറ്റവും മനോഹരങ്ങളായ നിമിഷങ്ങളാണ് ഈ കഴിഞ്ഞുപോകുന്നതെന്ന് അവനുതോന്നി. കുറച്ച് വർഷങ്ങൾകൂടി കഴിഞ്ഞാൽ ഇതിനൊക്കെ കഴിയുമോ..? വിവാഹമൊക്കെ കഴിഞ്ഞാൽ... വരാനിരിക്കുന്നത് വേനലാണെങ്കിൽ അതിന്റെ പനിച്ചൂടിൽ ഒതുങ്ങിനിന്ന് സാന്ത്വനിക്കുവാൻ ഈ ഓർമ്മത്തണലുകൾ മാത്രമേ കൂട്ടായുണ്ടാകു.

എഴുന്നേറ്റപ്പോൾ പിറ്റേന്ന് പത്തുമണി കഴിഞ്ഞിരുന്നു. തെക്കൻ തോട്ടിലെ തണുപ്പിനുള്ളിൽ കുറച്ചുനേരം മുങ്ങിക്കിടന്നു. വീട്ടിലെത്തുമ്പോൾ അതിഥികൾ ഉണ്ടായിരുന്നു. മുതിർന്ന ഒരു സ്ത്രീയും പെൺകുട്ടിയും.

"ഇവരാണ് പുതിയ അയൽക്കാർ." അമ്മ പരിചയപ്പെടുത്തി, അവരെ നോക്കി ചിരിച്ചു.

"വന്നിട്ടുണ്ടെന്ന് അമ്മ പറഞ്ഞിരുന്നു."

"ഇന്ന് ജോലിയില്ല അല്ലേ?"സ്ത്രീ ചോദിച്ചു.

"പോകണം. രാത്രിയിൽ പോയാൽ മതി."

ഒരു നിമിഷത്തെ നിശ്ശബ്ദതയ്ക്കുശേഷം ആ സ്ത്രീ പറഞ്ഞു.

"ഞങ്ങൾക്കിവിടെ ആരേം പരിചയമില്ല."

"അതിനെന്ത്? ഞങ്ങളൊക്കെ ഇവിടില്ലേ?" അതും ചോദിച്ച് അവൻ പെൺകുട്ടിയുടെ മുഖത്തേക്കു നോക്കി. അവൾ ചിരിച്ചു. കവിളിലെ കറുത്ത മറുക് അവളെ കൂടുതൽ സുന്ദരിയാക്കുന്നതായി അവനുതോന്നി. അതെ അവൾ അഴകുള്ളവൾ തന്നെ.

"എന്താ പേര്?"

"ആൻസി."

"എന്തിനാ പഠിക്കുന്നത്?"

"എം എസിക്കാ.."

"ഞാൻ പഠിച്ചത് ചരിത്രമാണ്." അതുകേട്ട് അവൾ വെറുതെ ചിരിച്ചു.

"ഞങ്ങള് പോവാൻ തുടങ്ങേര്ന്ന്.." ആ സ്ത്രീ പറഞ്ഞു.

"ആയിക്കോട്ടെ കാണാം."

"പോട്ടെ." ആൻസി ചിരിച്ചുകൊണ്ട് യാത്ര ചോദിച്ചു. സമ്മതാർത്ഥത്തിൽ ശിരസ്സ് ചലിപ്പിച്ചു.

നനഞ്ഞ വസ്ത്രങ്ങൾ മുറ്റത്ത് കെട്ടിയ അയയിൽ വിരിച്ചിട്ടു. ആനമുന്തിരിയിൽ വിളഞ്ഞുകിടക്കുന്ന കായകളിലേക്ക് സംതൃപ്തിയോടെ നോക്കി.

"അവര് ക്രിസ്ത്യാനികളാണ്." അമ്മ പറഞ്ഞു.

"അതിനെന്താ? അയാൾക്കെന്താ ജോലി?"

"ഹോട്ടല് നടത്താൻ പോവേണ്.."

"എവിടെ..?"

"നന്ദിയോട്ട്.."

"ഒരു മോളുകൂടെയുണ്ട്. അവള് കല്യാണം കഴിഞ്ഞ് ദൂരെയാണ് താമസം."

കൈകഴുകി വരാന്തയിലേക്കിരുന്നു.

"നെനക്ക് കാപ്പിയെടുക്കാം." അമ്മ അടുക്കളയിലേക്ക് നടന്നു.

തലേന്ന് രാത്രി ഏറെ വൈകി ആഹാരം കഴിച്ചതുകൊണ്ടാകാം

വിശപ്പ് തീരെ തോന്നിയില്ല. കുറച്ചെങ്കിലും കഴിച്ചില്ലെങ്കിൽ അമ്മയ്ക്ക് വിഷമമാവും.

"ബിജുക്കുട്ടൻ പെണ്ണുകാണാൻ പോയെന്ന് പറഞ്ഞ് കേട്ടായിര്ന്ന്.." കാപ്പികൊണ്ടുവച്ച് അമ്മ പറഞ്ഞു.

"അമ്മ അതെങ്ങനെ അറിഞ്ഞു?"

"അവന്റെ അമ്മ പറഞ്ഞ്." ചെറിയൊരു നിമിഷത്തെ ഇടവേളയ്ക്കു ശേഷം അമ്മ ഓർമ്മിപ്പിച്ചു.

"നെനക്കും അവനും ഒരേ പ്രായമാണ്. രണ്ടുപേരും ജനിച്ചത് ഒരേ ദിവസത്തില്."

അമ്മ അതെപ്പോഴും പറയാറുള്ളതാണ്. അവനും ബിജുക്കുട്ടനും ഒരേ നാളുകാരാണ്. അതുകൊണ്ടാകാം സൗഹൃദത്തിനുമൊക്കെ അപ്പുറമുള്ള ഒരടുപ്പം അവർക്കിടയിലുണ്ടായതും.

"നെനക്കും വിവാഹപ്രായമായി.." അമ്മ വീണ്ടും ഓർമ്മിപ്പിച്ചു.

"എനിക്ക് പ്രായമേറി വരേണ്. എന്റെ കാലം കഴിഞ്ഞാല്.."

ബാക്കി പറയാതെ അമ്മ നിർത്തി. അവൻ നിശ്ശബ്ദനായി അമ്മയുടെ മുഖത്തേക്ക് നോക്കിയിരുന്നു. അമ്മയുടെ കണ്ണുകൾക്ക് താഴെയുള്ള കറുപ്പ് വർദ്ധിച്ചിരിക്കുന്നു. ദുഃഖം കൂടുതൽ ഉള്ളവർക്കാണത്രേ അങ്ങനെ കറുപ്പ് ഉണ്ടാകുന്നത്. ചിലപ്പോൾ ആയിരിക്കാം. അച്ഛനുമായി പിരിഞ്ഞതിനുശേഷം അമ്മ ചിരിച്ചത് അവന്റെ ഓർമ്മകളിലില്ല. എപ്പോഴും ദുഃഖഭാവം തന്നെ. അവന്റെ ജീവിതമോർത്താകാം വിഷമിക്കുന്നുണ്ടാവുക.

"അതീന്ന് എന്തെങ്കിലും കിട്ടിയിരുന്നെങ്കില് നീയിങ്ങനെ കഷ്ടപ്പെടേണ്ടി വര്വായിരുന്നില്ല." ഒരു നെടുവീർപ്പോടെ അമ്മ പറഞ്ഞു.

"എല്ലാം വിധിയാണെന്ന് കരുതിയാ മതി."

അമ്മ അത് പതിവായി പറയാറുള്ളതാണ്. രാധമ്മായിയും അനുപമയും വരുമ്പോഴും കൂടുതലും പറയുന്നത് ഇക്കാര്യം തന്നെയാകും. അച്ഛന്റെ സ്വത്തിനെക്കുറിച്ചാണ് അമ്മ പറയുന്നത്. ചോനൻവിളയിൽ അച്ഛന് സ്ഥലമുണ്ട്. തെക്കൻതോടിറങ്ങി വലത്തേക്ക് തിരിഞ്ഞ് ലേശം നടന്നാൽ ചോനൻവിളയായി. പ്രധാന പാതയിലേക്കെത്തി നില്ക്കുന്ന ചെമ്മൺ പാതയ്ക്കിരുവശങ്ങളിലുമായി അച്ഛന് അളവറ്റ സമ്പത്തുണ്ട്. അമ്മ പറയുന്നത് ശരിതന്നെയാണ്. അതിൽനിന്നും കുറച്ചെന്തെങ്കിലും കിട്ടിയിരുന്നെങ്കിൽ പാതിരാത്രികളിൽ റബർ ഫാക്ടറിയിലെ കൊടും തണുപ്പേറ്റ് സ്വയം ശപിച്ചുകൊണ്ട് കഷ്ടപ്പെടേണ്ടി വരുമായിരുന്നില്ല. കടബാദ്ധ്യതകൾ ചോദ്യചിഹ്നങ്ങളായി ഫണം വിടർത്തിയെത്തി ഉറക്കത്തെ ദംശിക്കുമായിരുന്നില്ല.

അമ്മ പറയുംപോലെ വിധിയാണോ അത്? സമാധാനിക്കാനായി മനുഷ്യൻ തേടിപ്പിടിച്ച അവസാനത്തെ അർത്ഥമില്ലാത്ത വാക്ക് മാത്രമാണ് വിധി.

ആനമുന്തിരിയുടെ മുകളിൽക്കൂടി വലിയൊരു വലയിട്ട് പൊതിഞ്ഞു കെട്ടി. വവ്വാലുകളുടെ ആക്രമണത്തിൽനിന്നും രക്ഷനേടാൻ അത്രേയുള്ളു മാർഗ്ഗം. ഇല്ലെങ്കിൽ ഒരെണ്ണം പോലും കിട്ടുകയില്ല. പേരയ്ക്ക വേണമെങ്കിൽ അവ തിന്നുകൊണ്ട് പൊയ്ക്കോട്ടെ. മുന്തിരികൾ വിട്ടു കൊടുക്കുക എന്നത് അസാദ്ധ്യമായ കാര്യംതന്നെ. കുറേയേറെ കായ്കൾ പാകമെത്തി കിടപ്പുണ്ട്. രണ്ട് ദിവസം കഴിയട്ടെ, അടർത്തിയെടുത്ത് പഴുക്കാനായി വയ്ക്കണം.

"നീ ചടച്ചിക്കരിക്കകത്തേക്ക് ഒന്ന് പോയിട്ട് വാ." രാവിലെതന്നെ അമ്മ പറയുകയുണ്ടായി.

"അങ്ങേട്ടേക്ക് പോയിറ്റ് ഒരുപാട് നാളായില്ലേ?"

"പോകാം."

"ഉപയോഗം ഒന്നും ഒണ്ടായിട്ടല്ല... പിന്നെ വെറുതെ."

"വെറുതെയാണെങ്കിൽ പോകുന്നതെന്തിന്?"

"വല്യമ്മാവനല്ലേ?"

"ഉപയോഗമില്ലെന്നാരു പറഞ്ഞു? കുറേ ഉപദേശങ്ങളും കുറ്റപ്പെടുത്തലുകളും കിട്ടും. അതൊക്കെ പോരേ?" അതും ചോദിച്ച് അവൻ ഉറക്കെ ചിരിച്ചു.

വല്ല്യമ്മാവൻ ചടച്ചിക്കരിക്കകത്താണ് താമസം. ധനാഢ്യനാണ്. തികഞ്ഞ ഗൗരവക്കാരനും. വല്യമ്മാവന് കുട്ടികളില്ലായിരുന്നു.

"വല്ല്യമ്മാവന് ഒര് മോളുണ്ടായിരുന്നെങ്കി അവനെപ്പോഴും വരുമായിരുന്ന്." അമ്മായി കളിയാക്കി പറയാറുണ്ട്. അതും പറഞ്ഞ് അവർ ഉറക്കെ ചിരിക്കും. ആ ചിരിക്ക് തൂവെള്ള നിറമാണ്. അതുകാണുമ്പോൾ മുല്ലമൊട്ടുകളെയാണ് അവനോർമ്മ വരിക. വല്ല്യമ്മാവൻ ചിരിക്കാറില്ല. ചിരിച്ചു കണ്ടതായി അവന്റെ ഓർമ്മകളിലേ ഇല്ല. ഗൗരവത്തോടെ ചാരുകസേരയിൽ മലർന്നു കിടക്കും. മിക്കപ്പോഴും കൈയിലൊരു പുസ്തകമോ, പത്രമോ ഉണ്ടാകും. അല്ലാതെ കണ്ടതായി അവൻ ഓർക്കുന്നില്ല.

ബിജുക്കുട്ടന്റെ വീട് കഴിഞ്ഞ് ചെറിയൊരു വളവ് തിരിഞ്ഞ് ഇറങ്ങിയാൽ ചടച്ചിക്കരിക്കകമായി. കറുത്തപാതയിലൂടെ നടന്നു. വെയിലിന് ചൂട് കൂടാൻ ആരംഭിച്ചിട്ടില്ല. ബിജുക്കുട്ടന്റെ വീട്ടിൽ ആരെയും കാണാനുണ്ടായിരുന്നില്ല. അവൻ ഉറക്കത്തിലായിക്കാണും.

പ്രതീക്ഷിച്ചതുപോലെ തന്നെ അമ്മാവൻ ചാരുകസേരയിൽ കിടപ്പുണ്ട്. നിവർത്തിപ്പിടിച്ച പുസ്തകത്തിനുള്ളിൽ മുഖം ഒളിപ്പിച്ചിരിക്കുന്നു. അമ്മായി അടുക്കളയിലിരുന്ന് മുരിങ്ങയില ഇറുത്തെടുക്കുന്നുണ്ട്. അമ്മാവൻ സസ്യാഹാരിയാണ്. പ്രകൃതിജീവനം. അതേക്കുറിച്ച് പലപ്പോഴും അവനോട് വാചാലനാകാറുണ്ട്.

അവൻ ചെന്നതറിഞ്ഞ് പുസ്തകത്തിൽനിന്നും തല വലിച്ചൂരിയെടുത്തു. കണ്ണടയൂരി അടുക്കലിരുന്ന ടീപ്പോയിലേക്ക് വെച്ചു. അമ്മായി മുല്ലമൊട്ടുകൾ കാട്ടി ചിരിച്ചു. ഇരിക്കാൻ ക്ഷണിച്ചു. നീളമേറിയ സോഫ

യുടെ ഒരറ്റത്തായി ഇരുന്നു. അമ്മായി വിശേഷങ്ങൾ ആരാഞ്ഞു. മറുപടി പറയവെ പൊടുന്നനെ വല്യയമ്മാവന്റെ ചോദ്യമെത്തി.

"പഠനമൊക്കെ നടക്കുന്നുണ്ടല്ലോ, അല്ലേ?"

"അതെ." വിനയത്തോടെ പറഞ്ഞു.

"അതോ വായനശാലയിലെ ചതുരംഗം കളി മാത്രമേയുള്ളോ?"

അതിൽ കുറ്റപ്പെടുത്തലിന്റെ ധ്വനിയുണ്ടായിരുന്നു. അപ്പോൾ രാത്രികാല വിനോദങ്ങൾ വല്യമ്മാവൻ അറിഞ്ഞിരുന്നെങ്കിലോ? അതോർത്ത് ഉള്ളിൽ ചിരിച്ചുകൊണ്ട് പറഞ്ഞു.

"ഒപ്പം പഠനവുമുണ്ട്." വായനശാലയിൽ അവനും കൂട്ടുകാരും ചേർന്ന് മത്സരപ്പരീക്ഷകൾക്ക് തയ്യാറെടുക്കുന്നുണ്ട്.

"ഒരു ജോലി ലഭ്യമാക്കണം, നിന്നെ സംബന്ധിച്ചിടത്തോളം അത് അത്യാവശ്യവുമാണ്."

അവൻ തലയാട്ടി. തെല്ലൊരു നിമിഷത്തെ ഇടവേളയ്ക്ക് വീണ്ടും പറഞ്ഞു.

"ഞാൻ എന്റെ ഇരുപത്തിയാറാമത്തെ വയസ്സിൽ വിവാഹം കഴിച്ചു."

'അതിന് ഞാനെന്തുവേണം' എന്ന അർത്ഥത്തിൽ അവൻ നോക്കി. അമ്മായി ശബ്ദത്തിൽ ചിരിച്ചു.

"നിനക്കും അതേക്കുറിച്ച് ചിന്തിക്കാനുള്ള സമയമാകുന്നു. ഓർമ്മിപ്പിച്ചെന്നേയുള്ളു."

വല്യമ്മാവൻ കല്യാണം കഴിച്ച പ്രായവുമായി താരതമ്യം ചെയ്താൽ അവൻ ഒരുവർഷംമുന്നേ അത് ചെയ്യേണ്ടതായിരുന്നു. അവന് ഇരുപത്തേഴ് ആയിരിക്കുന്നു. വല്യമ്മാവനും അമ്മയും ഒരേ സമയം വിവാഹക്കാര്യം ഓർമ്മിപ്പിച്ചതിൽ തെല്ലതിശയം തോന്നാതിരുന്നില്ല. അമ്മ പറയിപ്പിച്ചതാണോ?. ആകാൻ വഴിയില്ല. ബിജുക്കുട്ടൻ പെണ്ണാലോചിച്ച കാര്യം വല്യമ്മാവനും അറിഞ്ഞിട്ടുണ്ടാകാം. നല്ലൊരു കേൾവിക്കാരനാകാൻ കൊതിച്ച് അവനിരുന്നു.

"പറഞ്ഞാൽ നീ അനുസരിക്കില്ലായെന്ന് അറിയാം."

എന്താണ് പറഞ്ഞാൽ അനുസരിക്കാത്തതെന്ന് ഓർമ്മകളിൽ തേടിയലിഞ്ഞ് അവൻ നിരാശാചിത്തനായി മാറി. അമ്മായിയെ നോക്കി. അമ്മായി നിശ്ശബ്ദയായി ചിരിച്ചു.

"വിവാഹം കഴിച്ചാൽ സാമ്പത്തിക സ്ഥിതി മെച്ചപ്പെടും. ഇപ്പോഴുള്ള ബുദ്ധിമുട്ടുകളൊക്കെ മാറിക്കിട്ടും." ഉപദേശരൂപേണ വല്യമ്മാവൻ പറഞ്ഞു.

"സ്ത്രീധനം വാങ്ങുന്നതിനോട് എനിക്ക് യോജിപ്പില്ല."അതിനുള്ള ഉത്തരം ആലോചിക്കേണ്ടതില്ല.സ്വരത്തിലെ നിശ്ചയദാർഢ്യം മനസ്സിലാക്കിയാകണം വല്യമ്മാവൻ അല്പസമയത്തേക്ക് നിശ്ശബ്ദനായിരുന്നു. ശേഷം പറഞ്ഞു.

"നല്ലൊരു കുടുംബത്തിൽ ചെന്ന് കയറാം. അതിന് നിനക്ക് ജോലിയൊന്നും ആവശ്യമില്ല, നമ്മുടെ കുടുംബപ്പേര് മാത്രം മതിയാകും."

ശരിതന്നെയാണ്. അത് അവനും അറിയാം. തെക്കേക്കൂപ്പ്. വലിയൊരു കാലഘട്ടം ഉൾക്കൊണ്ട സംസ്കാരത്തിന്റെ പേരാണത്. കൂട്ടുകുടുംബം നിലനിന്നിരുന്ന കാലത്ത് തലമുറകൾ നെഞ്ചിലേറ്റിയ നാമമാണത്. പില്ക്കാലത്ത് ആ പേര് ഒരു നാടുമുഴുവൻ ഉൾക്കൊള്ളുകയായിരുന്നു. ആ പേരിന്റെ മഹത്വം മാത്രം മതിയാകും, കോടീശ്വരനായി മാറാം. പക്ഷേ, അവനൊരിക്കലും അതിന് ആകുമായിരുന്നില്ല. അഭിമാനബോധം ശിരസ്സിനുമുകളിൽ സൂര്യനായ് ജ്വലിച്ച് നില്ക്കുമ്പോൾ തീരുമാനങ്ങളിൽ മാറ്റമില്ല തന്നെ. എന്തൊക്കെ സംഭവിച്ചാലും നിശ്ചയം തന്നെയാണത്.

അമ്മായി അടുക്കളയിലേക്ക് പോയി. കുറച്ചുകഴിഞ്ഞ് അമ്മാവനുള്ള ഭക്ഷണവുമായെത്തി. ക്യാരറ്റ്, വെള്ളരിക്ക, പേരയ്ക്ക ഇവയൊക്കെ കഷണങ്ങളാക്കി ഇട്ടിരിക്കുന്നു. തികട്ടി വന്ന ചിരി അടക്കിനിർത്തി. അവനും കൊടുത്തു രണ്ട് പേരയ്ക്കാ കഷണങ്ങൾ.

അവനെ അത്ഭുതപ്പെടുത്തിയത് മറ്റൊരു കാര്യമാണ്. അമ്മാവനോട് ചേർന്ന് അമ്മായിയും അവയെല്ലാം ശീലമാക്കിയിരിക്കുന്നു. പ്രകൃതി ജീവനമാണ്. ഭാവിയിൽ ആഹാരം കഴിക്കേണ്ടാത്ത അവസ്ഥയിൽ മനുഷ്യന് എത്തിച്ചേരാൻ കഴിയുമത്രേ. വായുമാത്രം ഭക്ഷണമാക്കണം. അതിന് കഴിയുമോ? ആർക്കെങ്കിലും അതിന് സാധിച്ചിട്ടുണ്ടോ? അവന്റെ അറിവിൽ ഇല്ല.

പേരയ്ക്കയും കഴിച്ച് യാത്ര പറഞ്ഞിറങ്ങി. വെയിലിന് കനം ഏറിത്തുടങ്ങുന്നു. തെങ്ങോലകൾ പാതയിൽ മെടഞ്ഞിട്ട കറുത്തനിഴലുകളുടെ തലയിൽ ചവിട്ടി നടന്നു.

വല്യമ്മാവൻ അഭ്യാസിയാണ്. കുട്ടിക്കാലത്ത് തെക്കേക്കൂപ്പിലെ തറവാട്ടിൽ താമസിക്കുമ്പോൾ അവനത് പലതവണ നേരിട്ടുകണ്ട് തരിച്ചിരുന്നിട്ടുണ്ട്. ചുരുട്ടുവാൾ വീശുമ്പോൾ തറയിൽ തീപ്പൊരികൾ ചിതറിയിരുന്നു. വല്യമ്മാവനായിരുന്നു ആദ്യ ഗുരു.

അവനെയും പഠിപ്പിച്ചു. ചുവടുകളും അടിമുറയും പിന്നീട് മറ്റ് പലരിൽനിന്നും അഭ്യസിക്കുകയുണ്ടായി. പക്ഷേ, അവന് അത്ഭുതംതോന്നിയത് പുതിയൊരു ആശാന്റെ അടുക്കലേക്ക് വല്യമ്മാവൻ പറഞ്ഞുവിട്ടതോർത്താണ്.

ആശാന്റെ അടുക്കൽ, ചെന്ന് ദക്ഷിണവച്ച് തൊഴുതു. വന്ദനച്ചുവട് കഴിഞ്ഞു. അടിമുറയിലേക്ക് തിരിഞ്ഞു.

"അടിക്ക്..." ആശാൻ പറഞ്ഞു.

"കുനിഞ്ഞ് ഒഴിഞ്ഞുമാറുന്നത് കാണിക്കാം."

ചെറുതായ് അടിച്ചു. ആശാൻ കൈ തട്ടിമാറ്റി.

"ശരിക്കുള്ള അടിതന്നെ വരട്ടെ. മുന്നിൽ ശത്രുവിനെ മാത്രം കാണുക." ഗംഭീരസ്വരത്തിൽ ആശാന്റെ ആജ്ഞവന്നു.

"അതുപിന്നെ..." അവൻ മടിച്ചുനിന്നു.
"മടിക്കേണ്ടതില്ല." ആശാൻ ഓർമ്മിപ്പിച്ചു.
"മുന്നിൽ ശത്രുവിനെ മാത്രം കാണുക."

മടിച്ചില്ല മുന്നിൽ ശത്രുവിനെമാത്രം കണ്ടു, മുഴുവൻ ശക്തിയും വലതുകരത്തിലേക്ക് ആവാഹിച്ചെടുത്തു. ഇടതുകാൽ മുന്നോട്ട് വച്ച്, ഇടതുകൈകൊണ്ട് അടി തടഞ്ഞ്, വലതുകാൽ മുന്നോട്ടുവച്ച്, വലതുകരം കൊണ്ട് ശത്രുവിന്റെ മുഖംനോക്കി ആഞ്ഞുപ്രഹരിച്ചു. മുഖത്ത് കൊണ്ടില്ല. ആശാൻ കുനിഞ്ഞു. ഒഴിഞ്ഞ് മാറിയോ..? ഇല്ല. അതിനുള്ള സമയം ആശാന് കിട്ടിയില്ല. വലിയൊരു ശബ്ദത്തോടെ അടി ആശാന്റെ മുതുകത്ത് പതിച്ചിരിക്കുന്നു. അവൻ പകച്ചുനിന്നു. ആശാന് നന്നായി വേദനിച്ചു. മുഖം കണ്ടാലറിയാം.

"നീ അടിച്ചതിന്റെ കുഴപ്പമായിരുന്നു." അങ്ങനെ പറഞ്ഞുകൊണ്ട് അദ്ദേഹം വീട്ടിനുള്ളിലേക്ക് കയറിപ്പോയി. തടവാനായിരിക്കും. സ്വയം തടവാൻ കൈയെത്തുകയില്ല. ഭാര്യ തടവിക്കൊടുക്കുമായിരിക്കും. യാത്ര പറയാനായി ആശാനെയും കാത്തുനിന്നില്ല. ഇറങ്ങിനടന്നു. പള്ളിയും തെങ്ങിൻതോപ്പും പിന്നിട്ട് വാകമരങ്ങൾ വിരിച്ചിട്ട നിഴലിലൂടെ നടന്നു. വാകമരത്തിന്റെ ചില്ലകളും കാറ്റും തമ്മിൽ എന്തൊക്കെയോ നിഗൂഢ മോഹങ്ങൾ പങ്കുവയ്ക്കുന്നുണ്ട്. ചുവപ്പും വെള്ളയും നിറങ്ങളിലുള്ള കടലാസുചെടികൾക്കരികിൽ സൂര്യകാന്തികളെയും താലോലിച്ച് ആൻസി നില്പുണ്ട്. അവനെക്കണ്ട് അവൾ ചിരിച്ചു. അവനും.

"ഇന്ന് കോളേജില്ലായിരുന്നോ?"

"തുടങ്ങീട്ടില്ല." അതും പറഞ്ഞ് പാത മുറിച്ചുകടന്ന് അവൾ വീട്ടിലേക്ക് കയറിപ്പോയി.

എത്ര സുന്ദരിയാണ് ഈ കള്ളിപ്പാറ. ഇവിടെ നിന്നാൽ മീന്മൂട്ടി നദി പാറക്കൂട്ടങ്ങൾക്ക് മുകളിൽ ചാടിത്തിമിർക്കുന്ന ശബ്ദം കേൾക്കാം. അവളുടെ നെഞ്ചിനുള്ളിലെ കുളിര് തെങ്ങിൻതോപ്പുകൾക്കിടയിലൂടെ നുഴഞ്ഞ് കയറി കള്ളിപ്പാറയിലേക്ക് എത്താറുണ്ട്.

അവന്റെ അറിവിൽ തെക്കേക്കൂപ്പ് കഴിഞ്ഞാൽ സുന്ദരി കള്ളിപ്പാറ തന്നെ. ആഴ്ചയുടെ ആദ്യദിനങ്ങളിൽ പള്ളിയിൽനിന്നും സ്തുതിഗീതങ്ങൾ ഒഴുകിയെത്തുന്ന പ്രഭാതങ്ങളും, പള്ളിക്കിപ്പുറം തെങ്ങിൻതോപ്പും കഴിഞ്ഞാൽ കാറ്റ് കൂടൊരുക്കിയിരിക്കുന്ന വാകമരച്ചില്ലകളും, അതിനും താഴെയായി കറുത്ത പാതയ്ക്കിരുവശങ്ങളിലുമായി പൂത്തുലഞ്ഞ് കിടക്കുന്ന ചുവപ്പും, വെള്ളയും നിറങ്ങളിലുള്ള ബോഗൻ വില്ലകളും, അവയ്ക്ക് അകമ്പടിയായി നില്ക്കുന്ന മഞ്ഞനിറമുള്ള സൂര്യകാന്തികളുമുള്ള കള്ളിപ്പാറ. എങ്കിലും കൂടുതൽ സൗന്ദര്യം തെക്കേക്കൂപ്പിന് തന്നെ.

വീട്ടിൽ കയറാതെ തെക്കേക്കൂപ്പിലേക്ക് നടന്നു. വേണുവിന്റെ വീട്ടിലേക്കുള്ള വഴിയിൽനിന്നും വലത്തേക്ക് തിരിഞ്ഞ് തെക്കൻതോടും കടന്ന്

ഇടത്തേക്ക് നടന്നു. തോട്ടിനരികിൽ കൂടുകൂട്ടി നില്ക്കുന്ന കൈതച്ചെടിക്കുള്ളിൽ വെളുത്തനിറമുള്ള പൂക്കൾ തലകാട്ടുന്നു. കൈതകളുടെ അടിവാരത്തിലെ കറുത്ത തണലിലെ തണുപ്പിനുള്ളിൽ ആരലുകളും വാളകളും ധാരാളമായി ഉണ്ടാകും.

തെക്കൻ പാലത്തിൽ വേണു ഇരിപ്പുണ്ട്. അവന് അഭിമുഖമായി കൈവരിമേലിരുന്നു. കൃഷ്ണേട്ടൻ കാലികളെ മേയ്ക്കുന്നുണ്ട്. വേണു ഉള്ളതുകൊണ്ടാവും അടുത്തേക്കുവരാതെ ചിരിച്ചുകൊണ്ട് കൈ ഉയർത്തി വീശി. കൃഷ്ണേട്ടൻ പുറത്താരോടും അധികം ഇടപെഴുകി കണ്ടിട്ടില്ല. അടുപ്പമുള്ളത് അവനോട് മാത്രമാണെന്ന് പലപ്പോഴും തോന്നിയിട്ടുണ്ട്. ചിലപ്പോൾ ഒറ്റയ്ക്കുള്ള ജീവിതം ഒരുതരം യാന്ത്രികതയിലേക്ക് അയാളെ എത്തിച്ചതാവാം.

വേണുവിനൊപ്പം ആകാശത്തേക്കുയർന്ന് പോകുന്ന പടിക്കെട്ടുകൾ കയറി. ക്ഷേത്രത്തിന്റെ മേല്ക്കൂര പലയിടത്തും ഇളകിയിരിക്കുന്നു. മഴ പെയ്താൽ വെള്ളം അതിന്റെ ഉള്ളിൽത്തന്നെ വീഴും. ചുവപ്പും മഞ്ഞയും വെള്ളയും നിറങ്ങളിൽ ചെമ്പകങ്ങൾ പൂത്തുനില്പുണ്ട്. ക്ഷേത്രമുറ്റത്തെ മണൽ കലർന്ന മണ്ണിൽ അവ ചിതറിക്കിടക്കുന്നു. താഴകളിൽ മഞ്ഞനിറമുള്ള പൂങ്കുലകൾ വിടർന്നിരിക്കുന്നു. വേണു ഉയരത്തിൽനിന്ന ഒരു താഴംപൂക്കുല അടർത്തിയെടുത്ത് അവനെനോക്കി ചിരിച്ചു.

ദൈവങ്ങൾക്ക് മുന്നിലെ സിമന്റുതേച്ച തറയിലിരുന്നു. മേല്ക്കൂരയിലെ തടികൾ തുളച്ച് കറുത്ത വലിയ വണ്ടുകൾ കൂടാരമൊരുക്കിയിരുന്നു. അവ മൂളിക്കൊണ്ട് തലങ്ങും വിലങ്ങും പറക്കുന്നുണ്ട്. വേണു പറയാറുണ്ട് അവന്റെ വീട്ടിലെ പാമ്പ് ശല്യം തീർന്നത് അവിടെ വിളക്ക് കത്തിച്ചതിന് ശേഷമാണത്രേ.

ചെറിയ ഗണപതി വിഗ്രഹത്തിലെ ഇടിഞ്ഞിലിൽ ആരോ വിളക്ക് കൊളുത്തിയതിന്റെ അവശേഷിപ്പായ എണ്ണയിൽ ഉറുമ്പുകൾ വരിവയ്ക്കുന്നു. ഗണപതി വിഗ്രഹത്തെ സ്ഥാനംമാറ്റി വച്ചാലും പിറ്റേന്ന് അത് പൂർവ്വസ്ഥാനം പ്രാപിച്ചിരിക്കും. വേണു പറഞ്ഞിട്ടുള്ളതാണ്. അവനത് പലതവണ പരീക്ഷിച്ച് നോക്കിയിരുന്നു.

സിമന്റ് തറയിലെ തണുപ്പിൽ കിടന്നു. അങ്ങകലെ നാഞ്ചിക്കുന്നിലെ കരിമ്പനകളുടെ തലപ്പുകൾ കാണാം. അവ കാറ്റിൽ ചലിക്കുന്നുണ്ട്. തറവാട്ടുവക സ്വത്തുക്കൾ വീതം വച്ചപ്പോൾ വല്യമ്മാവന് ലഭിച്ച സ്വത്തുക്കളുടെ കൂട്ടത്തിലുള്ളതാണ് നാഞ്ചിക്കുന്ന്. വല്യമ്മാവൻ അങ്ങോട്ടേക്ക് പോകാറേയില്ല. വല്ലപ്പോഴും അവൻ പോകുന്നതുതന്നെ.

വെയിൽ ആറിയിരിക്കുന്നു. വേണു യാത്ര പറഞ്ഞ് മറ്റൊരു വളഞ്ഞ വഴിയിലൂടെ നടന്നുപോയി. അതിനുള്ള പ്രധാനകാരണം തെക്കൻതോട് കടക്കണം എന്നുള്ളതുകൊണ്ടായിരുന്നു. വെള്ളത്തിനോട് പലപ്പോഴും അവന് കടുത്ത ശത്രുതയാണ്. കുളിക്കുമ്പോഴായാലും ഒരു തവണ മാത്രം മുങ്ങിയെണീറ്റ് തലതോർത്തി പോകുന്നതാണ് അവന്റെ ശീലം. സച്ചിദാനന്ദനും ബിജുക്കുട്ടനും അവനെ പതിവായി കളിയാക്കാറുമുണ്ട്.

തെക്കൻതോട്ടിൽനിന്ന് ആൻസി വസ്ത്രങ്ങൾ അലക്കുന്നുണ്ട്. അവൻ തോട്ടിലേക്കിറങ്ങാൻ നേരം അവൾ മാറിനിന്നു. വെള്ളത്തിന് നല്ല തണുപ്പുണ്ട്.

"കുളിക്കുന്നില്ലേ?" അവൻ ചോദിച്ചു.

"ഇല്ല." അവൾ ചിരിച്ചു.

"കുളിക്കാറില്ലേ?"

"വീട്ടിൽ ചെന്നിട്ട്." അപ്പോഴും അവൾ ചിരിച്ചു.

ഒറ്റയടിപ്പാതയിലൂടെ നടന്നു. ഇടതുവശത്തെ റബ്ബർക്കാടുകൾക്കിടയിൽ ഇലകൾ പൊഴിഞ്ഞിറങ്ങുന്ന മർമ്മരം കേൾക്കാം. വലത് വശത്ത് കുറേദൂരം ചതുപ്പ് പ്രദേശമാണ്. തെക്കൻതോട് ചതുപ്പിലേക്ക് പാഞ്ഞു കയറി പ്രണയം പങ്കിട്ടതിന്റെ അടയാളങ്ങൾ ബാക്കിയാവുന്നു.

അവൻ തിരിഞ്ഞ് ആൻസിയെ നോക്കി. അവൾ അവനെത്തന്നെ നോക്കി നില്ക്കുകയായിരുന്നു. കണ്ണുകൾ തമ്മിലിടഞ്ഞു. പെട്ടെന്നു തന്നെ അവൾ തിരിഞ്ഞ് വസ്ത്രങ്ങൾ അലക്കാൻ തുടങ്ങി. എന്തോ ഓർത്തുകൊണ്ട് അവൻ വീട്ടിലേക്ക് നടന്നു. തെക്കൻതോട് അപ്പോൾ ആർത്ത് ചിരിക്കുകയായിരുന്നു.

റബ്ബർഫാക്ടറിയിലെ ജോലിയും വായനശാലയും ചതുരംഗവും മാത്രമായി ജീവിതം അവസാനിച്ച് പോകുന്നുണ്ടോ? ഫാക്ടറിയിലേത് വിരസമായ ആവർത്തനങ്ങൾ മാത്രമാണ്. യാന്ത്രികത മാത്രം നിറയുന്ന ചലനങ്ങൾ. രാത്രികാലങ്ങളിലെ കൊടുംതണുപ്പിലെ ജോലി പലപ്പോഴും ശാപവചനങ്ങൾ ഏറ്റുവാങ്ങാറുണ്ട്. അവന്റെ മാത്രമല്ല, കൂട്ടുകാരുടെയും അവസ്ഥ അതുതന്നെയായിരുന്നു. പക്ഷേ, മറ്റെന്തെങ്കിലും ലഭിക്കുന്നതുവരെ അതുതന്നെ തുടർന്നേ മതിയാകു.

വായനശാല ഒരാശ്വാസം തന്നെയാണ്. വായിക്കാൻ ധാരാളം സമയം ലഭിക്കുന്നുണ്ട്. വൈകുന്നേരങ്ങളിൽ കുറച്ചുസമയം മത്സരപ്പരീക്ഷകൾക്ക് തയ്യാറെടുക്കുന്നുമുണ്ട്. സച്ചിദാനന്ദനും വേണുവും ബിജുക്കുട്ടനുമൊക്കെ ഒപ്പമുള്ളതുകൊണ്ടാകാം ആ നിമിഷങ്ങൾ ഒരിക്കലും വിരസങ്ങളായി തോന്നിയിരുന്നില്ല. പഠനത്തേക്കാളേറെ കൂടുതൽ സമയം ചിരിക്കാനുണ്ടാകും. ഒപ്പമിരുന്ന് പീടിക്കാരൻ ജോർജ് ഒരുപാട് ചിരിക്കാറുണ്ട്. പ്രധാനമായും വേണുവിന്റെയും സച്ചിദാനന്ദന്റെയും സംഭാഷണം കേട്ടാകും. ചിരിക്കാനായി മാത്രം ദീപുവും സജിത്തും പലപ്പോഴും അവരോടൊപ്പം കൂടിയിരുന്നു.

സുകുമാരൻമാഷ് അവരുടെ പഠനത്തെ പ്രോത്സാഹിപ്പിക്കാറുണ്ട്. ഒരു സർക്കാർ ജോലി സ്വപ്നംകാണാൻ മാഷ് എപ്പോഴും ഉപദേശിച്ചിരുന്നു. എങ്കിലും പഠനത്തിന്റെ നിയന്ത്രണം മാഷ് ഏറ്റെടുക്കാത്തതെന്തെന്ന് അവൻ പലപ്പോഴും ചിന്തിക്കാറുണ്ടായിരുന്നു. ഒരിക്കലും മാഷിനോട് അതേക്കുറിച്ച് ചോദിച്ചിട്ടില്ലായെങ്കിൽ പോലും. ആയിടയ്ക്കാണ്

കോച്ചിങ്ങിന് പോവുക എന്ന ആശയം സച്ചിദാനന്ദൻ മുന്നോട്ടുവച്ചത്. പകൽ സമയം വെറുതെ പോവുകയല്ലേ. പാലോട് പി എസ് സി കോച്ചിങ് സെന്റർ ഉണ്ട്. അവിടേക്ക് പോകാം. എല്ലാവർക്കും അത് സ്വീകാര്യമായിത്തോന്നി.

"നല്ല കാര്യം നിങ്ങളൊന്ന് ശ്രമിക്ക്." വൈശാഖേട്ടൻ പ്രോത്സാഹിപ്പിച്ചു.

"ശ്രമിക്കാഞ്ഞിട്ടാ കിട്ടാത്തത് എന്ന വിഷമം ഉണ്ടാകരുത്."

സുകുമാരൻ മാഷിനും പീടിക്കാരനും അതേ അഭിപ്രായം തന്നെ ആയിരുന്നു. ഒടുവിൽ തീരുമാനത്തിലെത്തി.

"പോകാം."

എങ്കിലും വേണുവിന്റെയുള്ളിൽ ഒരു കരട് അലിയാതെ അവശേഷിച്ചിരുന്നു. അവനത് രഹസ്യമായി പ്രകടിപ്പിച്ചു.

"പെണ്ണ്ങ്ങളക്ക കാണുമല്ല്, അല്ലേ?"

"ധാരാളമൊണ്ട്. കല്യാണം കഴിഞ്ഞതും, കഴിയാത്തതും." സച്ചിദാനന്ദന്റെ വ്യക്തതയാർന്ന മറുപടിയിൽ പൂർണ്ണ തൃപ്തനായി വേണു ചിരിച്ചു. അതുകൊണ്ടാണോ സച്ചിദാനന്ദൻ ഇക്കാര്യത്തിൽ മുൻകൈ എടുത്തതെന്ന സംശയം ബിജുക്കുട്ടന്റെ മുഖത്തും അവന് ദർശിക്കാനായി. അന്ന് രാത്രി ഗവൺമെന്റ് ജോലി എന്ന സ്വപ്നമായിരുന്നു അവനെ ഭരിച്ചിരുന്നത്. ചിലപ്പോൾ കൂട്ടുകാരും അപ്രകാരംതന്നെ ആയിരുന്നിരിക്കും.

രാവിലെ പാലോട് എത്തുമ്പോൾ പത്ത് മണിയോടടുത്തിരുന്നു. വെയിലിന് കനംവച്ച് തുടങ്ങിയിട്ടില്ല.

"ആദ്യത്തെ ദെവസം അല്പം താമസിച്ചെത്തിയാലും കൊഴപ്പമില്ല അല്ലേ?" എന്താണ് വേണുവിന്റെ മനസ്സിൽ..?

"താമസം എന്തിന്?" സച്ചിദാനന്ദൻ വേണുവിനെത്തന്നെ നോക്കി.

"നമുക്കൊന്ന് മുറിച്ചിട്ട് പോയാൽ പോരേ?" അതായിരുന്നു വേണുവിന്റെ സംശയം.

"ആകാം. മുറിക്കാം" മറുപടി പറയാൻ സച്ചിദാനന്ദന് ഒരു നിമിഷം പോലും ആലോചിക്കേണ്ടതായി വന്നില്ല. വേണുവും സച്ചിദാനന്ദനും തീരുമാനിച്ചാൽ മറ്റാർക്കും തന്നെ എതിരഭിപ്രായം ഉണ്ടാകുമായിരുന്നില്ല. മദ്യശാലയിലേക്ക് നടന്നു. വാങ്ങി. കോച്ചിങ് സെന്ററിനു പിന്നിലെ വനത്തിനുള്ളിൽ വച്ചുതന്നെ 'മുറിപ്പ്' എന്ന മനോഹര പ്രക്രിയ സംഭവിച്ചു.

കോച്ചിങ് സെന്ററിൽ അന്ന് കണക്കായിരുന്നു പഠിപ്പിച്ചത്. കണക്ക് വേണുവിന് നല്ല വശമായിരുന്നു. ബാക്കിയുള്ളവർ ലേശം പുറകിലാണ്. ആദ്യത്തെ ഇടവേളയായി. സെന്ററിന്റെ നടത്തിപ്പുകാരൻ അവരെ നാലുപേരെയും വിളിപ്പിക്കുകയായിരുന്നു. എല്ലാവരുടെയും മുഖങ്ങളിലേക്ക് അയാൾ മാറി മാറി നോക്കി. അത് അരോചകമായി തോന്നിയതിനാലാവാം വേണുവും സച്ചിദാനന്ദനും രണ്ടടി പിറകിലേക്ക് മാറി നോട്ടം പുറത്തേക്കാക്കിയത്.

“ഈ സ്ഥാപനം നല്ല രീതിയൽ മുന്നോട്ട് കൊണ്ടുപോകണമെന്നാണ് എന്റെ ആഗ്രഹം. അതെന്റെ സ്വപ്നമാണ്.” അയാളുടെ സ്വരം വളരെയേറെ പരിതാപകരമായി തോന്നുന്നു. “ദയവുചെയ്ത് അത് ഇല്ലാതാക്കരുത്...” അയാൾ അത് പൂർത്തിയാക്കുന്നതിനും മുന്നേതന്നെ വേണുവും സച്ചിദാനന്ദനും പുറത്തേക്ക് നടന്നുതുടങ്ങിയിരുന്നു. നിശ്ശബ്ദരായി നടന്നു. വെയിലിന്റെ ചൂട് നന്നായി വർദ്ധിച്ചിരിക്കുന്നു. പാതയുടെ ഓരംചേർന്ന് നടന്നു. ശേഷം മുഖത്തോട് മുഖം നോക്കി. അവർ ആർത്തുചിരിച്ചു. അവർ അട്ടഹസിച്ചു. കോച്ചിങ് സെന്ററിന്റെ നടത്തിപ്പുകാരനെ വേണുവും സച്ചിയും ചീത്തവിളിച്ചു. അയാൾ ഒരിക്കലും കേൾക്കില്ല എന്നുള്ള ഉറപ്പ് തന്നെയാകാം അവരെ അതിന് പ്രേരിപ്പിച്ചതും.

കോച്ചിങ് സെന്ററിലെ സംഭവം സുകുമാരൻ മാഷിനോട് പറഞ്ഞില്ല. അറിഞ്ഞാൽ ശകാരം ഉറപ്പ്. വൈശാഖേട്ടനോട് പറഞ്ഞു. അയാളും ചിരിച്ചു, ചിരിയുടെ മുഹൂർത്തങ്ങൾക്ക് ശേഷം വൈശാഖൻ ചോദിച്ചു.

“ഇന്ന് വൈകുന്നേരം നമുക്കൊന്ന് കൂടിയാലോ?”

“എന്താ വിശേഷം?” അവൻ തെരക്കി. എന്തെങ്കിലും വിശേഷദിവസങ്ങളിൽ മാത്രമേ വൈശാഖേട്ടൻ അങ്ങനെ ചോദിക്കുക പതിവുള്ളു.

“വിശേഷമുണ്ട്, ഇന്നെന്റെ പിറന്നാളാണ്.”

“എത്രാമത്തെ” സച്ചി ചോദിച്ചു.“അറുപതോ അറുപത്തിരണ്ടോ?”

“കുറച്ചുകൂടിക്കൂടും നാല്പത്.”

അത് ഉറപ്പിച്ചു. രാത്രിയിൽ കാണാനായി തല്ക്കാലത്തേക്ക് പിരിഞ്ഞു. വൈകുന്നേരം കട്ടൻകാപ്പിയും കുടിച്ച് വരാന്തയിലേക്കിറങ്ങിനിന്നു. ആനമുന്തിരിയുടെ അരികിലൂടെ ആൻസിയുടെ വീട്ടിലേക്ക് കണ്ണുകളെ പറഞ്ഞയച്ചു. പിൻവാതിക്കൽ അവളുടെ മുഖം കണ്ടു. അവൾ അവനെത്തന്നെ നോക്കി നില്ക്കുകയായിരുന്നു. അതെന്തിന്?

അവനും നോക്കി. കണ്ണുകൾ തമ്മിൽ ഇടഞ്ഞുനിന്നു. ആ നോട്ടത്തിന്റെ ദൈർഘ്യം കൂടുതലായിരുന്നുവോ? അവൻ സംശയിച്ചു.

കാപ്പിക്കപ്പ് അവൾക്ക് നേരെ നീട്ടി. വേണ്ടായെന്ന് തലയാട്ടി ചിരിച്ചുകൊണ്ട് അവൾ അകത്തേക്ക് മറഞ്ഞു. ചിലപ്പോൾ അകത്തെവിടെയെങ്കിലും മറഞ്ഞുനിന്ന് അവനെത്തന്നെ നോക്കുകയാവാം. അങ്ങനെ ചിന്തിച്ച് അവൻ ചിരിച്ചു.

സന്ധ്യയുടെ യൗവനം പൂർണ്ണമായും ഇരുളിന് കീഴടങ്ങിക്കൊടുത്തിരിക്കുന്നു. ഇരുട്ടിന് കനംകൂടാൻ തുടങ്ങുന്നു. എല്ലാപേരും എത്തിച്ചേർന്നു. വൈശാഖേട്ടനും വേണുവും ബിജുക്കുട്ടനും സച്ചിദാനന്ദനും. പൂവണിഞ്ഞ വാകമരങ്ങൾക്കിടയിലൂടെ നടന്നു. മരച്ചില്ലകളിൽ ചേക്കേറിയ കാറ്റ് നിശ്ശബ്ദമായി പതിയിരിക്കുകയാവും. ചിരപരിചിതമായ വഴി ആയതിനാലാകും ആരും വെളിച്ചത്തെക്കുറിച്ച് ചിന്തിക്കാതിരുന്നത്. തെങ്ങിൻ ചുവടുകൾക്കിടയിൽ ഇരിപ്പുറപ്പിച്ചു.

"കാട്ടുമുത്തപ്പന് ലേശം ഒഴിച്ച് മാറ്റണ്ടേ?" വേണു പതിവ് ചടങ്ങിനായി തയ്യാറെടുത്തു.

"കാട്ടുമുത്തപ്പൻ ഇന്ന് പച്ചവെള്ളം കുടിച്ചോളും." സച്ചിദാനന്ദൻ വേണുവിനെ തടഞ്ഞുകൊണ്ട് പറഞ്ഞു.

"നമുക്കേ തെകയണില്ല." വേണു ഒഴികെ എല്ലാപേരും ചിരിച്ചു. "മദ്യം കണ്ടു പിടിച്ചവനെ സമ്മതിക്കണം അല്ലേ?" വേണു ചോദിച്ചു. അതിനുള്ള മറുപടി സച്ചിദാനന്ദന്റെ വകയായിരുന്നു. "അക്കാര്യത്തി സംശയം വേണ്ട. ഇതില്ലെങ്കില് ജീവിതത്തിന് ഒരു ഭംഗിയും ഇല്ലാതെ പോയേനെ."

സച്ചിദാനന്ദന്റെ അഭിപ്രായം ശരിയാണെന്ന് പലപ്പോഴും അവനും തോന്നിയിട്ടുണ്ട്. മദ്യമില്ലായിരുന്നെങ്കിൽ മനുഷ്യൻ എന്തു കുടിച്ച് ആനന്ദിക്കുമായിരുന്നു? രാത്രി കാലങ്ങളിലെ ആഘോഷങ്ങളും സൗഹൃദസദസ്സുകളും ഉണ്ടാകുമായിരുന്നോ? ഒരിക്കലുമില്ല. ഉണ്ടാകുമെങ്കിൽ അവയെല്ലാം വർണ്ണങ്ങൾ നഷ്ടപ്പെട്ട് രസംകൊല്ലികളായി മാറിയേനെ. മനുഷ്യൻ ആദ്യമായി കണ്ടുപിടിച്ച രാസവ്യവസായമാണ് മദ്യനിർമ്മാണം. അടുത്തകാലത്ത് വായിച്ചത് ഓർമ്മയിൽ വന്നു.

നേരത്തിന് ഏറെ നീളം വച്ചിരിക്കുന്നു. മരച്ചില്ലകളിൽ പതിയിരുന്ന കാറ്റ് പ്രണയപൂർവ്വം അവയെ തഴുകാൻ തുടങ്ങിയിരിക്കുന്നു. പിരിയാനുള്ള സമയം ആയിരിക്കുന്നു. അങ്ങകലെ ആകാശം തുടങ്ങുന്നിടത്തുനിന്നും ചന്ദ്രബിംബം പൂർണ്ണകായനായി നിറയുന്നു. വെളുത്തവാവാണ്.

അന്ന് രാത്രിയിൽ ഫാക്ടറിക്കുള്ളിലെ കൊടും തണുപ്പിനുള്ളിൽ ജോലിചെയ്യാൻ വല്ലാതെ മടിച്ചു. പാതയ്ക്ക് മുകളിലൂടെ നിലാവ് ഒഴുകിപ്പരന്നു. കടലാസ് ചെടികളും സൂര്യകാന്തികളും ഉറക്കത്തിനുള്ള വട്ടമൊരുക്കുകയാണോ? ആൻസിയുടെ വീട്ടിലേക്ക് നോക്കി. അവിടെ ആരെയും കാണാനുണ്ടായിരുന്നില്ല. അവൾ ഉറങ്ങിക്കാണുമോ?

മുറ്റത്തേക്ക് കയറിയപ്പോൾ വാവലുകൾ പിടഞ്ഞ് പറക്കുന്ന ഒച്ച കേട്ടു. പേരമരത്തിൽ നിന്നാകാം. ആനമുന്തിരിയിൽ ഇനി അവറ്റകളുടെ തീറ്റ നടക്കില്ല. വലവിരിച്ച് സംരക്ഷണം തീർത്തിട്ടുണ്ട്. വവ്വാലുകളെ കെണിവച്ച് പിടിച്ച് ആഹരിക്കുന്നവരുണ്ടെന്ന് ഇടയ്ക്ക് പീടിക്കാരൻ പറയുകയുണ്ടായി. വാഴക്കൂമ്പിലെ തേൻ കുടിക്കാനായി അവ പറന്നെത്തും. നേരത്തെ തന്നെ അതിന് ചുറ്റും മുളം മുള്ളുകളാൽ ഒരുക്കിവച്ചിരിക്കുന്ന കെണിയിൽ പെട്ട് അവയുടെ ചിറകുകളിൽ തുളകൾ വീഴും. പിന്നെ പറക്കാനാവില്ല. അത്തരത്തിൽ പിടികൂടി പലരും അതിനെ ആഹാരമാക്കാറുണ്ടത്രേ. വലിയൊരു എലിയുടെ രൂപമാണതിന്. വലിയ ചിറകുകളുള്ള കുറ്റൻ എലി. അതെക്കുറിച്ച് ഓർത്തപ്പോൾ വല്ലായ്മ തോന്നി.

പാലോട് നദിയുടെ കരയിലായി നില്ക്കുന്ന വലിയ രണ്ട് വെങ്കട്ടമരങ്ങളിൽ വവ്വാലുകൾ താവളമുറപ്പിച്ചിട്ടുണ്ട്. പകൽ സമയത്ത് കണ്ടാൽ മരത്തിൽ നിറയെ കായകൾ പഴുത്ത് കിടക്കുകയാണെന്ന് തോന്നും.

നിലാവുള്ള രാത്രികളിൽ അവയെല്ലാം ഒന്നിച്ച് ആകാശത്തേക്ക് പറന്നുയരുന്ന ചിത്രം ഭാവനയിൽ കണ്ടു. ഏറെ മനോഹരം തന്നെയാണത്. മാനം നിറയെ വവ്വാലുകൾ മാത്രം.

അന്ന് രാത്രിയിൽ ആരും ജോലിക്ക് പോയില്ല. വല്ലാത്ത മടിതോന്നി. ചിലപ്പോൾ ആസ്വദിച്ച് ചെയ്യാൻ കഴിയാത്ത ഒരു ജോലി ആയതുകൊണ്ടാകാം. യന്ത്രങ്ങളുടെ ചലനത്തിനനുസരിച്ച് മനുഷ്യനും ചലിക്കുന്നു. അതോ നേരേ തിരിച്ചാണോ.?

രാവിലെ വേണുവിന്റെ വീട്ടിലേക്ക് നടന്നു. വഴിക്കിരുവശവും റബ്ബർ മരങ്ങൾ ആധിപത്യം പുലർത്തിയിരിക്കുന്നു. വേണുവിന്റേത് തന്നെയാണ് ആ സ്ഥലവും. മരങ്ങൾക്കിടയിൽ കദളിച്ചെടികളും ഉപ്പനച്ചവും വളർന്ന് കിടക്കുന്നു. ഉപ്പനച്ചത്തിൽ പൂക്കളുണ്ട്. കുട്ടിക്കാലത്ത് അതിന്റെ കാപ്പിപ്പൊടി നിറമുള്ള ഭാഗം പേനയുടെ അടപ്പുപയോഗിച്ച് വട്ടംവരച്ച് മുറിച്ചെടുത്ത് പെൺകുട്ടികൾ പൊട്ടായി അണിഞ്ഞിരുന്നു.

കുളത്തിൽ എത്തിനോക്കി, മത്സ്യങ്ങൾ കിടപ്പുണ്ട്. വേണു അത് കണ്ടില്ലായിരുന്നോ? കുളക്കരയിലൂടെ വീട്ടിലേക്കുള്ള ചവിട്ടുപടികൾ കയറി. മുറ്റത്ത് കുശലം പറഞ്ഞിരുന്ന രണ്ട് പൂച്ചകൾ വീട്ടിനകത്തേക്ക് പാഞ്ഞുകയറി. അവനെ കണ്ടിട്ടാകും. വേണുവിന്റെ അമ്മ ആടുകളെ അഴിച്ച് മാറ്റിക്കെട്ടുന്നുണ്ട്. പത്തോളം ആടുകൾ ഇപ്പോഴുണ്ട്.

“വേണു എവിടെ?” ചോദ്യം വേണുവിന്റെ അമ്മയോടായിരുന്നെങ്കിലും, മറുപടി വന്നത് വീട്ടിനുള്ളിൽ നിന്നാണ്.

“ഞാൻ വെട്ടണ്. കേറിവാ.” വേണുവിന്റെ ശബ്ദമാണ്. ആഹാരം കഴിക്കുന്നതിന് വേണു പറയുന്ന പേരായിരുന്നു ‘വെട്ടുക.’ വെട്ടിവിഴുങ്ങുക എന്നതിന്റെ ചുരുക്കമൊഴിയായിരുന്നു അതെന്ന് അവൻ ഊഹിച്ചെടുത്തായിരുന്നു. അറിയാതെ ചിരിച്ചുപോയി. വേണുവിന്റെ അമ്മയും ചിരിക്കുന്നുണ്ടായിരുന്നു.

അകത്തേക്ക് കടന്നിരുന്നു.

“നെനക്ക് കാപ്പിയെടുക്കട്ടെ...” വേണുവിന്റെ അമ്മ ചോദിച്ചു.
“ഇപ്പോൾ കഴിച്ചതേയുള്ളു.” സ്നേഹപൂർവ്വം നിരസിച്ചു.

വായനശാലയുടെ ഓണാഘോഷത്തിന്റെ കാര്യങ്ങൾ സംസാരിച്ച് തുടങ്ങിയപ്പോൾ വേണുവിന്റെ അമ്മ പറഞ്ഞു. “വേണു മദ്യപിക്കാറുണ്ട്. അവനെ ഒന്നുപദേശിക്കണം.

ഞാനെപ്പഴും പറയും, നിന്നെ കണ്ട് പഠിക്കാൻ.” അവനെ നോക്കി വേണുവിന്റെ അമ്മ പറഞ്ഞു.

“ഞാൻ പറയാം.” ഉള്ളിൽനിന്നും തികട്ടിയെത്തിയ ചിരി കൈകൊണ്ട് മായ്ച്ചുകളഞ്ഞു. വേണുവിനെ ഉപദേശിച്ചു. അവൻ ഗൂഢമായി ചിരിച്ചു. വേണു മദ്യപിക്കുന്നത് അവനുമായിട്ടാണ് എന്നുള്ള കാര്യം അറിയില്ലായെന്നുള്ളത് സ്പഷ്ടം തന്നെ.

വീണ്ടും ഓണാഘോഷത്തിലേക്ക് തിരിയവെ വേണുവിന്റെ അച്ഛ

നെത്തി. അദ്ദേഹവുമായി നാട്ടുവർത്തമാനങ്ങൾ പറഞ്ഞിരുന്നു. ഏറെ നേരം കഴിഞ്ഞ് യാത്രപറഞ്ഞു. ചെറിയ കയറ്റം കയറി നടന്നു. സച്ചിദാനന്ദന്റെ വീട്ടിൽ ആരെയും കാണാനുണ്ടായിരുന്നില്ല. അവൻ വായനശാലയിലുണ്ടാകും. വേണു പിന്നാലെ എത്താമെന്ന് പറഞ്ഞിട്ടുണ്ട്. വീട്ടിൽ കയറാതെ വായനശാലയിലേക്ക് നടന്നു. അവനെ കണ്ടിട്ടാണോ ആൻസി പുറത്തേക്കിറങ്ങി വന്നത്? അവൾ ചിരിച്ചു. അവനും.

"വായനശാലയിൽ ലൈബ്രറിയില്ലേ?"

"ഉണ്ടല്ലോ ആൻസീ."

"പെൺകുട്ടികൾ വരാറില്ലേ."

"വന്നോളൂ ആൻസീ," സമയക്രമം പറഞ്ഞുകൊടുത്തു. സ്ത്രീകൾക്കായി വായനശാലയിൽ പ്രത്യേകിച്ച് സമയമുണ്ടായിരുന്നു. രണ്ട് മുറികളിലായാണ് ലൈബ്രറിയും വായനശാലയും. വായനശാലയിലേക്ക് സ്ത്രീകളാരും പ്രവേശിക്കാറില്ല.

"എനിക്ക് പരിചയമില്ല."

"വേണമെന്നില്ല എന്റെ പേര് പറഞ്ഞാൽ മതി." അവളുടെ മുഖത്തേക്ക് നോക്കി. കാഴ്ചകൾ അവളുടെ മിഴികൾക്കുള്ളിലേക്ക് പാഞ്ഞു കയറുന്നു. ഒട്ടിപ്പിടിച്ചുപോയ നയനങ്ങളെ വീണ്ടെടുക്കാൻ ആയാസം നേരിടുന്നുവോ...? കാന്തിക ശക്തിയുണ്ടോ അവളുടെ മോഹനങ്ങളായ മിഴികൾക്ക്...?

"ആൻസി ഇന്ന് വരുമോ.? ഞാനുണ്ടാകും."

"വരാം." അവൾ ചിരിച്ചു.

കാഴ്ചകളെ ബലംപ്രയോഗിച്ച് വീണ്ടെടുത്ത് മുന്നോട്ടുനടന്നു. ബോഗൻവില്ലകളിൽ പുതിയ മൊട്ടുകൾ നിറഞ്ഞിരിക്കുന്നു. അവയെ തലോടി നടന്നു. വാകമരങ്ങൾക്ക് ചുവട്ടിൽ എത്തിയപ്പോൾ തിരിഞ്ഞു നോക്കി. അവൾ അവനെത്തന്നെ നോക്കി നില്ക്കുകയായിരുന്നു. അവൾ ചിരിച്ചു. അവനും. വാകപ്പൂക്കൾക്കിടയിൽ ചേക്കേറിയ കാറ്റ് മനസ്സിലാക്കാനാകാത്ത ഏതോ ഗാനത്തിന്റെ വരികൾ മൂളിക്കൊണ്ടേയിരുന്നു.

ഉള്ളിൽ അനിർവ്വചനീയമായ തിരകൾ ഇളകി മറിയുന്നു. അവയ്ക്ക് നിറങ്ങളേറെയുണ്ടന്ന് അവന് തോന്നി. അവ തീരത്തണഞ്ഞ് ചിതറിച്ചിരിക്കുന്നുണ്ട്. എന്തിനാണത്...? ഒരുപക്ഷേ, ആൻസിയെ അവൻ...? അറിയില്ല. അവനിതുവരെയും ആരെയും പ്രണയിച്ചിട്ടില്ല. കോളേജിൽ പഠിക്കുന്ന സമയത്ത് ഒരു പ്രേമലേഖനം ലഭിച്ചിരുന്നു.

'ഞാനെന്നും നിന്റെ അടുക്കൽത്തന്നെ ഉണ്ടായിരുന്നു. ഞാൻ കരുതി നീ എന്നെങ്കിലുമൊരിക്കൽ എന്നെ കണ്ടെത്തുമെന്ന്. എന്റെ പ്രണയത്തെ തിരിച്ചറിയുമെന്ന്. ഞാനേറെ കൊതിക്കുന്ന കാര്യം നീ എന്നോട് പറയുമെന്ന്. സ്നേഹത്തോടെ, പ്രണയത്തിന്റെ തെല്ലൊരു വേദനയോടെ ഞാൻ നിന്നെത്തന്നെ നോക്കി നില്ക്കുകയായിരുന്നു. ആ വേദനയിലും പറഞ്ഞറിയിക്കാനാകാത്ത ഒരു സുഖം ഞാൻ അനുഭവിച്ചിരുന്നു.

പറയാൻ എനിക്കാകുമായിരുന്നില്ല. നീ അരുതെന്ന് പറഞ്ഞാലോ..? നീ എന്നെ വെറുത്താലോ..? അതൊരുപക്ഷേ എന്നെ കരയിപ്പിച്ചേക്കും. പറയാതിരുന്നാൽ അതുവരെയെങ്കിലും എനിക്കെന്റെ പ്രണയത്തെ താലോലിക്കാമല്ലോ. എനിക്ക് സ്നേഹിക്കാമല്ലോ നിന്നെ. എന്നെങ്കിലുമൊരിക്കൽ നീ എന്റേതായിത്തീരുമെന്നോർത്ത് എനിക്ക് സ്വപ്നം കാണാമല്ലോ. പ്രതീക്ഷകളോടെ നിനക്കായി കാത്തിരിക്കാമല്ലോ..? കാത്തിരിക്കും. അന്നേരം ഒരായിരം കുടമുല്ലപ്പൂക്കളുടെ മനോഹാരിതയും സുഗന്ധവും ഉണ്ടായിരിക്കും. മാരിവില്ലുകളുടെ നിറങ്ങളുണ്ടായിരിക്കും. സ്വപ്നങ്ങളെന്നും മനോഹരങ്ങൾ തന്നെ.

ഇനിയും പറയാതിരിക്കാനാവില്ല. ഞാൻ വന്നോട്ടെ നിന്റെ ജീവിതത്തിലേക്ക്. നിന്റെ മാത്രം സഹയാത്രികയാകാൻ...? പ്രതീക്ഷകളോടെ. സ്നേഹത്തോടെ സന്ധ്യ.'

അതെ, സ്വപ്നങ്ങളെന്നും മനോഹരങ്ങൾ തന്നെ. പക്ഷേ, സ്വപ്നങ്ങൾക്കുമപ്പുറത്ത് യാഥാർത്ഥ്യങ്ങൾ മാത്രം നിറഞ്ഞു നില്ക്കുന്ന ഒരു ജീവിതമുണ്ട്. അവിടെ പുഷ്പങ്ങളും സുഗന്ധവുമില്ല. ശലഭങ്ങൾ പറക്കാറില്ല. കുളിരാർന്ന നനുത്ത മഞ്ഞ് പെയ്യുന്നുണ്ടായിരുന്നില്ല. അവിടെ വേനലായിരുന്നു. പഴുത്ത് പാകമായിക്കിടക്കുന്ന വേനൽ മാത്രം.

അവൾക്കാ പ്രണയം തിരിച്ചുനല്കാൻ അവന് ആകുമായിരുന്നില്ല. അല്ലെങ്കിൽത്തന്നെ അവളെക്കുറിച്ച് ചിന്തിക്കുവാൻ കഴിയുമായിരുന്നില്ല. പേപിടിച്ച്, നാവുകൾ പുറത്തേക്ക് നീട്ടി, ഭീതിയുണർത്തി നില്ക്കുന്ന കാലമായിരുന്നു കൺമുന്നിൽ.

അവളോടത് തുറന്നുപറയേണ്ടിവന്നു. സ്നേഹത്തോടെ അവളെ പറഞ്ഞ് മനസ്സിലാക്കി. അവൾ ഒന്ന് ചോദിച്ചു.

"പ്രണയം നിഷേധിക്കാനുള്ളതാണോ..?"

എന്ന് ചോദിച്ചാൽ അതിന് വ്യക്തമായൊരുത്തരം അവനില്ലായിരുന്നു. ചിലപ്പോൾ സ്വീകരിക്കാനുള്ളതായിരിക്കാം. അവൾക്കത് ഉൾക്കൊള്ളാൻ കഴിയുമായിരുന്നില്ല. അവൾ പഠനം നിർത്തി. പിന്നീടൊരിക്കലുമവൾ കോളേജിലേക്കെത്തിയതേയില്ല. കുട്ടികൾ പറഞ്ഞറിഞ്ഞു അവൾ മാനസികമായി തകർന്നുപോയിരിക്കുന്നു.

അതൊരു വേദനതന്നെയായിരുന്നു. അവളെക്കുറിച്ചുള്ള ചിന്തകളിൽ ഉറങ്ങാതെ കഴിച്ചുകൂട്ടിയ രാത്രികൾ ഉണ്ടായിരുന്നു. കുറച്ചുനാൾ കോളേജിലേക്ക് പോയില്ല. ആ നാളുകളിലെ അവന്റെ വേദനകൾ മുഴുവൻ ഡയറിത്താളുകൾ ഒപ്പിയെടുത്തു. വർഷങ്ങൾക്കുശേഷം അറിഞ്ഞു, അവൾ വിവാഹിതയായി, അന്നേറെ സന്തോഷം തോന്നി. അതിനുശേഷം ഒരിക്കലവളെ നേരിലും കണ്ടു. അവളെയും കുഞ്ഞിനെയും.

കണ്ടയുടൻ അവൾ ചിരിച്ചു. വിശേഷങ്ങൾ തിരക്കി. അവളുടെ ഭർത്താവിന് ജോലിയുണ്ട്. നല്ല ജീവിതം. അവളുടെ വീട്ടിൽ വന്നിട്ട്

ഭർത്താവിന്റെ വീട്ടിലേക്ക് മടങ്ങുകയാണ്. പോകാൻനേരം അവളോട് പറഞ്ഞു.

"എനിക്ക് ദുഃഖമുണ്ട്, അതിനാകുമായിരുന്നില്ല."

"അതൊക്കെ ഞാനെന്നേ മറന്നിരിക്കുന്നു. പോട്ടെ..?" ചിരിച്ചു കൊണ്ടു ചോദിച്ച ആ യാത്രാമൊഴിക്കുള്ളിലും ഉണങ്ങാതെ കിടക്കുന്ന വേദന അവൻ തിരിച്ചറിഞ്ഞു. നടന്ന് ആൾക്കൂട്ടത്തിനിടയിലെങ്ങോ അലിഞ്ഞില്ലാതാകുന്ന അവളെയും നോക്കിനിന്നു. നെഞ്ചിന്റെ ഉള്ളിൽനിന്നു മുയർന്ന നിശ്വാസത്തിന് ചൂടു കൂടുതലായിരുന്നുവോ..?

യൗവനത്താളുകളിൽ അവൻ വായിക്കാൻ മറന്നുപോയ അവന്റെ തന്നെ കഥയിലെ നായികയായിരുന്നു അവൾ. തൊട്ടരികിലുണ്ടായിട്ടും അവനൊരിക്കലും കേൾക്കാൻ കഴിയാതെപോയ സിത്താറിന്റെ ഒരീണം പോലെ... അവൾ....... സന്ധ്യ. അവൾക്ക് അനുരൂപമായത് ആ പേരുതന്നെയാണ്. ശരൽക്കാലങ്ങളിൽ കള്ളിപ്പാറയിൽനിന്ന് നോക്കുമ്പോൾ അങ്ങകലെ പൊന്മുടി മലയ്ക്ക് മുകളിലായി നാണത്താൽ നനഞ്ഞ ചിരിയുമായെത്തുന്ന സന്ധ്യ. അവളുടെ കവിളുകൾക്ക് ചുവപ്പ് നിറമാണ്. അവൾ അതീവ സുന്ദരിയായിരുന്നു.

ഓണാഘോഷക്കമ്മിറ്റി രൂപീകരിച്ചു. പരിപാടികൾ തീരുമാനിച്ചു. സാഹിത്യ സദസ്സിൽ രാജേഷ് വാര്യർ തന്നെയാണ് സ്ഥിരം അതിഥി.

ഇനി കുറച്ചുനാൾ തിരക്കുതന്നെയാണ്. പകൽ സമയം മുഴുവനും പിരിവിനായി മാറ്റിവച്ചേ പറ്റു. അപ്പോൾ ഉറക്കം ക്രമീകരിക്കണം. ഇല്ലെങ്കിൽ ജോലിക്ക് പോകാനാവില്ല. എന്തൊക്കെ ബുദ്ധിമുട്ടാണെങ്കിലും അതൊരു സുഖം തന്നെയായിരുന്നു.

എല്ലാവർഷവും തിരുവോണത്തിന് രാവിലെ വേണുവിന്റെ വീടിനു താഴെയുള്ള കുളത്തിൽ നിന്നാകും കുളി. കാപ്പികുടിയും വേണുവിന്റെ വീട്ടിൽനിന്നുതന്നെ. അതൊരു ആചാരമായി മാറിയിരിക്കുന്നു. സച്ചിദാനന്ദൻ കാപ്പികുടിക്കുമ്പോൾ വേണുവിനോട് അവനെന്തോ ശത്രുതയുള്ളതായി തോന്നിയിരുന്നു. ഒരു ആക്രമണപ്രതീതി ഉളവാകുന്നുണ്ടതിന്. ഇത്തവണയും അക്കാര്യത്തിൽ തെല്ലും മാറ്റം സംഭവിച്ചിരുന്നില്ല.

പരിപാടിക്കിടയിൽ തിരക്കിനിടയിൽ ആൻസിയെ തെരഞ്ഞു. അവൾ വന്നിട്ടുണ്ട്. എന്തുകൊണ്ടോ അവന് അങ്ങോട്ട് നോക്കാതിരിക്കാനാവുന്നില്ല. എന്തായിരിക്കും കാരണം...? അതറിയില്ല. ഒന്നറിയാം, അവൻ നോക്കുമ്പോഴെല്ലാം അവൾ അവനെത്തന്നെ നോക്കി നില്ക്കുകയായിരുന്നു. അതോർത്ത് അവൻ ഊറിച്ചിരിച്ചു.

സാഹിത്യസദസ്സിൽ രാജേഷ് വാര്യരുടെ കവിത ശ്രദ്ധിക്കപ്പെടുകയുണ്ടായി, പലരും നല്ല അഭിപ്രായം പറഞ്ഞുകേട്ടു. പിന്നെയുള്ളത് ഡാൻസാണ്. ഒരു മണിക്കൂർ നീളുന്ന പരിപാടി. ഒരു ചെറിയ ട്രൂപ്പിന്റെതാണ്. വേണുവിന്റെ കൂട്ടുകാരാണവർ. അതുകൊണ്ടും കൂടി അവർക്കായി വലിയ സാമ്പത്തിക ബാദ്ധ്യതയില്ല.

ഡാൻസ് അരങ്ങേറുമ്പോൾ വേദിയിൽനിന്നും കണ്ണുകളെ അടർത്തിയെടുത്ത് ആൻസിക്കായി ഒരു ഓട്ടപ്രദക്ഷിണം നടത്തി. നിരാശയോടെ കാഴ്ചകൾ മടങ്ങിയെത്തി. നല്ല തിരക്കുണ്ട്. വിശദമായ തെരച്ചിലിനായി തയ്യാറെടുത്തപ്പോൾ വൈശാഖേട്ടനും വേണുവും തോളത്ത് തട്ടി വിളിച്ചു. പൂജയ്ക്കുള്ള ദ്രവ്യങ്ങളെല്ലാം തയ്യാറായതായി അവർ അറിയിക്കുകയായിരുന്നു.

വീണ്ടും അവളെ തിരഞ്ഞ് തുടങ്ങി. നില്ക്കുന്നവരുടെ കൂട്ടത്തിൽ അവളുണ്ട്. അവൻ നോക്കി. അവൾ കാണുന്നത് അവനെത്തന്നെയാണ്. അവൻ ചിരിച്ചു. അവളും.

ആ വർഷത്തെ ഓണാഘോഷം അവസാനിച്ചു. കാഴ്ചക്കാർ പിരിഞ്ഞുതുടങ്ങി. അങ്ങോട്ടേക്കുതന്നെ നോക്കിനിന്നു. മടക്കയാത്രയ്ക്കിടയിലും പലതവണ അവൾ തിരിഞ്ഞു നോക്കുന്നുണ്ടായിരുന്നു. അവന്റെയുള്ളിൽ ഗൂഢമായൊരു ആനന്ദം പതഞ്ഞുയർന്നു.

കൂട്ടുകാരോടൊപ്പം താഴേക്ക് നടന്നു. വാകമരങ്ങൾക്കിടയിലൂടെ അകത്തേക്ക്. പൂജാദ്രവ്യങ്ങൾ നിരത്തിവച്ചു. പനിനീരും കദളിപ്പഴങ്ങളും സുഗന്ധത്തിരികളുമുണ്ടായിരുന്നു. മന്ത്രോച്ചാരണങ്ങളോടെ പൂജയിലേക്ക് തിരിഞ്ഞു.

വേണു കുപ്പിതുറന്ന് ഭൂതങ്ങൾക്കും പിശാചുക്കൾക്കുമായി അടപ്പിൽ മാറ്റിവച്ചു. കാട്ടുമുത്തപ്പനെയും വിളിച്ചുവരുത്തി.

"സന്തോഷത്തോടെ പാനം ചെയ്ക." വേണു മന്ത്രമുരുവിട്ടു. എന്തുകൊണ്ടോ സച്ചിദാനന്ദൻ എതിർത്തില്ല. അവനത് സാകൂതം വീക്ഷിച്ചിരിക്കുകയായിരുന്നു.

"സമയം ഒൻപത് കഴിഞ്ഞതേയുള്ളു." അവൻ ആരോടെന്നില്ലാതെ പറഞ്ഞു.

"നമുക്കിന്ന് കുറച്ച് സമയമെടുത്ത് പിരിയാം. ഓണമല്ലേ?"

വൈശാഖേട്ടന്റെ ആ അഭിപ്രായത്തോട് എല്ലാവരും യോജിച്ചു.

"മതി, ഇഷ്ടംപോലെ സമയമുണ്ട്." അംഗീകരിച്ചു.

ദീപുവും സജിത്തുംകൂടി എത്തിച്ചേർന്നു. പുണ്യജലം ഗ്ലാസുകളിലേക്ക് പകർന്ന് ഭക്തിയോടെ സേവിച്ച് നിർവൃതികൊണ്ടു. ഓണം അവസാനിക്കാൻ പോവുകയാണ്. അവൻ ഓർത്തു. ഈ മോഹനങ്ങളായ നിമിഷങ്ങൾ എത്രനാൾകൂടി കാണും.? എത്രനാളുകൾകൂടി ഇങ്ങനെ ആഘോഷിക്കാനാകും...? അതറിയില്ല. എക്കാലവും കാണട്ടെയെന്ന് ആശിക്കാം.

ഓണനിലാവ് പരന്നൊഴുകുന്നുണ്ട്. വാകമരച്ചില്ലകൾ വെള്ളിവെളിച്ചത്തിൽ നനഞ്ഞുനില്ക്കുന്നു. ആൻസിയെക്കുറിച്ചോർത്തു. ഉള്ളിലെങ്ങോ മായാതെ നില്ക്കുന്ന ഒരു മോഹനചിത്രമായി അവൾ മാത്രം അവശേഷിക്കുന്നു. ഉറങ്ങിക്കിടക്കുകയായിരുന്ന ഏതൊക്കെയോ നിഗൂഢമായ മോഹങ്ങൾ കണ്ണുകൾ തുറന്ന് അവളെത്തന്നെ ഉറ്റുനോക്കാൻ

തുടങ്ങിയിരിക്കുന്നു. അവളുടെ കണ്ണുകൾക്കുള്ളിൽ അവന്റെ കാഴ്ചകൾ വിലയം പ്രാപിക്കുന്നു. എന്തുകൊണ്ടാണത്? അറിയില്ല. അവൻ അവളെ പ്രണയിക്കുന്നുണ്ടോ? അവളും അവനെ കൂടുതലായി ശ്രദ്ധിക്കുന്നില്ലേ? ഒരു സിഗരറ്റിന് തീ കൊളുത്തി. പുക അനന്തതയിലേക്ക് ഊതിയകറ്റി. അത് നിലാവിലൂടെ അകലേക്കെങ്ങോ മാഞ്ഞുപോയി.

കുറേയേറെ ദിവസങ്ങളായി അന്യം നിന്നിരുന്ന ഉറക്കം ആവേശത്തോടെ തിരിച്ചുവന്ന രാത്രിയായിരുന്നു അത്. നന്നായി ആസ്വദിച്ചുറങ്ങി. എഴുന്നേറ്റപ്പോൾ ഏറെ വൈകിയിരുന്നു. തെക്കൻതോട്ടിലെ കുളിയും കഴിഞ്ഞ്, കാപ്പിയും കുടിച്ച് ആനമുന്തിരിയുടെ ചുവട്ടിൽനിന്നു. മുന്തിരികൾ പഴുക്കാൻ തുടങ്ങിയിരിക്കുന്നു. പ്ലാസ്റ്റിക് വലകൊണ്ട് തീർത്ത സുരക്ഷിത കവചം ഭേദിക്കുവാൻ വവ്വാലുകൾക്ക് ആയിട്ടില്ല. അതിന്റെ വാശി പേരമരത്തിൽ തീർക്കാമെന്ന് കരുതി നിരാശരായി മടങ്ങിക്കാണും.

ഇടയ്ക്ക് മുന്തിരികൾ സച്ചിയും വേണുവുമൊക്കെ അടർത്തിയെടുക്കാറുള്ളതാണ്. നല്ല മധുരമാണതിന്. ആപ്പിളിനേക്കാൾ വലിപ്പവുമുണ്ട്. അകത്ത് ചെറിയ വിത്തുകളും. നന്നായി പഴുത്തുകഴിഞ്ഞാൽ അതിന്റെ മൃദുലമായ പുറംതോട് മാത്രമായി ഇളക്കിമാറ്റാനാകും. ഐസ്ക്രീം കഴിക്കുന്നപോലെ കഴിക്കാം. ഒരിക്കലും മടുപ്പനുഭവപ്പെടാത്ത മധുരം തന്നെയാണതിന്.

കുറേയെണ്ണം ശ്രദ്ധാപൂർവ്വം അടർത്തിയെടുത്തു. ആൻസിയെ കണ്ടിരുന്നെങ്കിൽ കുറേയെണ്ണം അവൾക്കും കൊടുക്കാമായിരുന്നു. അവളിത് കഴിച്ചിട്ടുണ്ടാകുമോ? അവൾ പ്രത്യക്ഷയാവാറുള്ള വീടിന്റെ പിൻവാതില്ക്കലേക്ക് കണ്ണുകളെ പറഞ്ഞയച്ചു. നിരാശയോടെ തിരിച്ചെത്തി.

പാകമായത് കുറേയെണ്ണംകൂടി തറയിൽ വീഴാതെ അടർത്തിയെടുത്തു. അനുപമ വരുമ്പോൾ അവൾ അടർത്തിക്കൊണ്ട് പോകാറുള്ളതാണ്. ഇന്നലെ അവളും അമ്മായിയും വീട്ടിൽ വന്നിരുന്നുവോ? ഓണത്തിരക്ക് കാരണം ഒന്നും ശ്രദ്ധിക്കാനായില്ല. അനുപമയ്ക്ക് കൊടുക്കാനായി കുറേയെടുത്ത് മാറ്റിവച്ചു. പിന്നെയും താഴേക്ക് നോക്കി. വാതില്ക്കൽ ആൻസി നില്പുണ്ട്. അവൾ അവനെത്തന്നെ നോക്കിനില്ക്കുകയായിരുന്നു.

കൈകൊണ്ട് ആംഗ്യം കാണിച്ച് അവളെ വിളിച്ചു. അവൾ തെല്ലൊന്ന് അമ്പരന്നതുപോലെ തോന്നി. അവൾ ചുറ്റിനും നോക്കി. ഒന്നുകൂടി വിളിച്ചു. അവൾ മെല്ലെ കയറിവന്നു. ചോദ്യഭാവത്തിൽ അവനെ നോക്കി. പഴുത്തത് നോക്കി കുറച്ച് മുന്തിരികൾ അവൾക്കായി നീട്ടി. വാങ്ങിയപ്പോൾ അവളുടെ വിരലുകളിൽ മെല്ലെ സ്പർശിക്കുവാൻ മറന്നില്ല. അവൾ ചിരിച്ചു. ആ ചിരിയിൽ നാണമുണ്ടായിരുന്നു.

അവളുടെ മിഴികളിലേക്ക് നോക്കി. കാന്തികശക്തിയുള്ള ആ കണ്ണുകൾ എന്തിനോ ദാഹിക്കുന്നില്ലേ?

"ഇഷ്ടമാണോ?" അവൻ മെല്ലെ ചോദിച്ചു. ചിരിച്ചുകൊണ്ട് അവൾ മുഖത്തേക്ക് നോക്കി.

"മുന്തിരി ഇഷ്ടമല്ലേ?"

"ഞാൻ പോട്ടെ? അവൾ താഴേക്ക് നടന്നു. ആ നടത്തയ്ക്ക് സാധാരണയിലും കവിഞ്ഞ വേഗതയുള്ളതായി അവനു തോന്നി. അവളെത്തന്നെ നോക്കിനിന്നു. പിൻവശത്തെ വാതില്ക്കലെത്തി അവൾ തിരിഞ്ഞുനോക്കി. അവൻ ചിരിച്ചു. അവളും. അവൾ അകത്തേക്ക് മറഞ്ഞു.

(അവന്റെ ഡയറിക്കുറിപ്പുകളിൽനിന്നും)

എന്തുകൊണ്ടെന്ന് അറിയില്ല. ആൻസിയെത്തന്നെ നോക്കി നില്ക്കണമെന്ന് ഞാൻ ആശിച്ചുപോകുന്നു. അവളുടെ സാമീപ്യം എന്റെ ഹൃദയമിടുപ്പുകളുടെ താളം വല്ലാതെ കൂട്ടുന്നുണ്ടോ?. ചിന്തകൾ എന്റെ നിയന്ത്രണങ്ങൾക്കും അതീതമായി എന്തൊക്കെയോ തേടി പരക്കം പായുന്നുണ്ട്. നിദ്രയിൽ അവളെന്നെ ശല്യം ചെയ്യുമോയെന്ന് ഞാൻ ഭയക്കുന്നു. പ്രണയിക്കുന്നുണ്ടോ അവളെ? അവളോട് പ്രണയമാണെന്ന് പറയുമോ? അറിയില്ല പക്ഷേ.. ഒന്നറിയാം. ഞാനവളെ ഇഷ്ടപ്പെടുന്നു.

കള്ളിപ്പാറയിൽ പൂത്തുനില്ക്കുന്ന വാകമരങ്ങളിൽ ചേക്കേറിയ കാറ്റ് ചുവന്ന പുഷ്പങ്ങളെ ചുംബിച്ച് രസിക്കുന്നു. വെയിൽ ആറിക്കഴിഞ്ഞിരിക്കുന്നു. അകലെനിന്നും നടന്നടുക്കുന്ന അവളുടെ ചന്തം അവൻ നോക്കി നിന്നു. അവൾ അത്യധികം സുന്ദരിതന്നെ. അവൾ ചിരിച്ചു. അവനും.

"ആൻസി.." അവൻ വിളിച്ചു. ചോദ്യഭാവത്തിൽ അവനെ നോക്കി അവൾ നിന്നു.

"ഇഷ്ടപ്പെട്ടോ?"

"എന്ത്?"

"മുന്തിരികൾ."

മറുപടിയായി അവൾ ചിരിച്ചു.

"ഞാനൊരുകാര്യം ചോദിക്കട്ടെ?" ഉള്ളിലെങ്ങോ പതിയിരുന്ന പതർച്ച പുറത്ത് ചാടിയിരിക്കുന്നു. ഹൃദയതാളം വല്ലാതെ വർദ്ധിച്ചുവോ..?

"എന്തേ?" അവൾ ചോദിച്ചു.

"ആൻസിയെ എനിക്കിഷ്ടമാണ്.. ഞാൻ ആൻസിയെ സ്നേഹിക്കുന്നു."

അവൾ നിശ്ശബ്ദയായി നിന്നു. അതവനിൽ അസഹ്യമായ അസ്വസ്ഥതകളായി പടരുന്നു.

"നമുക്ക് ഒരുമിച്ച് ജീവിച്ചുകൂടേ..? ഇഷ്ടമാണെങ്കിൽ.."

അവൾ വീണ്ടും നിശ്ശബ്ദതയെ വരിച്ചുനിന്നു. അതെന്തിന്..? ഇല്ല. അവളിൽ തെല്ലൊരു നാണം പടർന്നിരിക്കുന്നു. അവൾ അവനെ നോക്കി

ചിരിച്ചു. കറുത്ത മേഘങ്ങൾ അകന്നുപോയിരിക്കുന്നു. വെളിച്ചം പിറവിയെടുത്തുകഴിഞ്ഞു. വെളിച്ചത്തിന് ഇളം മഞ്ഞനിറമായിരുന്നു. അവളുടെ കറുത്ത കണ്ണുകളിലേക്കുനോക്കി. അവ എന്താണ് പറയാനായി കൊതിച്ചു നില്ക്കുന്നത്?.

"ഇഷ്ടപ്പെടാതിരിക്കാൻ.." നിശ്ശബ്ദതയുടെ ചെറിയൊരു ഇടവേളയ്ക്കുശേഷം അവൾ പറഞ്ഞു.

"ഇഷ്ടാണ്."

എങ്ങുനിന്നോ പറന്നിറങ്ങിയ നനുത്ത തണുപ്പ് മേനിയിലാകെ അരിച്ചിറങ്ങുന്നു. ഉള്ളിൽ ഒരായിരം മയിൽപ്പീലികൾ പാറിവീണിരിക്കുന്നു. അവയ്ക്ക് ജീവൻവയ്ക്കുന്നു. അവ നൃത്തംചെയ്തു.

"ഞാൻ പോട്ടെ?" അവൾ യാത്ര ചോദിച്ചു. സമ്മതഭാവത്തിൽ തലയാട്ടി. നടന്നകലുന്ന അവളുടെ പിൻസൗന്ദര്യം അവൻ നോക്കിനിന്നു. അവൻ ചിരിച്ചു. കാറ്റിൽ അവളുടെ സമൃദ്ധമായ അളകങ്ങൾ നർത്തനം ചെയ്യുന്നു. ചുവപ്പും വെള്ളയും നിറങ്ങളിലുള്ള കടലാസുചെടികൾ ഉലഞ്ഞു. സൂര്യകാന്തികളെ തഴുകി അവൾ തിരിഞ്ഞുനോക്കി. അവൻ അവളെ നോക്കിനില്ക്കുകയായിരുന്നു. ചിരിച്ചുകൊണ്ട് അവൾ മറഞ്ഞു.

വീട്ടിലെത്തിയപ്പോൾ എതിരേറ്റത് അമ്മയുടെ പരിഭവങ്ങളായിരുന്നു. കുറച്ച് ദിവസങ്ങളായി അമ്മ പറയുന്നുണ്ട് രാധമ്മായിയുടെ വീട്ടിലൊന്ന് പോയിവരാൻ. ഓണത്തിന് അമ്മായിയും അനുപമയും വീട്ടിൽ വന്നിരുന്നു. വായനശാലയിലെ ഓണാഘോഷത്തിന്റെ തിരക്ക് കാരണം അവന് പോകാനായില്ല. അനുപമയ്ക്കും രാധമ്മായിക്കും ഓണക്കോടിയെടുത്ത് അമ്മയെ ഏല്പിച്ചിരുന്നു.

"അവരിക്ക് വേറെ ആരാണൊള്ളത്?"

ശരിയാണ്. അവർക്ക് വേറെ ആരുമില്ല. പോകണം. പോകാം. കുടുംബത്തിലെ അധികം അകലത്തിലല്ലാത്ത ബന്ധുവാണ് രാധമ്മായി. അനുപമ ജനിച്ച് അധികം വൈകാതെതന്നെ അമ്മായിയുടെ ഭർത്താവ് മരിച്ചുപോവുകയായിരുന്നു. അനുപമയെ വളർത്താൻ ഒരുപാട് കഷ്ടപ്പെട്ടിരുന്നു. ചെറിയൊരു വീടും അതിനോടുചേർന്ന് ഉപയോഗശൂന്യമായ കുറച്ച് പുരയിടവും മാത്രമാണ് ആകെയുള്ള സ്വത്ത്. എങ്കിലും ജീവിതത്തിന് മുന്നിൽ പതറിയില്ല. തയ്യൽജോലികൾ ചെയ്ത് അമ്മായി അവളെ വളർത്തി.

അവൻ ചെല്ലുമ്പോൾ പാവം ആ സ്ത്രീ തയ്യൽമെഷീന്റെ ചുവട്ടിൽത്തന്നെ ഉണ്ടായിരുന്നു. ശ്രദ്ധാപൂർവ്വം വസ്ത്രം തുന്നിയെടുക്കുന്നു. അവനെക്കണ്ട് അവർ ചിരിച്ചു.

കയറിയിരിക്ക് എന്ന് പറഞ്ഞില്ല അത്തരം ആചാരവാക്കുകൾ അവന് മുന്നിൽ അപ്രസക്തങ്ങൾ തന്നെ. വരാന്തയിലേക്ക് കയറി കസേരയിലിരുന്നു.

"അമ്മയ്ക്ക് സുഖംല്ലേ?" അമ്മായി ക്ഷേമമന്വേഷിച്ചു. അപ്പോഴും തുന്നലിന് ശ്രദ്ധകൊടുക്കുന്നുണ്ട്.

"സുഖം."

"ഓണത്തിന് ഞങ്ങള് വന്നപ്പോ നിന്നെ കണ്ടില്ല."

"ഓണത്തിന് തെരക്കിലാണ്. അതെപ്പോഴും അങ്ങനെതന്നെ."

ഒരുപക്ഷേ, അനുപമയുടെ അച്ഛൻ ജീവിച്ചിരുന്നെങ്കിൽ അമ്മായി ഇങ്ങനെ കഷ്ടപ്പെടേണ്ടി വരുമായിരുന്നില്ല. മകളുടെ അനിശ്ചിതത്വം നിറഞ്ഞ ഭാവിയോർത്ത് ആകുലചിത്തയാകേണ്ടി വരില്ലായിരുന്നു. വീട്ടിൽ വരുമ്പോൾ അമ്മയോട് വേദനയോടെ അക്കാര്യങ്ങൾ പറയുന്നത് അവൻ പലപ്പോഴും കേട്ടിരിക്കുന്നു.

അനുപമയെ ചോദിക്കാൻ തുനിഞ്ഞതാണ്. അത് വേണ്ടിവന്നില്ല. അവൻ ചെന്നതറിഞ്ഞിട്ടാകാം അവളിറങ്ങി വന്നത്. അവൾക്ക് വിവാഹ പ്രായം ആയിരിക്കുന്നു. ആ ചിന്തകൾ അമ്മായിയെ ഏറെ അലട്ടുന്നുണ്ട്.

"നിനക്കിന്ന് പോകണ്ടായിരുന്നോ?"

"അവധി തീർന്നിട്ടില്ല."

അവൾ പഠിക്കാൻ മിടുക്കിയാണെന്ന് അമ്മായി എപ്പോഴും പറയാറുണ്ട്.

"പഠിപ്പിക്കാൻ പോകുന്നില്ലേ?"

"പോകാറുണ്ട്. ഇന്നും പോയിരുന്നു." അടുത്തുള്ള പാരലൽ കോളേജിൽ അവൾ പഠിപ്പിക്കാൻ പോകുന്നുണ്ട്. പാലുവള്ളിയിൽ ഒരു പാരലൽ കോളേജ് മാത്രമേ ഉണ്ടായിരുന്നുള്ളു. അക്ഷര. പൂർവ്വകാലത്ത് അവനും അക്ഷരയിലെ വിദ്യാർത്ഥിതന്നെയായിരുന്നു.

"കാപ്പിയെടുക്കാം." അവൾ അടുക്കളയിലേക്ക് നടന്നു.

"അവളെക്കുറിച്ചോർക്കുമ്പഴാ വെഷമം." ഒരു നെടുനിശ്വാസത്തോടെ അമ്മായി പറഞ്ഞു.

"അവൾ പഠിക്കുന്നതല്ലേയുള്ളു. അതൊക്കെ കഴിയട്ടെ." സമാധാനിപ്പിക്കാനെന്നോണം പറഞ്ഞു.

മുറ്റത്ത് കൊഴുപ്പോടെ പൂത്തുനില്ക്കുന്ന റോസാച്ചെടികളുടെ ചുവട്ടിൽ മുട്ടത്തോട് പൊട്ടിച്ചിട്ടിരിക്കുന്നു. ഒപ്പം തേയിലക്കൊത്തും. റോസയ്ക്ക് ഇഷ്ടപ്പെട്ട ആഹാരം അതൊക്കെയാണെന്ന് അനുപമ ഒരിക്കൽ പറഞ്ഞത് ഓർമ്മയിൽ വന്നു.

"മുന്തിരി പഴുത്ത് തുടങ്ങിയോ..?" കട്ടൻചായ നീട്ടി അനുപമ ചോദിച്ചു. അവൻ ചിരിച്ചു. അമ്മായിയും.

"നീയങ്ങോട്ട് വാ, കുറേയെണ്ണം അടർത്തിവച്ചിട്ടുണ്ട്."

ആനമുന്തിരി അവൾക്ക് വലിയ ഇഷ്ടമാണ്. വല്ലപ്പോഴും അവളത് അടർത്തിക്കൊണ്ട് പോകാറുമുണ്ട്.

കട്ടൻകാപ്പി കുടിച്ചുകഴിഞ്ഞ് യാത്ര പറഞ്ഞിറങ്ങി. നേരം ഇരുളാൻ തുടങ്ങിയിരിക്കുന്നു. മീന്മുട്ടി ഉമാമഹേശ്വര ക്ഷേത്രത്തിൽനിന്നും മന്ത്രോച്ചാരണങ്ങൾ ഒഴുകിയെത്തുന്നുണ്ട്. കറുത്ത തുള്ളികൾ നിർത്താതെ പെയ്തുതുടങ്ങിയ ഇടവഴിയിലൂടെ നടന്നു.

പാലുവള്ളി സ്കൂളിലാണ് അവൻ പഠിച്ചത്. നാലുമുതൽ ഏഴാം ക്ലാസുവരെ. സ്കൂൾ അസംബ്ലിയിൽ അന്ന് വാർത്ത വായിക്കുന്ന പതിവുണ്ടായിരുന്നു. പ്രതിജ്ഞയ്ക്ക് ശേഷം. പ്രതിജ്ഞ സനീഷ്കുമാറാണ് ചൊല്ലിക്കൊടുത്തിരുന്നത്. വാർത്തകൾ വായിച്ചിരുന്നത് അവനായിരുന്നു. അന്ന് റേഡിയോയിൽ പതിവായി വാർത്തകൾ വായിച്ചിരുന്നത് രാമചന്ദ്രനും പ്രതാപനും ആയിരുന്നു. അതിപ്പോഴും മറന്നുപോകാത്തതിൽ അത്ഭുതം തോന്നി.

ആൻസിയെക്കുറിച്ചോർത്ത് നടന്നു. അനിർവ്വചനീയമായ ഒരാനന്ദം ഓർമ്മകൾക്കുള്ളിൽ നിറഞ്ഞിരിക്കുന്നു. ഉള്ളിൽ തിരമാലകൾ ഇളകിമറയുന്നു. ചിന്തകളിൽ അവളുടെ മുഖം മാത്രം അവശേഷിച്ച് നില്ക്കുന്നു. അമ്മയോട് പറയേണ്ടതുണ്ടോ? വേണ്ട അതിന്റെ ആവശ്യമില്ല. സമയമെത്തുമ്പോഴാകാം.

വീട്ടിലേക്ക് കയറാതെ വായനശാല ലക്ഷ്യമാക്കി നടന്നു. ചതുരംഗം തുടങ്ങിയിട്ട് ഒരുപാട് നേരമായിക്കാണും ഒന്നിലും ശ്രദ്ധ പതിപ്പിക്കാൻ കഴിയില്ലായെന്നു തോന്നി. ആൻസിയുടെ മുഖം നിറഞ്ഞുനില്ക്കുന്നത് കൊണ്ടാകാം. അവളുടെ വീടിനുമുൻവശത്തായി വൈദ്യുതവെളിച്ചം ചിരിച്ചുനില്ക്കുന്നു. വെളിച്ചത്തിൽ ബോഗൻ വില്ലകളും സൂര്യകാന്തികളും പതിവിലും മനോഹരങ്ങളായി തോന്നി. വീട്ടിലാരെയും കാണാനുണ്ടായിരുന്നില്ല. വായനശാലയിൽ വൈശാഖേട്ടനും സ്ഥാനം പിടിച്ചിട്ടുണ്ടായിരുന്നു. എല്ലാപേരും ചതുരംഗത്തിൽ ലയിച്ചിരുന്നു. വായനശാലയിൽ ആർക്കും സുകുമാരൻ മാഷിനെ തോല്പിക്കാൻ കഴിഞ്ഞിട്ടില്ല. തോല്വി ഉറപ്പുള്ളതുകൊണ്ടാവാം മറ്റാരുംതന്നെ മാഷിനോട് പൊരുതാൻ അധികം താല്പര്യപ്പെടാത്തതും. മാഷിന്റെ പതിവായുള്ള ഇര പീടികക്കാരൻ ജോർജ് തന്നെയായിരിക്കും. കേവലമൊരു കാഴ്ചക്കാരനായി മാത്രമിരുന്നു. ചതുരംഗത്തിനും കരുക്കൾക്കും മുകളിലായി ആൻസിയുടെ ചിത്രം അവശേഷിച്ചുനിന്നു.

രാവിലെ തെക്കൻതോട്ടിലെ കുളികഴിഞ്ഞ് പാറപ്പുറത്തിരുന്നു. വേണു കുളിക്കാൻ തയ്യാറെടുക്കുന്നതേയുള്ളു. ആ കർമ്മം നിർവ്വഹിക്കാൻ അവന് ഒരുപാട് സമയത്തിന്റെ ആവശ്യമില്ല. രണ്ട് തവണ മാത്രം മുങ്ങി നിവരുമ്പോൾ അവന്റെ കുളികഴിയുമായിരുന്നു. പതിവുതന്നെ ആവർത്തിച്ച് തലതോർത്തി. ഇളംവെയിൽ വലിയ ആഞ്ഞിലിമരച്ചില്ലകൾക്കിടയിലൂടെ അരിച്ചിറങ്ങി തെക്കൻതോട്ടിലേക്ക് വീഴുന്നു. വല്ലാത്തൊരു സുഖം. വേണു അവനരികിലായിരുന്ന് ഒരു സിഗരറ്റിന് തീ പിടിപ്പിച്ചു.

"വേണൂ.."

ചോദ്യഭാവത്തിൽ വേണു അവനെനോക്കി.

"ആൻസി കൊള്ളാം അല്ലേ?"

"കൊള്ളാം പക്ഷേ, നെനക്ക് ചേരില്ല." അവൻ ചിരിച്ചു, വേണുവും.

വായനശാലയിൽ കാണാനായി പിരിഞ്ഞു. കയറ്റംകയറി ഇടവഴിയിലൂടെ നടന്നു. സച്ചിദാനന്ദൻ എത്തിയിട്ടില്ല. അവനും ബിജുക്കുട്ടനുമായി അക ലെയുള്ള ഏതോ ചങ്ങാതിയുടെ വീട്ടിൽ പോയിരിക്കുകയാണ്.

കാപ്പികുടിച്ച് കഴിഞ്ഞ് വരാന്തയിലേക്കിറങ്ങിനിന്നു. താഴേക്ക് നോക്കി. പിൻവാതില്ക്കൽ ആൻസി നില്പുണ്ട്. ചിരിച്ചുകൊണ്ട് അവ ളെനോക്കി കൈ ഉയർത്തിക്കാട്ടി. അവൾ ചിരിച്ചു. അവൾ അവനെ ത്തന്നെ നോക്കിനിന്നു. അവനെമാത്രം.

"ഇന്ന് പോകണ്ടേ?" യെന്ന് ആംഗ്യഭാഷയിൽ അവളോട് ചോദിച്ചു.

"വേണ്ട" അവൾ പറഞ്ഞു.

"ഇങ്ങോട്ട് വരുന്നുണ്ടോ?"

"പിന്നെ വരാം."

"ഞാനങ്ങോട്ട് വരട്ടേ?"

"വേണ്ട."

"ഞാനിപ്പോൾ വരും."

"വരണ്ട."

സമയം പത്ത് കഴിഞ്ഞിരിക്കുന്നു. പുറത്തേക്കിറങ്ങി കറുത്ത പാത യിലൂടെ നടന്നു. അത് ഊഹിച്ചിട്ടാകാം ആൻസി പുറത്തേക്കിറങ്ങി വന്നു. സൂര്യകാന്തികളോട് ചേർന്നുനിന്ന് അവൾ ചിരിച്ചു. കടലാസുപൂക്കളെ അവൾക്കൊപ്പം കാറ്റും മെല്ലെ തഴുകി.

"എന്നെ വീട്ടിലേക്ക് ക്ഷണിക്കുന്നില്ലേ?" താഴ്ന്ന ശബ്ദത്തിൽ അവ ളോട് ചോദിച്ചു.

"വന്നോ." അവൾ വിളിച്ചു.

അകത്തേക്ക് കടന്നു.

"പഠനമൊക്കെ എങ്ങനെയുണ്ട്?"

"നന്നായി പോണുണ്ട്."

അവളുടെ മുഖത്തേക്ക് നോക്കി.

"ചായയെടുക്കട്ടെ."

"വേണ്ട ആൻസി, ചായ കുടിക്കാറില്ല."

"പിന്നെ..?"

"കട്ടൻ ചായ, അതാണിഷ്ടം."

"എന്നാൽ അതുണ്ടാക്കാം." അവൾ ആതിഥ്യമര്യാദ അറിയിച്ചു.

"വേണ്ട." സ്നേഹത്തോടെ നിരസിച്ചു.

"ഞാനൊരു അതിഥി മാത്രമാണോ..?"

അവളുടെ മിഴികളിലേക്ക് നോക്കി. അവയിൽ നാണം ഇതൾ വിടർത്തുന്നു. ആ കണ്ണുകൾ എന്തോ മന്ത്രിക്കുന്നുണ്ട്. എന്താണത്?

"ആൻസിയുടെ മുറിയേതാണ്?" അവൾ ഇടതുവശത്തെ മുറികാ ണിച്ചുകൊടുത്തു.

"കയറിക്കോട്ടെ?"

സമ്മതഭാവത്തിൽ അവൾ മാറിനിന്നു.

അകത്തേക്ക് കയറി. മേശമേൽ പുസ്തകങ്ങൾ ഭംഗിയായി അടുക്കിവച്ചിരിക്കുന്നു. വെറുതെ ഒരു നോട്ടുബുക്കെടുത്ത് പേജുകൾ മറിച്ചു. നല്ല വടിവൊത്ത കൈയക്ഷരങ്ങളാണ് അവളുടേത്. ഒരു നിമിഷം അസൂയ തോന്നി. അവന്റെ അക്ഷരങ്ങൾക്ക് വൃത്തിപോരാ. പിന്നീട് വായിക്കുമ്പോൾ അവനുതന്നെ ബുദ്ധിമുട്ട് തോന്നാറുണ്ട്. പരീക്ഷാ പേപ്പറുകൾ നോക്കിയ അദ്ധ്യാപകരുടെ അവസ്ഥ എന്തായിരുന്നോ..?

"ഞാൻ ഈ മുറിയിൽ കയറിയിട്ടുണ്ട്." തിരിഞ്ഞ് അവളെ നോക്കി.

"എപ്പഴാ..." അവൾ അതിശയിച്ചു.

"മുമ്പിവിടെ താമസിച്ചിരുന്നവർ എന്റെ നല്ല പരിചയക്കാരായിരുന്നു."

അത്ഭുതം അകന്നുപോയ അവൾ ചിരിച്ചു. ആ ചിരി കാണാൻ എന്തൊരഴകാണ്. കവിളിലെ കറുത്ത മറുക് ഏറെ മാറ്റുകൂട്ടുന്നു.

"അടുത്തേക്ക് വാ." അവൻ വിളിച്ചു.

"വേണ്ട." നാണത്തോടെ അവൾ ചിരിച്ചുനിന്നു.

"വാ.." അവൻ കൈകൾ നീട്ടി.

അവൾ അവനരികിലേക്ക് ചെന്നു. അവൻ അവളെ അവന്റെ ഹൃദയത്തോട് ചേർത്തുനിർത്തി. അവൾ അവനോട് ചേർന്നുനിന്നു.

"എന്നെ വിവാഹം കഴിക്കില്ലേ?" അവളുടെ ശബ്ദം വല്ലാതെ നേർത്തിരുന്നു. അവൻ അവളുടെ കറുത്ത മറുകുള്ള കവിളിൽ തഴുകി.

"വേണ്ടേ?"

"വേണം."

"ചെയ്തിരിക്കും." അവന്റെ സ്വരത്തിലെ നിശ്ചയദാർഢ്യം അവളെ അവനുമായി കൂടുതൽ അടുപ്പിച്ചു. അവനവളെ ഇറുകെപ്പുണർന്നു. അവളുടെ ചുണ്ടുകളിൽ അമർത്തി ചുംബിച്ചു.

"ഇതെന്റെ ആദ്യത്തെ ചുംബനം." അവളുടെ കാതുകളിൽ മെല്ലെ മന്ത്രിച്ചു.

"ഞാനാദ്യമായിട്ടാണ് ഒരു പെൺകുട്ടിയെ ചുംബിക്കുന്നത്."

അവൾ ചിരിച്ചു. അവളിൽ സ്നേഹവും പ്രണയവും നിറഞ്ഞിരിക്കുന്നു.

"ഞാൻ പോട്ടെ."

ശരിയെന്നവൾ തലയാട്ടി. അവളുടെ വിറയാർന്ന ചുണ്ടുകൾ പിന്നെയും ദാഹിക്കുന്നില്ലേ? എന്തിനൊക്കെയോ..?

കാലം ശരവേഗതയിൽ പായുകയാണെന്ന് തോന്നി, എത്ര പെട്ടെന്നാണ് രാവുകളും പകലുകളും കൊഴിഞ്ഞുപോകുന്നത്? എങ്കിലും അവയെല്ലാം പൂർവ്വകാലങ്ങളെക്കാളേറെ രസനിമിഷങ്ങളിൽ കൂടിയാണെന്ന് തോന്നിയിരുന്നു. പ്രതീക്ഷകളുടെ ചിറകുകൾക്ക് കരുത്താർജ്ജിച്ചിരിക്കുന്നു. രാത്രികാലങ്ങളിൽ ഉറക്കത്തെ ശല്യംചെയ്തുകൊണ്ട് അവൾ

കടന്നുവരുന്നു. നിറങ്ങളും സുഗന്ധവും കരഗതമാക്കിയ നാളെകൾ ചുറ്റിനും വട്ടംകൂടിപ്പറക്കുന്നു.

അന്ന് ഞായറാഴ്ചയായിരുന്നു. പള്ളിയിൽനിന്നും സ്തുതിഗീതങ്ങൾ ഒഴുകിയെത്തുന്നുണ്ട്. ആൻസി പള്ളിയിൽ പോയിട്ടുണ്ടാകും. മടങ്ങിയെത്തിയാലുടൻ പിൻവാതില്ക്കലവൾ പ്രത്യക്ഷയാകും. അതായിരുന്നു പതിവും.

ആനമുന്തിരിയുടെ ചുവട്ടിൽനിന്നു. കായകൾ വിളഞ്ഞുനില്പുണ്ട്. അടർത്തിയെടുക്കണം. അനുപമ വരുമ്പോൾ കുറേ അവളെടുത്തുപോകും.

സാധാരണയായി സീസണിലാണ് ആനമുന്തിരികൾ കായ്ക്കുക. അവനത് പലയിടത്തും കണ്ടിരുന്നു. ഇതിലെപ്പോഴും കായ്കളുണ്ടാകും. ചിലപ്പോൾ അത്തരം വിശേഷപ്പെട്ട ഇനങ്ങളുണ്ടായിരിക്കും. അവിടേക്ക് താമസത്തിനെത്തിയ നാളുകളിലൊന്നിൽ പാലോട് കാർഷികമേളയിൽ നിന്നും വാങ്ങിയതാണ്. അന്നത് ഒരു ചെറിയ ചെടി മാത്രമായിരുന്നു. വളമിട്ട് നനച്ച് പരിപാലിച്ചെടുക്കുകയായിരുന്നു. പേരമരം അവനെത്തിയ സമയത്തിനുംമുന്നേ അവിടുണ്ടായിരുന്നു.

താഴേക്കുനോക്കി. വീടിന്റെ പിൻവാതില്ക്കൽ ആൻസി പ്രത്യക്ഷയായി. അവൾ ചുവന്ന വസ്ത്രങ്ങൾ ധരിച്ചിരിക്കുന്നു. ആംഗ്യം കാണിച്ച് അവളെ വീട്ടിലേക്ക് ക്ഷണിച്ചു. ചുവന്ന വസ്ത്രങ്ങളാണ് അവൾക്ക് കൂടുതൽ ചേരുന്നത്. അതിലവൾ ഏറെ സുന്ദരിയെന്ന് പലപ്പോഴും അവന് തോന്നിയിരുന്നു.

അവളെത്തിയപ്പോൾ എങ്ങോ പതുങ്ങിയിരുന്ന കാറ്റ് മെല്ലെ വീശാൻ തുടങ്ങിയിരുന്നു.

"വാ." അവളെ വീട്ടിലേക്ക് ക്ഷണിച്ചു.

"ആരെങ്കിലും കണ്ടാൽ..." അവളുടെ ശബ്ദത്തിൽ ഭയമുണ്ട്.

"കണ്ടാലെന്ത്? നീ എനിക്കുള്ളതല്ലേ?"

അവൻ അവളെ നെഞ്ചോട് ചേർത്തുനിർത്തി അവളുടെ കവിളുകളിൽ ചുംബിച്ചു. കൈകൾ അവന്റെ കഴുത്തിന് പിന്നിലേക്കിട്ട് മാറോടടക്കി അവൻ അവളോട് ചേർന്നുനിന്നു.

"പള്ളിയിൽ പോയി എന്ത് പ്രാർത്ഥിച്ചു?"

"നമ്മളാഗ്രഹിക്കുന്നത് പോലൊക്കെ നടക്കണേയെന്ന്."

"എന്ത്?"

"എന്താണെന്നറിയില്ലേ?" അവൾ ചിരിച്ചു.

"നടക്കും ആത്തു." അവൻ പറഞ്ഞു.

"അങ്ങനെയേ നടക്കൂ."

"ആത്തുവോ?" അത്ഭുതത്തോടെ അവൾ ചോദിച്ചു.

"അതാര്?"

"ആത്തു നല്ല പേരല്ലേ?"

"പേര് കൊള്ളാം പക്ഷേ..?"

"ഞാനിന്നലെ സ്വപ്നത്തിൽ നിന്നെ വിളിച്ചത് ആ പേരായിരുന്നു."

അതുകേട്ട് അവൾ അവനെ ഇറുകെ പുണർന്നുനിന്നു.

"അങ്ങനെ വിളിക്കുന്നത് ഇഷ്ടമല്ലേ?" അവളുടെ മിഴികളിലേക്ക് നോക്കി. അവയുടെ ആഴങ്ങളിലേക്ക്. അവ മന്ത്രിക്കുന്നുണ്ട്..

"ഇഷ്ടംതന്നെ. ഒരുപാടിഷ്ടം."

പ്രണയപൂർവ്വം അവളുടെ കവിളിൽ തഴുകി. കവിളിലെ കറുത്ത മറുകിൽ ചുംബനം നല്കി.

"വിവാഹം കഴിഞ്ഞാൽ ഞാൻ പള്ളിയിൽ പോകണ്ടല്ലേ?"

അവൾ അവനെ അവിശ്വസിക്കുന്നുണ്ടോ? അവനെ അവൾ മനസ്സിലാക്കിയിട്ടില്ലെന്നാണോ.? അവൻ ഉറക്കെ ചിരിച്ചു.

"ചിരിച്ചതെന്തിന്?"

"പോകണം ആത്തു." അവളെ ദേഹത്തോട് അമർത്തി പറഞ്ഞു.

"ഞാനൊരു വിശ്വാസി ആയിരിക്കില്ല. പക്ഷേ, ആത്തുവിന്റെ വിശ്വാസങ്ങളെ ഞാൻ ബഹുമാനിക്കുന്നു."

അവൾ മെല്ലെ ചിരിച്ചു. ആ മിഴികളിൽ അവനോടുള്ള പ്രണയവും വിശ്വാസവും നനവായി പടർന്നിരിക്കുന്നു. അവൻ അവളുടെ മുഖത്തേക്ക് വീണുകിടന്ന അളകങ്ങളെ വകഞ്ഞുമാറ്റി അവളുടെ ചുണ്ടുകളിൽ ചുംബിച്ചു. അവളുടെ കാതുകളിൽ മെല്ലെ ചോദിച്ചു.

"ആത്തു എന്നെ എത്രത്തോളം സ്നേഹിക്കുന്നുണ്ട്.?"

"എന്നു ചോദിച്ചാൽ ഈ ലോകത്തിൽ വലുതെന്താണ്?"ലോകത്തിൽ വലുത്..? വെളിച്ചമോ..? അതോ ഇരുട്ടോ..?

"കടൽ" അവൻ പറഞ്ഞു.

"ആ കടലിനെക്കാളും കൂടുതൽ."

അവന്റെ ആലിംഗനത്തിന്റെ ശക്തി കൂടുമ്പോഴൊക്കെ അവൾ അറിഞ്ഞിട്ടുണ്ടാകാം അവളോട് അവന് അടങ്ങാത്ത പ്രണയം.

"കൂടുതൽ..?"

"ങും. കൂടുതൽ. ഒരുപാട്, അതിനുമൊക്കെ ഒരുപാടങ്ങ് അപ്പുറം."

അന്നേരം അവളുടെ സ്വരം വല്ലാതെ ചിലമ്പിച്ചിരുന്നു. അവളുടെ കണ്ണുകളിൽ അവനോടുള്ള തീവ്രമായ പ്രണയം അവൻ കണ്ടു. ചുവന്ന വസ്ത്രങ്ങൾക്കുള്ളിൽ നിറഞ്ഞുനില്ക്കുന്ന അവളെ അവൻ ഹൃദയത്തിലേക്ക് ചേർത്തുനിർത്തി. അവളുടെ വിറയാർന്ന ചുണ്ടുകളിൽ ചുംബിച്ചു. അപ്പോഴവൾക്ക് വെള്ള നിറമായിരുന്നു. ചെമ്പകങ്ങളുടെ സുഗന്ധവും.

അവൻ അവളെ ഭാവനകളുടെ അത്ഭുതങ്ങൾ നിറഞ്ഞ ലോകത്തേക്ക് കൂട്ടിക്കൊണ്ടുപോയി. അവിടം പുഷ്പങ്ങളാൽ നിറഞ്ഞിരുന്നു. വർണ്ണങ്ങളണിഞ്ഞ സ്വപ്നങ്ങളും നനുത്ത മഞ്ഞും പെയ്തിരുന്നു. അവിടെ ശലഭങ്ങൾ പറക്കുന്നുണ്ടായിരുന്നു. അവിടെവച്ച് അവൻ അവളുമായി പ്രണയം പങ്കിട്ടെടുത്തു.

അവൻ അവളെ അനിർവ്വചനീയങ്ങളായ അനുഭൂതികളുടെ പുതിയൊരു ലോകത്തേക്ക് കൂട്ടിക്കൊണ്ടുപോയി. അവനവൾക്ക് മായികമായ രതിമന്ത്രത്തിന്റെ അക്ഷരവരികൾ ഓതിക്കൊടുത്തു. അവളിൽനിന്നുയർന്ന സീൽക്കാര ശബ്ദത്തെ ഒരു ചുംബനം കൊണ്ടവൻ പൊതിഞ്ഞെടുത്തു.

നിശ്ശബ്ദങ്ങളായ നിമിഷങ്ങൾ അടർന്നുവീണുകൊണ്ടേയിരുന്നു. സുഖാലിംഗനങ്ങളുടെ അവിസ്മരണീയ നിമിഷങ്ങൾ. മായികാനുഭൂതികളുടെ ആഴങ്ങളിലേക്കൂളിയിട്ടിറങ്ങിയ അനശ്വര മുഹൂർത്തങ്ങൾ.

നീലനിറമുള്ള ശയ്യയിൽ എഴുന്നേറ്റിരുന്നവൾ ചോദിച്ചു.

"എന്നെ കെട്ടുമല്ലോ, അല്ലേ?"

"അതിന് സംശയമെന്ത് ആത്തു..?" അവളുടെ വസ്ത്രങ്ങൾ യഥാസ്ഥാനത്താക്കി അവൻ ചോദിച്ചു. അവന്റെ ശബ്ദത്തിന്റെ ഭാരം അവളുടെ മിഴികളിൽ അവൻ ദർശിച്ചു. അവയ്ക്കുള്ളിൽ അവനോടുള്ള വിശ്വാസവും, അടങ്ങാതെ നില്ക്കുന്ന പ്രണയവും തളം കെട്ടിയിരിക്കുന്നു.

"സത്യം." അവളെ ചേർത്തുപിടിച്ച് അവൻ പറഞ്ഞു.

"ആത്തുവിന്റെ ദൈവവും, എന്റെ ദൈവവുംകൂടി നേരിട്ടുവന്നെതിർത്താലും അത് നടന്നിരിക്കും. എന്റെ വാക്കുകളെക്കാൾ വലിയ സത്യം എനിക്കില്ല."

അവളുടെ നെറ്റിയിൽ ചുംബിച്ചു. അവൾ അവനോട് ചേർന്നുനിന്നു. ജനാലയ്ക്കലെ കർട്ടനകറ്റി. കാറ്റ് വാകമരച്ചില്ലകളുമായി പ്രണയം പങ്കുവയ്ക്കുന്നു. ചുവന്ന പുഷ്പങ്ങൾ ഇക്കിളിപൂണ്ട് നില്ക്കുന്നു.

"ആത്തു..."

"ങും"

"നേരമേറെയായി, പോകുന്നില്ലേ?"

കുറച്ച് നിമിഷങ്ങളുടെ നിശ്ശബ്ദതയ്ക്ക് ശേഷം അവൾ ചോദിച്ചു.

"പോയില്ലെങ്കിലോ..?"

"പോകണ്ട, ഇവിടെ നിന്നോ.." അതുകേട്ട് അവൾ ചിരിച്ചു.

"ഞാൻ പോട്ടെ.." ആ വാക്കുകളിൽ നിറഞ്ഞ പ്രണയവും ത്യാഗവും അവൻ തിരിച്ചറിഞ്ഞു. നടന്നുമറയുന്ന അവളെയും നോക്കിനിന്നു. (അവന്റെ ഡയറിക്കുറിപ്പുകളിൽനിന്നും) ഞാൻ ആൻസിയെ (ആത്തു) പ്രണയിക്കുന്നു. അല്ല പ്രണയിച്ചുപോയി. പ്രണയം.. മനുഷ്യനിന്നേവരെ അനുഭവിച്ചിട്ടുള്ളതിലും, പാടിയിട്ടുള്ളതിലും, ചിന്തിച്ചിട്ടുള്ളതിനുമെല്ലാം മുകളിലുള്ള അവർണ്ണനീയാനുഭൂതി.

അഗ്നിവാതങ്ങളിൽ വിണ്ടുണങ്ങിപ്പോയ മണ്ണിന്റെ ആത്മാവിന്റെ ആഴങ്ങളിലേക്ക് കനിവായ് പെയ്തിറങ്ങിയ തണുത്ത മേഘങ്ങളാണ് എന്റെ പ്രണയം. അതിരുകളില്ലാത്ത ആകാശത്തിന്റെ ഉന്നതങ്ങളിലെങ്ങുനിന്നോ താഴേക്ക് വർഷിച്ച ഒരായിരം നക്ഷത്രത്തുള്ളികളാകുന്നു

എനിക്കെന്റെ പ്രണയം. അഭയമാണീ പ്രണയം. അനശ്വരമായിരിക്കും എന്റെ പ്രണയം.

അച്ഛന്റെ അമ്മ മരിച്ചുപോയതിന്റെ ആണ്ടായിരുന്നു. ആരോ പറഞ്ഞ് അറിഞ്ഞതാണ്. അച്ഛനും അമ്മയും തമ്മിൽ പിരിഞ്ഞതിന് ശേഷം അച്ഛനും അവനും തമ്മിൽ മിണ്ടാറില്ലായിരുന്നു. എതിരെ കണ്ടാലും മുഖത്തോട് മുഖം നോക്കാതെ നടന്നകലുകയായിരുന്നു പതിവ്.

അച്ഛന്റെ അമ്മയ്ക്ക് അവനോട് അതിയായ വാത്സല്യമായിരുന്നു. മരിച്ചുപോയെങ്കിലും അവരിൽനിന്നും നുകർന്ന സ്നേഹത്തിന്റെ കുളിരാർന്ന ഓർമ്മകൾ അവനിലിപ്പോഴും അവശേഷിക്കുന്നുണ്ട്. ആ ഓർമ്മകളെ അവനിപ്പോഴും ഓമനിക്കാറുണ്ട്.

ചോനൻവിളയിൽനിന്നും തെക്കൻതോട്ടിലേക്ക് തിരിയുന്ന ചെമ്മൺ പാതയ്ക്കിരുപുറവും ഇപ്പോഴും അവന്റെ അച്ഛന്റെ പേരിലുള്ള പുരയിടം തന്നെയാണ്. ഒരുപാട് സമ്പത്തുണ്ട്. അതിൽനിന്നും കുറച്ച് മാത്രം മതിയാകുമായിരുന്നു അവന്റെ പ്രശ്നങ്ങൾക്കെല്ലാം ശാശ്വതമായ തീർപ്പ് കല്പിക്കുവാൻ. മഞ്ഞുകാലത്തിന്റെ ആഗമനം അറിയിപ്പെന്നോണം റബ്ബർകാടുകൾക്കുള്ളിൽ ഇലകൾ പൊഴിഞ്ഞിറങ്ങുന്നുണ്ടാകും. പറങ്കിമാവുകളും ഞാറയും നല്ല കായ്ഫലം കൊടുക്കുന്നുണ്ട്. ശീമപ്പിലാവ് ഇപ്പോഴും കായ്ക്കുന്നുണ്ടാവുമോ?.

കുഞ്ഞുന്നാളിൽ അവൻ നട്ട പ്ലാവിൻതൈകൾ ഇപ്പോൾ വലിയ വൃക്ഷങ്ങളായി മാറിയിരിക്കുന്നു. ഇടയ്ക്ക് അവനത് കണ്ടിരുന്നു. അതിലൊന്ന് വരിക്കയാണെന്ന് ആരോ പറഞ്ഞുകേട്ടു. കിണറ്റിന്റെ കരയിൽ ഇപ്പോഴും കപ്പമാവുണ്ട്. കാടുപിടിച്ച് കിടക്കുന്ന അടുക്കുചെമ്പരത്തികളും പൂത്തുനില്ക്കുന്ന തുളസിച്ചെടികളുമുണ്ട്. ചെമ്പരത്തികൾ അവൻ തന്നെ നട്ടതായിരുന്നു. അതിന്റെ തായ്ത്തടിക്ക് ഇപ്പോൾ നല്ല കനം വച്ചിരിക്കുന്നു.

ബാല്യത്തിന്റെയും കൗമാരത്തിന്റെയും പകുതിയോളം അവിടെത്തന്നെ ആയിരുന്നു. ഒരുപാട് ഓർമ്മകൾ അവിടെ ഉറങ്ങിക്കിടപ്പുണ്ട്. ഒരുപാട് സ്വപ്നങ്ങൾക്ക് ചിതയൊരുക്കപ്പെട്ടതും അവിടെവച്ചായിരുന്നു. നഷ്ടങ്ങളുടെ തുടക്കം അവിടെനിന്നും ആയിരുന്നു. അവന്റെ സന്തോഷവും ദുഃഖവും സ്വപ്നങ്ങളും അലിഞ്ഞുചേർന്ന മണ്ണാണത്. അവിടത്തെ കറുത്തമണ്ണിന് ഉപ്പിന്റെ ചുവയാണ്. കണ്ണുനീരിന്റെ ഉപ്പുരസം.

ചോനൻവിളയിൽ താമസിക്കുമ്പോഴാണ് ബ്രാം സ്റ്റോക്കറുടെ *ഡ്രാക്കുള* ആദ്യമായി വായിക്കുന്നത്. അന്ന് എട്ടാംതരത്തിൽ പഠിക്കുന്നതേ ഉണ്ടായിരുന്നുള്ളു. രാത്രിയിലാണ് വായന. രണ്ടുമൂന്ന് ദിവസം കൊണ്ട് വായിച്ചുതീർത്തു. ഉറക്കത്തിലെപ്പോഴോ ഞെട്ടിയുണർന്നു. ദേഹത്ത് മണ്ണ് കൊഴിഞ്ഞുവീണതാണ്. അവന്റെ മനസ്സിൽ നീളമുള്ള, രക്തം മണക്കുന്ന ദംഷ്ട്രകളുമായി ചുവരിലൂടെ അവനരികിലേക്ക് ഇഴഞ്ഞെത്തിയ ഡ്രാക്കുള പ്രഭുവിന്റെ ചിത്രമായിരുന്നു.

ടോർച്ച് തെളിച്ച് സമയംനോക്കി. കൃത്യം പന്ത്രണ്ട് മണി. അന്നത്തെ ഉറക്കം ഡ്രാക്കുള അപഹരിച്ചുകൊണ്ട് പോവുകയായിരുന്നു. ഇന്ന് അതോർക്കുമ്പോൾ ചിരിക്കാൻ തോന്നാറുണ്ട്. പില്ക്കാലങ്ങളിൽ എത്രയോ തവണ ഡ്രാക്കുളയുമായി ആശയവിനിമയം നടത്തിയിരിക്കുന്നു.

ബാല്യം പകുതിയിൽ കൂടുതലും ചാരുപാറയിലായിരുന്നു. വിനോദും ജലജയും അജയനുമൊക്കെ കളിത്തോഴരായി ഉണ്ടായിരുന്ന ചാരുപാറ. വീടിന്റെ താഴെ തോട്ടിന്റെ കരകളിലായി മലർന്നുകിടക്കുന്ന വയലേലകൾക്കിടയിലെ വരമ്പുകളിലൂടെ അവനന്ന് ഓടിക്കളിച്ചിരുന്നു. തോട്ടിൻ കരയിലെ പാറകൾക്കുമുകളിൽ ചൂണ്ടൽച്ചരടും പിടിച്ച് നിധി സ്വപ്നം കണ്ട് തപസ്സുചെയ്തവർക്കടുത്തായി, കണ്ണുകളിൽ ആകാംക്ഷ നിറച്ചുവച്ച് ക്ഷമയോടെ കാത്തിരുന്നു. മണലയവും ചേന്നൻപാറയും ചായവും വലിയ വേങ്കാട് സ്കൂളുമൊക്കെ ഇന്നും മനസ്സിനുള്ളിൽ പച്ച പിടിച്ചു നില്ക്കുന്ന ഓർമ്മകൾതന്നെ. സ്കൂൾ മുറ്റത്തായി വലിയൊരു പിലാവ് മരം ഉണ്ടായിരുന്നു. ഒരു നെല്ലി മരവും.

പച്ചക്കട്ടകളാൽ കെട്ടിയ ഓലമേഞ്ഞ വീടും ചാണകം മെഴുകിയ കറുത്ത തറയും ഒരിക്കലും ഉള്ളിൽനിന്നും മാഞ്ഞുപോവുകയില്ല തന്നെ. കറുത്ത തറയിൽ കുഴിയാനകൾ വിസ്മയക്കൂടാരം തീർത്തിരുന്നു.

അവിടെ വച്ച് അച്ഛന്റെ അമ്മ അവന് കടലിനെ കാണിച്ചുകൊടുത്തു.

"ചെവികൾ അടച്ചുപിടിച്ചാൽ കടലിന്റെ ശബ്ദം കേൾക്കാം." അന്നാദ്യമായി അവൻ കടലിനെ കണ്ടു. ആർത്തലച്ച് മറിയുന്ന കൂറ്റൻ തിരമാലകളെ കണ്ടു. അതിന്റെ ഭയപ്പെടുത്തുന്ന ഹുങ്കാര ശബ്ദം ശ്രവിച്ചു. അവൻ അന്നുകണ്ട കടലിന് ചുവപ്പ് നിറമായിരുന്നു. ആകാശത്തിന്റെ അതിർത്തിയോളം ഉയരുന്ന തിരമാലകളും.

അവൻ നേരിട്ടുകണ്ട കടലിന് നീലനിറമായിരുന്നു. ചെറിയ തിരമാലകളും. അവനാ കടലിൽ നീന്തി. തിരകൾക്കും അപ്പുറം പോയി.

അവൻ ആത്തുവിനെ ചാരുപാറയിലെ അവന്റെ ബാല്യത്തെ കാണിച്ചുകൊടുത്തു. വാക്കുകൾകൊണ്ട് അവൻ തീർത്ത ചിത്രങ്ങളിലൂടെ അവളത് കണ്ടു. ചെവികൾ അടച്ചുപിടിച്ച് കടലിന്റെ ശബ്ദംകേട്ടു. ശേഷം അത്ഭുതത്തോടെ തരിച്ചുനിന്നു. അവൾ ചിരിച്ചു.

"ശരിക്കും കടലിന്റെ ശബ്ദംതന്നെ." അവനോട് ചേർന്നുനിന്ന് അവൾ മന്ത്രിച്ചു.

അവൾ അവനോട് ചേർന്നുനിന്നു. അവളുടെ സാമീപ്യം ശരീരത്തിലും ഭാവനകളിലും അഗ്നിയായി ആളുന്നില്ലേ?. അവളും അതാശിക്കുന്നുണ്ടാകാം. അവളിലേക്ക് പെയ്തിറങ്ങിയ അവന്റെ കൈകൾ അവൾ പിടിച്ചുമാറ്റി അവളുടെ അരക്കെട്ടിനുചുറ്റും കെട്ടി. അവന്റെ കഴുത്തിനു ചുറ്റും കൈകളിട്ട് ദേഹത്തോട് ചേർന്നുനിന്ന് ചിലമ്പിച്ച സ്വരത്തിൽ അവന്റെ ചെവികളിൽ അവൾ മന്ത്രിച്ചു.

"കുറേനേരം നമുക്കിങ്ങനെ നില്ക്കാം."

അവനവളെ ഇറുകെപ്പുണർന്നു. ആലിംഗനങ്ങളുടെ ശക്തി കൂടുമ്പോഴൊക്കെ അവന്റെ പ്രണയത്തിന്റെ തീക്ഷ്ണത അവൾ തിരിച്ചറിഞ്ഞിട്ടുണ്ടാകും.

"ജീവിതകാലം മുഴുവനും ഇങ്ങനെ നില്ക്കാനായെങ്കിൽ."

അവളെ ആ വാക്കുകളിലൂടെ അവൻ തിരിച്ചറിയുന്നു.

"നിന്നോളു ആത്തു. ഒരു ജന്മം മുഴുവനും." അവൻ അവളുടെ മുഖം പിടിച്ചുയർത്തി അവളുടെ ചുണ്ടുകളിലും നെറ്റിയിലും ചുംബിച്ചു.

"അച്ഛനും അമ്മയും ഇന്നലെ പറയുന്നതുകേട്ടു." താഴ്ന്ന ശബ്ദത്തിൽ അവൾ പറഞ്ഞു.

"എന്ത്?"

"നല്ലൊരു ചെറുപ്പക്കാരൻ. ഒരു ജോലികൂടി കിട്ടിയിരുന്നെങ്കില്..?"

"കിട്ടിയിരുന്നെങ്കിൽ.."

"അത്രേയുള്ളു." അവൾ ചിരിച്ചു. പെട്ടെന്നുതന്നെ ഏതോ ദുഃസ്വപ്നം കണ്ടുണർന്നതുപോലെ അവളുടെ മുഖം വിളറി. അതവനിൽ ആകുലതകൾ സൃഷ്ടിക്കുന്നു. അശാന്തത വിഷംപോലെ പടർന്ന് കയറുന്നുവോ..? ചോദ്യഭാവത്തിൽ അവളെ നോക്കി.

"നമ്മളാഗ്രഹിക്കുന്നപോലൊന്നും നടന്നില്ലെങ്കിൽ എന്തുചെയ്യും..?"

സ്വപ്നങ്ങൾക്ക് വിപരീതങ്ങളായിരിക്കും യാഥാർത്ഥ്യങ്ങളെന്ന് അവൾ ഭയപ്പെടുന്നുണ്ടോ? അതിന്റെ ആവശ്യകതയെന്ത്?

"അങ്ങനെയൊരു ചിന്തയുടെ ആവശ്യമേയില്ല ആത്തു..." അവൻ പറഞ്ഞു.

"നമ്മളാഗ്രഹിക്കുന്നതുതന്നെ നടന്നിരിക്കും. അതേ നടക്കൂ."

അപ്പോഴവൾക്ക് ഇളംമഞ്ഞ നിറമായിരുന്നു. നിലാവിന്റെ ഗന്ധവും.

പിറ്റേദിവസം അനുപമ വീട്ടിൽ വന്നിരുന്നു, അവളോടൊപ്പം ആൻസിയും.. അനുപമയും ആൻസിയും സഹപാഠികളായിരുന്നു. അടുത്ത കൂട്ടുകാരികളും. അവനത് അപ്പോഴാണ് അറിയുന്നത്.

അനുപമ അമ്മയോട് സംസാരിക്കുമ്പോൾ ആത്തുവിനെ അരികിലേക്ക് വിളിച്ചു.

"നീ അവളോട് പറഞ്ഞോ..?"

"എന്ത്?"

"നമ്മുടെ കാര്യം."

"പറഞ്ഞു, അതിനെന്താ?"

"ഒന്നുമില്ല, എങ്കിലും."

"അവളെന്റെ ഏറ്റവുമടുത്ത കൂട്ടുകാരിയാണ്."

അവൻ ആരുംകാണാതെ അവളെ കെട്ടിപ്പിടിച്ചു. അവൾ കുതറി മാറി.

"അപ്പുറത്ത് ആളൊണ്ട്."

എങ്കിലും അവളെ ചേർത്തുനിർത്തി ചുണ്ടുകളിൽ ചുംബനം നല്കി.

അമ്മ ഉള്ളതിനാലാകാം അവൾ അനുപമയോടും അമ്മയോടും യാത്ര പറഞ്ഞു പെട്ടെന്നുതന്നെ വീട്ടിലേക്കുപോയത്.

ആനമുന്തിരികൾ അനുപമയ്ക്ക് കൊടുക്കാനായി കരുതിവച്ചിരുന്നു. പഴുത്തപ്പോൾ അത് കുറേയെണ്ണം ആത്തുവിന് കൊടുത്തിരുന്നു. പിന്നെ കൂട്ടുകാരും എടുത്തുപോയി. മൂപ്പെത്തിയതുനോക്കി കുറെയെണ്ണം അടർത്തിയെടുത്തു. അത് അനുപമയ്ക്ക് നല്കി. "ആത്തുവിന് കൊടുക്കണില്ലേ?" അമ്മ കേൾക്കാതെ അവൾ ചോദിച്ചു.

"ഞാൻ കൊടുത്തോളാം." ചിരിച്ചുകൊണ്ട് പറഞ്ഞു. ആത്തു എല്ലാം ഇവളോട് പറഞ്ഞു കാണുമോ? തെല്ലൊരു ജാള്യതതോന്നി. ഇല്ല അതിനുള്ള വഴിയില്ല.

"ആത്തു നല്ല പേര്, ഈ പേര് എങ്ങനൊപ്പിച്ചു?" മറുപടി പറയാതെ ചിരിച്ചു.

"അവൾ നന്നായി പാടും."

"അതെയോ?" അതവന്റെ ആദ്യത്തെ അറിവായിരുന്നു.

"അവള് പറഞ്ഞില്ലേ?"

"ഇല്ല."

"ഇനി പറയുമായിരിക്കും." അവളുടെ ചിരിയിൽ കുസൃതിയുണ്ടായിരുന്നു.

"അമ്മായിയെ തെരക്കിയതായി പറഞ്ഞേക്ക്." ശരിയെന്നവൾ തലയാട്ടി. അനുപമ മടങ്ങിയപ്പോൾ അവളെയോർത്ത് നെടുവീർപ്പിട്ടു. അവളെ സഹായിക്കണമെന്നുണ്ട്. രാധമ്മായിക്ക് അതൊരു ആശ്വാസമായേനെ. പക്ഷേ, അവന്റെ കൈകൾക്കുള്ളിൽ ശൂന്യത മാത്രം അവശേഷിച്ചിരുന്നു.

വെയിൽ തണുത്ത് തുടങ്ങിയിരിക്കുന്നു. വേഷംമാറി കറുത്ത പാതയിലേക്കിറങ്ങുമ്പോൾ ബോഗൻ വില്ലകളെ താലോലിച്ചുകൊണ്ട് ആത്തു നില്പുണ്ട്. അവൾക്കരികിലേക്ക് ചെന്നു. അവൾ ചിരിച്ചു. ആ ചിരിക്ക് മാറ്റ് കുറവാണെന്ന് അവനുതോന്നി.

"എന്തേ, ഒരു വിഷമം?"

"ഒന്നുമില്ല, തോന്നിയതാവും." അവൾ മുഖം കുനിച്ചു.

"പറയ് ആത്തു. എന്താ?"

"അനുപമ മുറപ്പെണ്ണാണ്, അല്ലേ?"

"അതിനെന്താ?"

അവൾ നിശ്ശബ്ദയായി അവനെ നോക്കിനിന്നു. അവളുടെ കണ്ണുകൾ നനഞ്ഞിരുന്നു. "അവളൊരു പാവംപെണ്ണാ. ഒരു മുറപ്പെണ്ണായല്ല ഞാനവളെ കാണുന്നത്."

"അറിയാം." അവൾ ചിരിച്ചു. "അവളെന്നോട് പറഞ്ഞു."

"പിന്നെന്തിന് വിഷമിച്ച് നിന്നത്?"

"വെറുതെ."

"എന്നിൽനിന്ന് അതറിയണമെന്ന് തോന്നി. അല്ലേ?"

ലേശം ജാള്യതയോടെ അവൾ ചിരിച്ചു. ആശങ്കകൾ അകന്നുപോയിരിക്കുന്നു. മങ്ങിപ്പോയ നിറങ്ങൾക്ക് ജീവൻവച്ചു.

"ആത്തു നന്നായി പാടുമെന്ന് അനുപമ പറഞ്ഞു."

"വെറുതെ."

"എന്നോടത് പറയാത്തതെന്തേ?"

"പറയാനായി മാത്രം അത്രയ്ക്കൊന്നുമില്ല."

"എനിക്കൊരു പാട്ട് പാടിത്തരില്ലേ?"

"കല്യാണം കഴിയട്ടെ."

"പാടിത്തരും?"

"എത്ര വേണേലും."

തെല്ലൊരു നിശ്ശബ്ദതയ്ക്കുശേഷം അവൻ ചോദിച്ചു.

"ഞാൻ വീട്ടിലേക്ക് വരട്ടെ?" അവളുടെ യൗവനത്തിലേക്ക് ഗൂഢമായി കണ്ണുകളെയ്ത് അവൻ ചോദിച്ചു. അതുകണ്ടിട്ടാകാം അവൾ കൃത്രിമ ഗൗരവം നടിച്ചുനിന്നു.

"വേണ്ടാ."

"അതെന്തേ?"

"അമ്മ ഇപ്പോഴെത്തും അതുകൊണ്ടാ.." ചിരിച്ചുകൊണ്ട് അവൾ വീട്ടിലേക്കോടിപ്പോയി.

ആത്തുവിന്റെ പ്രണയം എല്ലാ അർത്ഥത്തിലും അവനെ ആശ്വസിപ്പിക്കാൻ പര്യാപ്തം തന്നെയായിരുന്നു. വേദനിപ്പിച്ചുകൊണ്ടിരുന്ന ഭൂതരാജാക്കന്മാരും അവ്യക്തങ്ങളായി മാത്രം അവസാനിച്ചിരുന്ന വരുംകാലചിന്തകളും അവനിൽനിന്നും രക്ഷപ്രാപിച്ചിരുന്നു. അവൻ അതിലേറെ ആനന്ദിച്ചിരുന്നു.

അന്നൊരു വെള്ളിയാഴ്ചയായിരുന്നു. പകലിനെ കീഴടക്കിയെത്തുന്ന സന്ധ്യയെ ശപിച്ച് അക്ഷമനായി അവൻ കാത്തിരിക്കുകയായിരുന്നു. അവൾക്കും മുകളിലായി ആധിപത്യം സ്ഥാപിച്ചുകൊണ്ടെത്തുന്ന രാത്രിക്കായി അവന്റെ അന്തരംഗം തരിച്ചുനിന്നു. രാത്രിക്ക് കനമേറെ ആയിരിക്കുന്നു. വെളിച്ചവും ഇരുളും ഇണചേർന്നുകിടക്കുന്ന ആനമുന്തിരിക്കരികിലൂടെ താഴേക്ക് മിഴികളെ നട്ടുവച്ചു. ക്ഷമകെടുത്തിക്കൊണ്ടെത്തിയ ഒരു നൂറ് നിമിഷങ്ങൾക്കൊടുവിൽ വീടിനുപിന്നിൽ കത്തിനിന്ന വെളിച്ചം മരിച്ചുവീണിരിക്കുന്നു. ആ ഇരുട്ടിനുള്ളിൽ ഏകാകിയായി അവൾ അവനെയും കാത്ത് നില്ക്കയാവും. അവന്റെ കാലുകൾ നിയന്ത്രണാതീതമായി അവൾക്കകരികിലേക്ക് പറന്നുവോ?

"ആത്തു" അവളെ ചേർത്തുപിടിച്ച് അവൻ വിളിച്ചു.

"അച്ഛനും അമ്മയും അകത്തൊണ്ട്." അവൾ ഭയം കലർന്ന ശബ്ദത്തിൽ രഹസ്യമായി മന്ത്രിച്ചു.

"പേടിക്കേണ്ട ആത്തു, ഞാനില്ലേ?" അതെ അടുക്കൽ നില്ക്കുന്നത് അവൻ തന്നെയാണെങ്കിൽ അവൾ ഭയക്കുന്നതെന്തിന്?

അതവളെ ആശ്വസിപ്പിച്ചുവോ? അവളുടെ ശരീരത്തിൽ അവന്റെ കൈകൾ സർപ്പസ്വഭാവികളായി. അവളുടെ കവിളുകളിലും ചുണ്ടുകളിലും അവൻ ദീർഘമായി ചുംബിച്ചു. എല്ലാത്തിനും സാക്ഷി നിശമാത്രമായിരുന്നു. വിളഞ്ഞ് പാകമെത്തിയ നിശീഥിനി മാത്രം. അങ്ങകലെ നിലാവ് ഉദയംചെയ്യാൻ വട്ടംകൂട്ടുന്നുവോ?

അടുത്തടുത്തുവരുന്ന കാല്പെരുമാറ്റം. തൊണ്ടയനക്കുന്ന ശബ്ദം. കനത്ത നിശ്ശബ്ദത മാത്രം. തീവ്രതയിലേക്കെത്തുവാൻ വെമ്പൽപൂണ്ട വികാരങ്ങൾ മരിച്ചുവീണ് തണുത്തുറഞ്ഞിരിക്കുന്നു. മൂകതമാത്രം നിറഞ്ഞ ആ നിമിഷങ്ങളിലും അവളെ അവൻ നെഞ്ചോട് ചേർത്തുവച്ചിരുന്നു. ഒടുവിൽ ആശ്വാസത്തോടെ തിരിച്ചറിയുന്നു അകന്ന് അലിഞ്ഞില്ലാതായിത്തീർന്ന കാല്പെരുമാറ്റ ശബ്ദങ്ങൾ.

അന്ന് രാത്രിയിൽ അവനേറെ അസ്വസ്ഥചിത്തനായി കഴിച്ചുകൂട്ടി. ഉറക്കം എന്നേക്കുമായി വിട്ടകന്ന് എങ്ങോ മറഞ്ഞതായിത്തോന്നി. നേരം പുലർന്നപ്പോൾ വേണുവിനായ് കാത്തുനിന്നു. വേണുവിനോട് ഇന്നലെ സുഖമില്ലായെന്നു കളവുപറഞ്ഞ് ഒഴിഞ്ഞുമാറുകയായിരുന്നു. അപ്രകാരം ചെയ്യേണ്ടിയിരുന്നില്ലായെന്ന് ആരോ മന്ത്രിക്കുന്നു.

വേണുവിനോട് കാര്യം പറഞ്ഞു.

"നിന്റെ തീരുമാനമെന്താ?" ഒരു സിഗരറ്റിന് തീ കൊളുത്തി വേണു ചോദിച്ചു.

"നിനക്കറിയാമല്ലോ, തീരുമാനം ഉറച്ചതുമാത്രം." അതെ. അവന്റെ തീരുമാനം ഉറച്ചതുതന്നെ. അതിനി മാറുകയില്ല. ഒരിക്കലും.

"പിന്നെന്ത്? അവരുടെ സംശയമകറ്റണം."

അത് തന്നെയാണ് ശരിയും പോംവഴിയും ഉറപ്പിച്ചു.

ആത്തുവിന്റെ വീട്ടിൽ പോയി സംസാരിക്കും. തീരുമാനത്തിൽ മാറ്റമില്ലതന്നെ.

കട്ടൻകാപ്പിയും കുടിച്ച് ആത്തുവിനെനോക്കി. പിൻവാതില്ക്കൽ അവൾ അവനെയും നോക്കി നില്പുണ്ടോ. ഇല്ല. അവിടെയെങ്ങാനും അവളെ കാണാനുണ്ടായിരുന്നില്ല. അതവനെ ഏറെ ചിന്താകുലനാക്കി തീർക്കുന്നുണ്ട്.

"നീ ഒന്നും കഴിക്കുന്നില്ലേ?" മേശമേൽ കൊണ്ടുവച്ച പ്രഭാതഭക്ഷണം അനാഥമായിരിക്കുന്നതുകണ്ട് അമ്മ ചോദിച്ചു. വിശപ്പ് എന്നന്നേക്കുമായി കെട്ടടങ്ങിയതുപോലെ തോന്നി.

"കഴിക്കാം. കുറച്ച് കഴിഞ്ഞോട്ടെ."

പുറത്തേക്കിറങ്ങി, ആത്തുവിന്റെ വീട്ടിലേക്ക് നടന്നു. മുൻവശത്തെ വാതിൽ തുറന്നുകിടപ്പുണ്ട്. അവളുടെ അച്ഛനോ അമ്മയോ അവിടുണ്ടാകുമെന്ന് മനസ്സ് പറയുന്നു. ഉണ്ടാകും അത് സ്വാഭാവികംമാത്രം. അവൻ

ചെല്ലുന്നതുകണ്ടിട്ടാകാം, അവളുടെ അമ്മ ഉമ്മറത്തെത്തി. അവരുടെ മിഴികളിൽ ആശങ്കയും ദുഃഖവും തളംകെട്ടിയിരിക്കുന്നു.

"കയറി വാ..." ഇടറുന്ന ശബ്ദത്തിൽ ആ സ്ത്രീ ക്ഷണിച്ചു. ഉമ്മറത്തേക്കു കയറി.

"ഇരിക്ക്."

ചുവരിലേക്ക് ചാരിക്കിടന്ന പ്ലാസ്റ്റിക് കസേരമേലിരുന്നു. അകത്തേക്കു നോക്കി. ആത്തു അവളുടെ മുറിയുടെ വാതില്ക്കൽ പ്രത്യക്ഷപ്പെട്ടു. അവൾ കരഞ്ഞിട്ടുണ്ടെന്നു മുഖം വ്യക്തമാക്കുന്നു. അവളിൽ ദൈന്യതയുണ്ടോ? വിശ്വാസക്കുറവുണ്ടോ?. അവനെ അവിശ്വസിക്കുന്നുണ്ടോ അവൾ?

"ഇന്ന് കടയിൽ പോയില്ലേ?" ആത്തുവിന്റെ അമ്മയോട് ചോദിച്ചു.

"ഇല്ല." അതുംപറഞ്ഞ് അവനെനോക്കി. ആ മുഖത്ത് നിശ്ശബ്ദമായ ഒരുപാട് ചോദ്യങ്ങൾ ബാക്കിയിരുന്നു. അവയെല്ലാം അവനുനേരെ മൂർച്ചയോടെ നീളുന്നുണ്ടോ? അവനെ വിചാരണനടത്തി തെറ്റുകാരനെന്ന് വിധിച്ച് വധിക്കുവാൻ അവ വിറപൂണ്ട് നില്ക്കുന്നുണ്ടോ.

"ഞാൻ വന്നത് ആൻസിയെ പ്രണയിക്കുന്നു എന്ന് പറയാനല്ല."

അവന്റെ ശബ്ദത്തിന് ഏത് പ്രതിബന്ധത്തെയും പൊട്ടിച്ചെറിയുന്നതിനുള്ള കരുത്തുണ്ടായിരുന്നു.

"ഞാനവളെ വിവാഹം ചെയ്തിരിക്കും. ഇത് എന്റെ തീരുമാനമാണ്?" ആ സ്ത്രീയുടെ കണ്ണുകൾ നിറയുന്നത് അവൻ കണ്ടു. ആത്തുവിനെ അവൻ നോക്കി. അവളുടെ ആശങ്കകൾ അകന്നുപോയിരിക്കുന്നു. അവൾ ചിരിച്ചു. അവനോടുള്ള വിധേയത്വം അവളിൽ അവൻ ദർശിച്ചു.

"നെനക്ക് ചായ എടുക്കട്ടെ." എഴുന്നേറ്റ് ചിരിച്ചുകൊണ്ട് ആ സ്ത്രീ ചോദിച്ചു.

"വേണ്ട ഞാനിപ്പോൾ കഴിച്ചതേയുള്ളൂ." അവൻ ആത്തുവിന്റെ ശരീരത്തിന്റെ നിമ്നോന്നതങ്ങളിലേക്ക് അർത്ഥഗർഭമായി നോക്കി. ചിരിച്ചുകൊണ്ട് നിഷേധാർത്ഥത്തിൽ അവൾ ശിരസ്സിളക്കി.

പുറത്ത് വെയിൽ കനത്തുതുടങ്ങിയിട്ടില്ല. യാത്രപറഞ്ഞ് കറുത്ത പാതയിലേക്ക് ഇറങ്ങിനടന്നു. പ്രണയത്തിന്റെ ആദ്യ മൂകസാക്ഷികളായ വാകമരങ്ങൾക്ക് ചുവട്ടിലെത്തിയപ്പോൾ തിരിഞ്ഞുനോക്കി. സൂര്യകാന്തികൾക്കരികിൽനിന്ന് അവൾ അവനെത്തന്നെ നോക്കിനില്ക്കുന്നു. അവൻ കൈ വീശിക്കാണിച്ചു. അവളും. അവൾ ചിരിച്ചു.

തെക്കൻപാലത്തിനരികിലെത്തിയപ്പോൾ പതിവുപോലെ കൃഷ്ണേട്ടൻ കാലികളെ മേയ്ക്കുന്നുണ്ട്. പാലത്തിന്റെ കൈവരിപ്പുറത്തിരുന്ന കൃഷ്ണേട്ടൻ ചിരിച്ചുകൊണ്ട് അടുത്തുവന്നു.

"കൊറെ ദെവസങ്ങളായി കണ്ടിറ്റ്." ഒരു ബീഡിയെടുത്ത് സ്നേഹത്തോടെ നീട്ടി അയാൾ ക്ഷേമമമാരാഞ്ഞു.

കൃഷ്ണേട്ടനോട് അവനെല്ലാം പറയാറുണ്ട്. ആത്തുവിന്റെ കാര്യം അവൻ അയാളോട് പറഞ്ഞു. എല്ലാം കേട്ടശേഷം എന്തോ ആലോചിച്ചെന്ന മട്ടിൽ കുറേനേരം അയാൾ നിശ്ശബ്ദനായിരുന്നു.

"നീ അവളെത്തന്നെ വിവാഹം കഴിക്കൂലേ?"

"തീർച്ചയായും."

"ചതിക്കരുത്."

"ചതിക്കാനോ..? കൃഷ്ണേട്ടന് എന്നെ അറിയില്ലേ?"

"പറഞ്ഞന്നേയുള്ളു. ഇല്ലെങ്കിൽ ജീവിതത്തില് പിന്നൊരിക്കലും മനസ്സമാധാനം ഒണ്ടാകത്തില്ല." അത്രയും പറഞ്ഞ് അയാൾ അകലെയെവിടെയോ നോക്കിയിരുന്നു.

കൃഷ്ണേട്ടനിതെന്തുപറ്റി? അയാൾ അവനെ അവിശ്വസിക്കുന്നുവോ?

വെറുതെ തോന്നിയതാകും. ജീവിതം കൂടുതൽ കണ്ടെന്ന നിലയിലുള്ള ഉപദേശം മാത്രമായിരിക്കാം. അത്രേയുള്ളു.

"അനുപമയും അവളും ഒന്നിച്ചാണ് പഠിക്കുന്നത്. രണ്ടുപേരും അടുത്ത കൂട്ടുകാരികളും."

"അവള് വീട്ടിൽ വരാറില്ലേ?"

"വന്നു. കഴിഞ്ഞ ദിവസവും വന്നിരുന്നു."

"രാധയ്ക്കോ.."

"സുഖംതന്നെ, അല്ലാതെന്തു പറയാൻ."

അല്ലെങ്കിൽത്തന്നെ അത്തരമൊരു ചോദ്യത്തിനും ഉത്തരത്തിനും എന്താണ് പ്രസക്തി? അത് കേവലം ആചാരവാക്കുകൾ മാത്രം. ഈ ലോകത്തിൽ ഏറ്റവും കൂടുതൽ പറഞ്ഞിട്ടുള്ള കള്ളമാണത്.

"സുഖംതന്നെ."

"അവൾക്ക് കോടിയെടുക്കണില്ലേ?"

"അതിന് ഇപ്പോഴെന്ത് പ്രത്യേകത?"

"പ്രേമം തലയ്ക്ക് പിടിച്ചാല് ദെവസോം, മാസോംമൊക്കെ മറക്കുമായിരിക്കും അല്ലേ?" അയാൾ ചിരിച്ചു.

"ആയിരിക്കാം." പിന്നെ ഓർത്തെടുത്തു.

"ക്രിസ്മസ് അടുത്തല്ലേ?"

അതെയെന്നു ചിരിച്ചുകൊണ്ട് അയാൾ. പുകച്ചുതീർത്ത ബീഡിയുടെ അവശിഷ്ടം തോട്ടിലേക്കെറിഞ്ഞു. കൊതിയോടെ കൂട്ടമായി എത്തിയ മത്സ്യങ്ങൾ ജാള്യതയോടെ വെള്ളത്തിനടിയിലേക്ക് ഊളിയിട്ടു. തോട്ടിൽ ഐര മത്സ്യങ്ങൾ ധാരാളമായി വിഹരിക്കുന്നുണ്ട്. പുറത്ത് കറുത്ത വരകളുള്ള കുഞ്ഞൻ മത്സ്യങ്ങളാണവ. അടിത്തട്ടിലെ കല്ലിലും മണലിലും ഇഴഞ്ഞ് സഞ്ചരിക്കും. സ്ത്രീകൾ ലാമി ഉപയോഗിച്ച് ഇവയെ പിടിച്ചെടുക്കാറുണ്ട്. മണലുൾപ്പെടെ കോരിയെടുക്കും. ശേഷമാണ് മത്സ്യങ്ങളെ വേർ തിരിച്ചെടുക്കുക.

"നെനക്കിന്ന് ഫാക്ടറീല് പോണ്ടേ?" അയാൾ നിശ്ശബ്ദതയെ ഭംഗപ്പെടുത്തി.

"പറയാൻ മറന്നു, ഇന്ന് വൈകുന്നേരം ഒരു യാത്രയുണ്ട്. കോഴിക്കോട്ടേക്ക്."

"എന്താ വിശേഷിച്ച്?"

"ഒരു മത്സരപ്പരീക്ഷ."

"കൂട്ടുകാരില്ലേ?"

"എല്ലാപേരും."

"ഇതില് ജയിക്ക്വോ.." അയാളുടെ ചോദ്യത്തിൽ പ്രതീക്ഷകളുണ്ട്. മറുപടി പറയാതെ ചിരിച്ചു. കൃഷ്ണേട്ടനോട് യാത്രപറഞ്ഞ് പിരിഞ്ഞു.

പറഞ്ഞുറപ്പിച്ച സമയത്തു തന്നെ എല്ലാവരും തയ്യാറായി എത്തിയിരുന്നു. സച്ചിദാനന്ദന്റെയും വേണുവിന്റെയും ആഹ്ലാദം, പോകുന്നത് വിനോദയാത്രയ്ക്കാണോ എന്നുള്ള ചോദ്യം മറ്റുള്ളവരിൽ ജനിപ്പിക്കുമോയെന്ന് ശങ്കിച്ചു.

കോഴിക്കോട് റെയിൽവേ സ്റ്റേഷനിൽനിന്നും ഇരുപത്തിയഞ്ച് കിലോമീറ്ററോളം പോകണമായിരുന്നു അവന്റെ പരീക്ഷാ സെന്ററിലേക്ക്. സാംകുട്ടിയോട് തെരക്കി നേരത്തെതന്നെ എല്ലാം അറിഞ്ഞുവച്ചിരുന്നു. പരീക്ഷ എളുപ്പമായിരുന്നു. അവനുമാത്രമല്ല, മറ്റുള്ളവർക്കും. വായനശാലയിൽ വൈകുന്നേരങ്ങളിൽ നടത്തിയ പഠനം ഉപയോഗപ്പെട്ടിരിക്കുന്നു. കൂട്ടുകാരെല്ലാം ഒപ്പമുള്ളതുകൊണ്ടാകാം. പരീക്ഷയുടെ സമ്മർദ്ദങ്ങളേതുമില്ലാതെ ഒരു ഉല്ലാസയാത്രയുടെ അനുഭവമാണ് അവനുണ്ടായത്.

കോഴിക്കോടുനിന്നും തിരിക്കുന്നതിന് മുമ്പായി സാംകുട്ടിയെ ചെന്നു കണ്ടിരുന്നു. അവൻ ഒരു ഹോട്ടൽ മുറിയിലാണ് താമസം, ജോലി തരക്കേടില്ലാതെ പോവുകയാണത്രേ. ഒരു വീട് വാടകയ്ക്ക് എടുക്കണമെന്നും, മുറപ്പെണ്ണിനെ വിളിച്ചുകൊണ്ട് പോകണമെന്നും അവൻ പറയുകയുണ്ടായി. മുറപ്പെണ്ണുമായി പ്രണയത്തിലാണ്. ആർക്കും എതിർപ്പൊന്നും ഇല്ല. നാട്ടിലേക്ക് മടങ്ങാൻ സാംകുട്ടിയും ഒപ്പം കൂടിയിരുന്നു. ഇനി ക്രിസ്മസും പുതുവർഷാഘോഷങ്ങളും കഴിഞ്ഞായിരിക്കും മടക്കം.

യാത്ര ട്രെയിനിലായതിനാൽ ഏറെ ആസ്വാദ്യകരമായി അനുഭവപ്പെട്ടു. ഓടിമറയുന്ന കാഴ്ചകളെയും നോക്കിയിരുന്നു. അത് വല്ലാത്തൊരനുഭവംതന്നെ. കള്ളിപ്പാറയിലെ വാകമരങ്ങൾക്കിടയിലൂടെ നടന്ന് തെങ്ങിൻതോപ്പിലിരുന്ന് മദ്യപിക്കുന്ന അതേ സുഖം. തെക്കൻതോട്ടിലെ കൽക്കെട്ടിനും മുകളിലിരുന്ന് ചൂണ്ടലിടുന്ന അതേ പ്രതീതി.

ആത്തുവും അവനുമായുള്ള പ്രണയത്തെക്കുറിച്ച് സാംകുട്ടി ചോദിച്ചറിഞ്ഞു. അവനത് ആവേശത്തോടും, അല്പം അഹന്തയോടും പറഞ്ഞുകേൾപ്പിച്ചു. അതോർത്ത് ചിരിച്ചു.

വീട്ടിലെത്തുമ്പോൾ അനുപമയും രാധമ്മായിയും വീട്ടിലുണ്ടായിരുന്നു. ബന്ധുക്കളുടെ കൂട്ടത്തിൽ അവനെയും അമ്മയെയും കാണാ

നെത്തുന്നത് വല്ലപ്പോഴുമെങ്കിലും രാധമ്മായിയും അനുപമയും മാത്രമായിരുന്നു. അമ്മ പലപ്പോഴും അതേക്കുറിച്ച് പറയാറുണ്ട്.

"ഇന്ന് അമ്മയ്ക്ക് സംസാരിക്കാൻ ഒരാളായി." അവനത് പറഞ്ഞപ്പോൾ രാധമ്മായി ചിരിച്ചു, അനുപമയും.

ആനമുന്തിരിക്കരികിലൂടെ കണ്ണുകളെ താഴേക്ക് പായിച്ചു. പിൻവശത്തെ വാതില്ക്കൽ അവൾ നില്പുണ്ടോ? ഇല്ല അവളെ അവിടെങ്ങും കാണാനുണ്ടായിരുന്നില്ല. അതുകണ്ടിട്ടാകാം അനുപമ പറഞ്ഞു.

"അവളുടെ ചേച്ചിയൊക്കെ വന്നിട്ടുണ്ട്."

ചെറിയൊരു ഇളിഭ്യതയോടെ അവളെ നോക്കി. അവൾ കുസൃതിയോടെ ചിരിച്ചു. ആത്തുവിന്റെ സഹോദരിയും ഭർത്താവും കുറച്ചകലെയാണ് താമസം. അവർക്ക് ഒരു കുട്ടിയുണ്ട്. ആത്തു അവനോട് പറഞ്ഞിരുന്നു.

കുളിച്ചുകഴിഞ്ഞ് വേഷം മാറിയെത്തിയപ്പോൾ അനുപമ കാപ്പിക്കപ്പ് നീട്ടി.

"നീ കുടിച്ചോ?" കാപ്പിക്കായി കൈനീട്ടുമ്പോൾ ചോദിച്ചു.

"കുടിച്ചു."

കാപ്പി കുടിച്ചുകൊണ്ട് വീണ്ടും താഴേക്കുതന്നെ നോക്കി. അവളെ കാണാനില്ല. അവനെത്തിയത് അറിഞ്ഞില്ലായെന്നുണ്ടോ? യാത്ര ചോദിക്കുമ്പോൾ അവളേറെ ഖിന്നയായിരുന്നു, രണ്ട് മൂന്ന് ദിവസങ്ങൾ കാണാനാകാത്തതിൽ. പിന്നെ നല്ലൊരു കാര്യത്തിനാണല്ലോ എന്നുപറഞ്ഞ് ചിരിക്കുകയായിരുന്നു. എങ്കിലും താല്ക്കാലികമായ വിരഹംപോലും അവളെ ആകുലചിത്തയാക്കുന്നതായി അവനുതോന്നി.

"പരീക്ഷ എങ്ങെനൊണ്ടായിരുന്നു." അനുപമയുടെ ചോദ്യമാണ് ചിന്തയിൽനിന്നും ഉണർത്തിയത്.

"നന്നായിരുന്നു, നല്ല യാത്ര." അതുംപറഞ്ഞ് ചിരിച്ചു. അവളും. ശേഷം പറഞ്ഞു.

"എളുപ്പമായിരുന്നു."

"ഇതില് കിട്ടും..?"

"പ്രതീക്ഷ ഇല്ലാതില്ല."

ബാഗിൽനിന്നും ഒരു പ്ലാസ്റ്റിക് ബാഗെടുത്ത് അവൾക്കായി നീട്ടി.

"ക്രിസ്മസൊക്കെ ആയില്ലേ?"

അവൾ പായ്ക്കറ്റ് പൊട്ടിച്ച് വസ്ത്രമെടുത്ത് ദേഹത്തു വച്ചുനോക്കി. ശേഷം രാധമ്മായിയെ നോക്കി.

"കൊള്ളാം, നെനക്ക് ചേരുന്നൊണ്ട്."

അവൾ ചിരിച്ചു. അതിൽ നനവ് പടർന്നിരുന്നു. ഒരു പെൺകുട്ടിയായ അവൾക്കും ആഗ്രഹമുണ്ടാകും ആരെങ്കിലുമൊക്കെ കോടിയെടുത്ത് കൊടുക്കണമെന്ന്. രാധമ്മായിക്ക് എല്ലായ്പ്പോഴും അതിന് കഴിയുമോ? അവളുടെ പഠനത്തിന്റെ ചെലവും വസ്ത്രം വാങ്ങലും

എല്ലാംകൂടി നടത്തുവാൻ? അതും തയ്യൽ ജോലിയിൽനിന്നും കിട്ടുന്ന തുച്ഛമായ വരുമാനംകൊണ്ട്. വിശേഷ ദിവസങ്ങളാകുമ്പോൾ അമ്മ അക്കാര്യം ഓർമ്മിപ്പിക്കാറുണ്ട്. ഇല്ലെങ്കിലും അവനിതുവരെയും മറന്നുപോയിട്ടില്ല.

രാത്രിക്ക് കനമേറിയിരിക്കുന്നു. ആനമുന്തിരിക്ക് ചുറ്റും വാവലുകൾ കൊതിയോടെ പറന്നെങ്കിലും അവയ്ക്ക് നിരാശരായി മടങ്ങേണ്ടിവന്നു. വലവിരിച്ച് സുരക്ഷിതത്വം തീർത്തിട്ടുണ്ട്. പേരമരത്തിൽ നോക്കി നെടുവീർപ്പിട്ട് അവ പറന്നകന്നുകാണും. പേരയിൽ വിളഞ്ഞ കായ്കൾ തീർന്നിരിക്കുന്നു. അകലെനിന്നും നിലാവ് എത്തിനോക്കുന്നുണ്ട്. ഉടനെ തന്നെ അത് വാകമരങ്ങൾക്ക് മുകളിൽ എത്തിയേക്കാം.

അമ്മയും അമ്മായിയുമായി പഴയ വിശേഷങ്ങളിലേക്ക് പോയിട്ട് നേരമേറെ കഴിഞ്ഞിരുന്നു. തറവാട്ടിൽ അംഗങ്ങളെല്ലാം ഉണ്ടായിരുന്നപ്പോൾ തയ്യാറാക്കിയിരുന്ന സദ്യവട്ടങ്ങളെക്കുറിച്ചാണ് അമ്മായിയപ്പോൾ സംസാരിക്കുന്നത്. അവനത് ഏറെത്തവണ കേട്ടിരിക്കുന്നു. അമ്മയിൽനിന്ന് മാത്രമല്ല, മുത്തശ്ശിയിൽനിന്നും, കൃഷ്ണേട്ടനിൽനിന്നുമൊക്കെ.

“പുസ്തകം എഴുതുകയാണെന്ന് പറഞ്ഞിട്ട്?” അവന്റെ അരികിലിരുന്ന് അനുപമ ചോദിച്ചു.

“എഴുതുന്നുണ്ട്.”

“കഥയെന്താണ്?”

“ഈ നാടുമായി ബന്ധപ്പെട്ട ഒരു കഥ. ഞാനും എന്റെ കൂട്ടുകാരും ഒക്കെയുണ്ടാകും.”

“ഞാനും കാണ്വോ കഥയിൽ..?” അതിന് മറുപടി പറയാതെ അവൻ ചിരിച്ചു. അവൻ അവൾക്ക് അഞ്ചലനാഗത്തിന്റെ കഥ പറഞ്ഞുകൊടുത്തു. അവനത് മുത്തശ്ശി പറഞ്ഞുകൊടുത്തതായിരുന്നു.

“കൊള്ളാം.” കഥ കേട്ടുകഴിഞ്ഞ് അവൾ പറഞ്ഞു.

“ഓർക്കുമ്പോൾ പേടി തോന്നണുണ്ട്.”

“ഒറ്റയ്ക്ക് അങ്ങോട്ടേക്ക് പോകാൻ പലർക്കും പേടിയാ.”

“ആൾക്കാർ ഈ കഥ വിശ്വസിക്കുന്നുണ്ട്, എന്നല്ലേ?”

“അതെ.”

എന്തോ ഓർത്ത് അവൾ സ്വയം മന്ദഹസിച്ചു.

“ഈ കഥ ആത്തുവിന് പറഞ്ഞുകൊടുത്തില്ലേ?”

“ഇതുവരെയില്ല, അവൾക്കും പറഞ്ഞുകൊടുക്കണം.”

അവന്റെ മനസ്സിനുള്ളിൽ മായാതെ നിറഞ്ഞുനില്ക്കുന്ന നന്മയുടെയും വാത്സല്യത്തിന്റെയും ഓർമ്മകളായിരുന്നു മുത്തശ്ശി. ആ ഓർമ്മകൾക്കിന്നും സുഗന്ധമുണ്ട്, നിറങ്ങളും. ബാല്യത്തിൽ അവനാ വൃദ്ധയുടെ മാറിലെ ചൂടുപറ്റി കിടക്കുമായിരുന്നു, വാത്സല്യംകൊണ്ട് തീർത്ത ആ കരവലയത്തിനുള്ളിൽ. അന്ന് മുത്തശ്ശി അവന് അഞ്ചലനാഗത്തിന്റെ

കഥ പറഞ്ഞുകൊടുക്കുകയായിരുന്നു. നാഞ്ചിക്കുന്നിലെ കരിമ്പനകൾക്കിടയിൽ വസിക്കുന്ന അഞ്ചലനാഗത്തിന്റെ കഥ.

പണ്ടൊരിക്കൽ നാഞ്ചിക്കുന്നിൽ വിറക് ശേഖരിക്കാൻ പോയ ആൾക്കാർ പാറയുടെ അടിയിലായി വലിയൊരു മുട്ട കണ്ടു. മുട്ടയ്ക്ക് കറുപ്പ് നിറമായിരുന്നു. പുറന്തോടിന് മുകളിലായി അഞ്ചു സർപ്പത്തലകളുടെ അടയാളമുണ്ടായിരുന്നു. അവർ ഭയന്നു പിന്മാറി. ഒരു മുട്ട മാത്രമേ ഉണ്ടായിരുന്നുള്ളു. അത് വിരിഞ്ഞുണ്ടായതാണ് അഞ്ചലനാഗം.

അവനാരൂപത്തെ മനസ്സിൽ കണ്ടു. കൂറ്റൻ ഉടലുമായി അഞ്ചു തലകളും പത്ത് കണ്ണുകളുമായി നാവ് നീട്ടിനില്ക്കുന്ന അഞ്ചലനാഗത്തെ. അത് അവനെത്തന്നെ നോക്കിനിന്നു. ഭയത്തോടെയും അത്ഭുതത്തോടെയും അവൻ ചോദിച്ചു.

"മുത്തശ്ശി അഞ്ചലനാഗത്തെ കണ്ടുവോ?"

"ഇല്ല മക്കളെ. മുത്തശ്ശിക്കും കേട്ടറിവ് മാത്രം. പക്ഷേ, അത് സത്യമായിരുന്ന്."

മുത്തശ്ശിയുടെ അടുത്തവാക്കുകൾക്കായി അവൻ കാതോർത്ത് കിടന്നു.

"മോനും പറഞ്ഞുകൊടുക്കണം, മോന്റെ മക്കൾക്ക്.. അഞ്ചലനാഗത്തിന്റെ കഥ." അതുകേട്ട് അവൻ നിഷ്കളങ്കതയോടെ ചിരിച്ചു.

കഥ കേട്ടുറങ്ങിയ രാത്രികളിലെല്ലാം അഞ്ചലനാഗത്തെ സ്വപ്നം കണ്ട് ഞെട്ടിയുണർന്നു. വലിയ ശരീരം ചുറ്റിപ്പിണച്ച്, അഞ്ചുതലകളും പത്ത് കണ്ണുകളുമായി, നാവു നുണഞ്ഞ് ശിരസ്സുയർത്തി അവനെത്തന്നെ നോക്കിനില്ക്കുന്ന അഞ്ചലനാഗത്തെ. ഭയമാർന്ന മനസ്സിനെ മുത്തശ്ശിയെ ഏല്പിച്ച് വീണ്ടുമുറങ്ങി. പ്രഭാതങ്ങളിൽ അതോർത്ത് അവൻ ആർത്ത് ചിരിച്ചു. ഭയത്തോടെയും അത്ഭുതത്തോടെയും അവൻ അകലേക്ക് നോക്കിനിന്നു. കൂറ്റൻ കരിമ്പനകൾ നിഴൽവിരിച്ചുനില്ക്കുന്ന നാഞ്ചിക്കുന്നിലേക്ക്. അവിടെ അഞ്ചലനാഗം വസിക്കുന്നുണ്ട്. അവന്റെ ഉള്ളം അന്ന് മന്ത്രിച്ചിരുന്നു.

അവൻ ആത്തുവിന് അഞ്ചലനാഗത്തിന്റെ കഥ പറഞ്ഞുകൊടുത്തു. അത്ഭുതത്തോടെ അവൾ ചോദിച്ചു.

"ഇതൊക്കെ സത്യമായിരുന്നോ..? എപ്പോഴെങ്കിലുമൊക്കെ..?"

"ആത്തു മുടങ്ങാതെ പള്ളിയിൽ പോകാറില്ലേ?"

"പോകാറുണ്ട്."

"ആത്തുവിന്റെ ദൈവം സത്യമാണെന്ന് പറയാനാകുമോ?"

"എന്ന് ചോദിച്ചാൽ അറിയില്ല."

"ആത്തുവിന്റെ മനസ്സിലുള്ള അതേ രൂപമായിരുന്നോ ദൈവത്തിന്?"

"അറിയില്ല." അവൾ പറഞ്ഞു. അവൻ അവൾക്ക് പറഞ്ഞുകൊടുത്തു.

"ഒരിടത്ത് ഒരു രാജാവുണ്ടായിരുന്നു. അദ്ദേഹം ഒരിക്കൽ ആയിരത്തോളം ചിത്രകാരന്മാരെ വിളിപ്പിച്ച് ദൈവത്തിന്റെ ചിത്രം വരയ്ക്കാൻ ആവശ്യപ്പെടുകയായിരുന്നു. രാജാവിന് ഇഷ്ടപ്പെട്ട ചിത്രം അദ്ദേഹം തെരഞ്ഞെടുത്തു. അതാണ് ആത്തുവിന്റെ മനസ്സിലുള്ള ദൈവത്തിന്റെ രൂപം." അവൾ അവിശ്വാസത്തോടെ അവനെ നോക്കിനിന്നു.

"ഞാനീ പറഞ്ഞത് സത്യമാണ്. പക്ഷേ, ആത്തു അങ്ങനെ വിശ്വസിക്കാൻ ഇഷ്ടപ്പെടുന്നുണ്ടോ?"

"ഒരിക്കലുമില്ല."

"അതുപോലെയാണ് അഞ്ചലനാഗവും. മുത്തശ്ശിയുടെ ഓർമ്മകൾ എന്റെ മനസ്സിൽ ഉള്ളിടത്തോളംകാലം ഞാൻ ഇങ്ങനെ വിശ്വസിക്കാൻ ഇഷ്ടപ്പെടുന്നു."

അതെ നാഞ്ചിക്കുന്നിൽ അഞ്ചലനാഗമുണ്ട്. ആരും ഒരിക്കലും കണ്ടിട്ടില്ലെങ്കിലും അഞ്ചലനാഗം നാടിനെ ഭയപ്പെടുത്തിക്കൊണ്ട് ഇപ്പോഴും നാഞ്ചിക്കുന്നിൽ വാഴുന്നുണ്ട്.

പള്ളിയുടെ പടിക്കെട്ടുകളിറങ്ങി വരുന്ന അവളുടെ ചന്തം അവൻ നോക്കിനിന്നു. വിശുദ്ധ വേദപുസ്തകം അവൾ മാറോടടക്കി പിടിച്ചിരുന്നു. ശിരോലങ്കാരമായി പരിലസിച്ച വെളുത്ത ഷാൾ ദേഹത്തേക്ക് താഴ്ത്തിയിട്ടു. അവൾ അത്യധികം സുന്ദരിയായിരിക്കുന്നു. അവൾ അവനെ നോക്കി ചിരിച്ചു.

അവൾ അവനോട് ചേർന്നുനടന്നു. ചുവന്ന വാകപ്പൂവുകൾ നഷ്ടവസന്തം തീർത്തിരിക്കുന്ന കറുത്ത പാതയിലൂടെ, പൂക്കളിൽ ചവിട്ടാതെ നടന്നു. മനോഹരിയായ കള്ളിപ്പാറയുടെ ഹൃദയത്തിന്റെ ഉള്ളിലൂടെ.

അവൾ അവനായി വിശുദ്ധ വേദപുസ്തകത്തിലെ ഉത്തമഗീതത്തിലെ വരികളെ കാണിച്ചുകൊടുത്തു.

"എനിക്കിഷ്ടം ഈ വരികളാണ്. ഇതിനെ ഞാനൊരുപാട് സ്നേഹിക്കുന്നു." അവളുടെ ശബ്ദം പ്രണയത്താൽ ആർദ്രമായിരുന്നു. അവനാ വരികൾ വായിച്ചു.

"എന്റെ പ്രിയൻ എനിക്ക് സ്തനങ്ങളുടെ മദ്ധ്യേ കിടക്കുന്ന മൂറിൻ കെട്ടു പോലെയാകുന്നു. എന്റെ പ്രിയൻ എനിക്ക് ഏൻഗെദി മുന്തിരിത്തോട്ടങ്ങളിലെ മയിലാഞ്ചിപ്പൂക്കുല പോലെ ഇരിക്കുന്നു... എന്റെ പ്രിയനേ നീ സുന്ദരൻ. നീ മനോഹരൻ."

അവനവളെ ഇറുകെ പുണർന്നു.

"ഈ വരികൾക്കൊപ്പം ഞാൻ കൂട്ടിച്ചേർക്കുന്നു. ഞാനെന്നും നിനക്കുമാത്രം സ്വന്തം." അവൾ പറഞ്ഞു.

അവൻ അവളെ അവന്റെ ആത്മാവിനോട് ചേർത്തുപിടിച്ചു. അവളുടെ മുഖത്തേക്ക് അലക്ഷ്യമായി വീണുകിടന്ന മുടിയിഴകളെ വകഞ്ഞു മാറ്റി അവളുടെ കവിളിലും നെറ്റിയിലും ചുംബിച്ചു. അവളുടെ കവിളിലെ കറുത്ത മറുകിൽ വിരൽകൊണ്ട് തഴുകി. അവനവൾക്ക് മായികമായ

രതിമന്ത്രത്തിന്റെ അനശ്വരവരികൾ പകർന്നുകൊടുത്തു.

അവൻ അവളെ തെക്കേക്കൂപ്പിലേക്ക് കൂട്ടിക്കൊണ്ടുപോയി, അവൻ അവൾക്കായി തെക്കൻതോടും തെക്കേക്കൂപ്പിനേയും കാണിച്ചുകൊടുത്തു. തെക്കേക്കൂപ്പിലെ ദൈവങ്ങളെ കാണിച്ചുകൊടുത്തു. അവനവൾക്കായി ചുവപ്പും മഞ്ഞയും വെള്ളയും നിറങ്ങളിൽ പൂത്ത ചെമ്പകങ്ങളെയും പൂത്തുനില്ക്കുന്ന മഞ്ഞനിറമുള്ള താഴകളെയും കാണിച്ചുകൊടുത്തു. ഒരു താഴം പൂവെടുത്ത് അവളുടെ സമൃദ്ധമായ മുടിക്കെട്ടിൽ ചൂടിക്കൊടുത്തു.

അവനവൾക്ക് മഞ്ചാടിപ്പാടങ്ങളും മണ്ണിൽ വീണുറങ്ങുന്ന ചുവന്നുതുടുത്ത ഒരായിരം ചെറിയ സ്വപ്നങ്ങളെയും കാണിച്ചുകൊടുത്തു. അവനവൾക്ക് കൈകളിൽ വർണ്ണച്ചെപ്പുകളേന്തി നൃത്തം ചെയ്യുന്ന കുങ്കുമച്ചെടികളെ കാണിച്ചുകൊടുത്തു. ചെപ്പുതുറന്ന് ഒരുനുള്ള് കുങ്കുമം അവളുടെ നെറുകയിൽ ചാർത്തിക്കൊടുത്തു. അവൻ അവൾക്കായി അവന്റെ ഹൃദയത്തിനെ കാണിച്ചുകൊടുത്തു. അവളവിടെ കണ്ടത് അവളുടെ മുഖം മാത്രമായിരുന്നു.

തെക്കൻതോടിനോടുചേർന്ന് കവുങ്ങിൻ തോപ്പുകൾക്കുമപ്പുറം തരിശുഭൂമിക്കും മുകളിലെ നാഞ്ചിക്കുന്നിനെ കാണിച്ചുകൊടുത്തു. പ്രേതങ്ങളും പിശാചുക്കളും പകൽക്കാലങ്ങളിൽ ഉറങ്ങിക്കിടക്കുകയും, രാവുകളിൽ യഥേഷ്ടം വിഹരിക്കുകയും ചെയ്യുന്ന നാഞ്ചിക്കുന്നിലെ കൂറ്റൻ കരിമ്പനകളെ കാണിച്ചുകൊടുത്തു.

“ഇവിടെ ഭൂതപ്രേതാദികൾ ഉണ്ട്. പിശാചുക്കളുണ്ട്.” അവൻ പറഞ്ഞു.

“എവിടെ?”

“ഈ കരിമ്പനകൾക്ക് മുകളിൽ.”

“സത്യമാണോ?”അവളിൽ ആകാംക്ഷ മുളയ്ക്കുന്നു.

“സത്യം.” അവൻ പറഞ്ഞു.

“പിശാചുക്കൾ നിലാവുള്ള രാത്രികളിൽ പനകളിൽനിന്നും താഴേക്കൊഴുകിയിറങ്ങി ഇവിടെ ഇണചേരാറുണ്ട്. ഞാനത് കണ്ടിട്ടുണ്ട്.”

അവൾ ശബ്ദിക്കാനാവാതെ നിന്നു. അവൻ ചിരിച്ചുകൊണ്ട് പറഞ്ഞു.

“പക്ഷേ, ആത്തുവിന് അതൊരിക്കലും കാണാനാവില്ല.”

അവൻ കരിമ്പനയിൽ ചേർന്നുനിന്ന് അവളെ മാറോട് ചേർത്തുപിടിച്ചു. അവളുടെ ചുണ്ടുകളിൽ ചുംബിച്ചു.

“വേണ്ട ആരെങ്കിലും?” അവൾ ഭയപ്പാടോടെ ചുറ്റിനുംനോക്കി.

“ഇല്ല ആത്തു. നാഞ്ചിക്കുന്ന് എന്റെ മാത്രം സ്വകാര്യത.”

കരിമ്പനകൾക്കും മുകളിലായി ഉറങ്ങിക്കിടന്ന യക്ഷികളും പിശാചുക്കളും ഉണർന്നു. അവനാണെന്നുകണ്ട് അവർ കണ്ണുകളടച്ച് വീണ്ടും ഉറങ്ങാൻ കിടന്നു.

അതൊരു തിങ്കളാഴ്ചയായിരുന്നു. അന്ന് ബിജുക്കുട്ടന്റെ വിവാഹ മായിരുന്നു. അവനും സച്ചിദാനന്ദനും വേണുവും സാംകുട്ടിയുമൊക്കെ പ്രത്യേകിച്ചൊരു വാഹനത്തിലാണ് പോയത്. ഒപ്പം സജിത്തും ദീപു വും പീടിക്കാരനും മാഷും ഉണ്ടായിരുന്നു. സാംകുട്ടി കോഴിക്കോട്ടുനിന്നും രണ്ടുദിവസം മുന്നേ എത്തിയിരുന്നു. വൈശാഖേട്ടൻ കുടുംബസമേതം കാറിൽ എത്തുകയായിരുന്നു.

ചുമതലകളെല്ലാം വൈശാഖേട്ടൻ തന്നെ ഏറ്റെടുത്തു. തോളത്ത് പുതിയൊരു തോർത്തുമുണ്ടും മടക്കിയിട്ട് ഒരു കാരണവരെപ്പോലെ അയാൾ എല്ലായിടത്തും ഓടിനടന്നു. മറ്റുള്ളവർക്ക് നിർദ്ദേശങ്ങൾ നല്കി. അല്ലെങ്കിലും വൈശാഖനെ എല്ലാവരും അക്കാര്യത്തിൽ അംഗീകരിച്ചു കൊടുത്തിട്ടുണ്ട്. എന്തെങ്കിലും ചുമതലകൾ ഏല്പിച്ചാൽ അയാളത് ഭംഗി യായി നിർവ്വഹിച്ചുകൊള്ളും.

വിവാഹശേഷമുള്ള പൂജാദികർമ്മങ്ങൾക്കുള്ള ചെലവ് ബിജുക്കു ട്ടന്റെ വകതന്നെ ആയിരുന്നു. എല്ലാപേരും ഉണ്ടായിരുന്നു. ബിജുക്കു ട്ടന്റെ വിവാഹത്തിന്റെ ആഘോഷമായതിനാലാകാം ഇത്തവണ പീടി ക്കാരനും സുകുമാരൻ മാഷും അവർക്കൊപ്പം കൂടിയത്. വാകമരങ്ങൾക്കി ടയിലൂടെ തെങ്ങിൻതോപ്പിന്റെ വിശാലതയിലേക്ക് കയറി. പൂജകൾക്കി ടയിൽ സാംകുട്ടിയുടെ കോഴിക്കോടൻ വിശേഷങ്ങൾ പുതിയൊരനുഭവം പകർന്നു.

പീടിക്കാരൻ ഒരു പീടിക്ക് തീ കൊടുത്തപ്പോൾ അവനും കൈനീട്ടി. ഒരെണ്ണം കത്തിച്ച് പുക അനന്തതയിലേക്ക് ഊതിയകറ്റി. സമയം വൈകി ത്തുടങ്ങിയപ്പോൾ, പീടിക്കാരനും സുകുമാരൻ മാഷും യാത്ര പറഞ്ഞ് പിരിഞ്ഞു.

അടുത്തുടനെയുള്ളത് സാംകുട്ടിയുടെ വിവാഹമായിരിക്കും. അവൻ മുറപ്പെണ്ണിനെക്കുറിച്ച് വാചാലനായി.

അവളെയുംകൊണ്ട് കോഴിക്കോട് തന്നെ താമസിക്കാനാണ് താല് പര്യം. ജോലിയും കോഴിക്കോട് തന്നെയാണല്ലോ.

“നീയും ഒരുപാടുനാൾ താമസിപ്പിക്കണ്ട” സാംകുട്ടി സ്നേഹ ത്തോടെ അവനെയും ഓർമ്മിപ്പിച്ചു.

“അതിന്റെ ആലോചനയിലാണ്.”

കല്യാണത്തിന് ആത്തുവിനെ കണ്ടില്ല. അവൾ വരാതിരിക്കില്ല. ഒരു പക്ഷേ, തെരക്കായതിനാലാവാം കാണാതെപോയത്. സാംകുട്ടി രണ്ട് ദിവസംകൂടി കാണും. രാത്രി ഏറെ വൈകിയിരുന്നു. രാവിലെ കാണാ നായി എല്ലാവരും പിരിഞ്ഞു.

ഏറെ വൈകിയാണ് ഉണർന്നത്. സാധാരണയായി എഴുന്നേല്ക്കാൻ താമസിച്ചാൽ അമ്മ വിളിക്കുന്നതാണ്. ഇന്ന് വിളിച്ചിരുന്നോ..? കേട്ടതായി ഓർക്കുന്നില്ല. കുളിക്കാൻ പോകുന്ന വഴിക്ക് സച്ചിദാനന്ദനെ വിളിച്ചു. അവൻ എഴുന്നേറ്റിട്ടില്ല. സാംകുട്ടിയും വേണുവും ഉറക്കത്തിലാണ്. വിളി

ച്ചുണർത്താൻ നിന്നില്ല. തെക്കൻതോട്ടിലേക്കിറങ്ങാതെ വേണുവിന്റെ കുളത്തിൽനിന്നും കുളിച്ചു കയറി. കുളത്തിൽ മത്സ്യങ്ങൾ കിടപ്പുണ്ട്. വലിയൊരു ചേറ് അതിലുണ്ടെന്ന് വേണു പറയുകയുണ്ടായി.

കട്ടൻകാപ്പിയും കുടിച്ച് വരാന്തയിലേക്കിറങ്ങി. താഴേക്ക് നോക്കി. ആത്തു വീടിന്റെ പിൻവാതില്ക്കൽ പ്രത്യക്ഷയായി. ആംഗ്യഭാഷയിലൂടെ അവളോട് സംസാരിച്ചു.

"കോളേജിൽ പോകണ്ടേ?"

"ഇന്ന് പോയില്ല."

"കല്യാണത്തിന് വന്നില്ലായിരുന്നോ?"

"വന്നിരുന്നു."

"ഞാൻ കണ്ടില്ല."

"നല്ല തെരക്കായിരുന്നു."

"കാപ്പി കുടിച്ചോ?"

"കുടിച്ചു."

"അമ്മ ഇവിടുണ്ട്. പിന്നെ കാണാം" അവൻ പറഞ്ഞു. അവൾ ചിരിച്ചു. അവനും. കുറച്ച് നിമിഷങ്ങൾ അവളുടെ കണ്ണുകളിലേക്കുതന്നെ നോക്കി നിന്നു. അവൾ പോയപ്പോൾ ചാരുകസേരയിൽ മലർന്നുകിടന്നു. പത്രവാർത്തകളിലൂടെ കണ്ണോടിച്ചു.

"നെനക്ക് കഴിക്കാനെടുക്കട്ടെ?" അമ്മ ചോദിച്ചു. മറുപടി പറയാതെ അവൻ ചിരിച്ചു. അമ്മ ചോദ്യഭാവത്തിൽ നോക്കി.

"ആൻസി കൊള്ളാം, അല്ലേ?"

"അവള് ക്രിസ്ത്യാനിയല്ലേ?"

"അതിനെന്ത്?"

"നിന്റെ ഇഷ്ടം."

അമ്മയുടെ സ്വരത്തിൽ ആശ്ചര്യമോ, ആകാംക്ഷയോ ഒന്നുമില്ലായിരുന്നു. അധികം ചോദ്യങ്ങളുമുണ്ടായില്ല. അതവനെ അത്ഭുതപ്പെടുത്തി. അമ്മയ്ക്ക് ഇക്കാര്യം അറിയാമെന്നുണ്ടോ? അനുപമ പറയുമോ? ഒരിക്കലുമില്ല. പിന്നെ..? ആത്തുവുമായി ആംഗ്യഭാഷയിലൂടെയുള്ള സംഭാഷണം അമ്മ എപ്പോഴെങ്കിലും കണ്ടിട്ടുണ്ടാകുമോ? അറിയില്ല.

"നെനക്ക് കഴിക്കാനെടുത്ത് വെച്ചിട്ടുണ്ട്."

അതും പറഞ്ഞ് അമ്മ പുറത്തേക്കിറങ്ങി. അമ്മയെക്കുറിച്ചോർത്തപ്പോൾ വേദന തോന്നി. എന്നും രാവിലെ തെക്കേക്കൂപ്പിലേക്ക് പോകും. എത്താൻ വൈകും. അമ്മയുടെ കുടുംബ ഓഹരി അവിടെയാണ്. അതിനും മുകളിലായാണ് നാഞ്ചിക്കുന്ന്. താഴെ പുരയിടത്തിൽ നില്ക്കുമ്പോൾ നാഞ്ചിക്കുന്നിലെ കരിമ്പനകൾ വ്യക്തമായിക്കാണാം.

കാപ്പികുടിച്ച് വീണ്ടും ചാരുകസേരയിൽ മലർന്നുകിടന്നു. എപ്പോഴോ മയക്കത്തിലേക്ക് വീണു. സ്വപ്നത്തിൽ ആത്തു തട്ടിവിളിച്ചുണർത്തി, ഞെട്ടിയുണർന്നു. സ്വപ്നമായിരുന്നില്ല. അത് സത്യംതന്നെ. ആത്തു വന്നിരിക്കുന്നു. അവൾ അവനെ കെട്ടിപ്പിടിച്ച് ചുംബിച്ചു.

"കൂട്ടുകാരന്റെ കല്യാണം കഴിഞ്ഞു." ചിരിച്ചുകൊണ്ട് അവൾ പറഞ്ഞു. അതിലൊരു ഓർമ്മപ്പെടുത്തലിന്റെ ധ്വനിയുള്ളതായി അവന് തോന്നി. അതോർത്ത് ചിരിച്ചു.

"ആത്തുവിന് ധൃതിയായോ?"

"അങ്ങനെയല്ല."

"ആത്തുവിന് എന്നെ വിശ്വാസമില്ലേ?"

ആ ചോദ്യം അവളെ വേദനിപ്പിച്ചുവോ? അവളുടെ മിഴികളിൽ കണ്ട നനവ് ശബ്ദത്തിലേക്കും പടർന്നിരിക്കുന്നു.

"വിശ്വാസമില്ലെങ്കിൽ ഞാൻ..?" അവൾ പാതിയിൽ നിർത്തി. അവനെ നോക്കി, അവളെ ഇറുകെ പുണർന്നുകൊണ്ട് അവളുടെ കാതുകളിൽ മന്ത്രിച്ചു.

"സമയമുണ്ട് ആത്തു, ഉടനെതന്നെ."

അതെ. എല്ലാത്തിനും സമയമുണ്ട്, സമയം വിളഞ്ഞ് പാകമെത്തുമ്പോൾ അവൻ അവളെ വിവാഹം ചെയ്തിരിക്കും. അവനവളെ മാത്രമേ വിവാഹം ചെയ്യാനാകൂ. അത് സംഭവിക്കുകതന്നെ ചെയ്യും. നിശ്ചയം തന്നെയാണത്.

സാങ്കല്പികലോകത്തിനപ്പുറത്തുള്ള ജീവിതമെന്ന നേർക്കാഴ്ചകൾക്ക് ഉള്ളിലാണവൻ. അവിടെ വേനലായിരുന്നു. തീക്ഷ്ണതയാർന്ന വേനൽ മാത്രം. അവനത് അറിയുന്നില്ല. നിഴൽപോലെ അവൾ അവനോടൊപ്പം ഉള്ളതുകൊണ്ട് തന്നെയാണത്. തണലാണവൾ. അതെ. തണൽ തന്നെയാണവൾ. അവളുടെ പ്രണയത്തിന്റെ ശീതളിമയിൽ തന്നെയാണ് കറുത്ത നിറമുള്ള ഓർമ്മകളെയും ചിന്തകളെയും അവൻ ചങ്ങലക്കണ്ണികളാൽ തളച്ചിട്ടിരിക്കുന്നത്.

പുറത്തുനിന്നുള്ള കാഴ്ചകൾക്ക് നേരെ വാതായനങ്ങൾ വലിച്ചടച്ചു. വിവസ്ത്രയായി അരികിൽ നില്ക്കുന്ന അവളുടെ സൗന്ദര്യം അവൻ ആസ്വദിച്ചുനിന്നു. അവൾ അത്യധികം സുന്ദരിതന്നെ.

"ഇങ്ങനെ നില്ക്കാൻ നാണമില്ലേ?"

"ഞാൻ നില്ക്കുന്നത് മറ്റാരുടേയും മുന്നിലല്ലല്ലോ?"

ശരിയാണ്. അവൾ നില്ക്കുന്നത് അവന്റെ മുന്നിലാണ്. അവനുമുന്നിൽ അവൾ നാണിക്കുന്നതെന്തിന്? അല്ലെങ്കിലും തുളുമ്പിവീഴുവാൻ വെമ്പൽപൂണ്ടു നില്ക്കുന്ന പ്രണയം അതിന്റെ മൂർത്തിമദ്ഭാവമായ കാമപൂർത്തികരണമെന്ന അർത്ഥപൂർണ്ണതയ്ക്കായി തരിച്ച് നില്ക്കുമ്പോൾ നാണം എന്ന വാക്കിന് എന്താണ് പ്രസക്തി? അവൾ അവനോട് ചേർന്നുനിന്നു. അവളുടെ ശരീരത്തിന്റെ ഗന്ധം ചൊരുത്ത പാലപ്പൂവിന്റേതിന് സമാനമായി തോന്നുന്നു.

മകരന്ദ കണങ്ങൾ പെയ്തിറങ്ങിയ നൂറു നൂറു നിമിഷങ്ങൾക്കൊടുവിൽ കൂർത്ത തേറ്റകൾ കാട്ടി, രൗദ്രഭാവം പൂണ്ട് അലറിത്തിമിർത്ത വികാരങ്ങൾ തെളിമയാർന്ന നിത്യശാന്തതയിലേക്ക് കൂപ്പുകുത്തി വീണിരി

ക്കുന്നു. ആത്മശാന്തി എന്ന സത്യത്തിലേക്ക് ചിന്തകൾ വ്യാപരിച്ച് തുടങ്ങുന്നു. അവ ഓളങ്ങളില്ലാതൊഴുകുന്ന തെളിമയാർന്ന നീരിന് സമാന്തരമായി പടർന്ന് പിടിക്കുന്നു.

ആത്തു പോയിരിക്കുന്നു. ചാരുകസേരയിൽത്തന്നെ കണ്ണുകളടച്ച് മലർന്നുകിടന്നു. മയക്കത്തിന്റെ നിലയില്ലാക്കയങ്ങളിലേക്ക് താഴ്ന്നു പോകുമ്പോഴും അവശേഷിച്ച് നിന്നത് അവളുടെ ചിത്രംതന്നെ ആയിരുന്നു.

സാംകുട്ടി വരുമ്പോഴൊക്കെ പറയാറുണ്ട്, അവൻ വന്നിട്ടുപോയ കാര്യം എല്ലാപേരും അറിയണമെന്ന്. അതിന് എന്തെങ്കിലും അനുഭവങ്ങളോ, തെളിവുകളോ അവശേഷിക്കണമത്രേ. എല്ലാത്തവണയും സച്ചിദാനന്ദനും വേണുവും അതിനോട് അങ്ങേയറ്റം വിധേയത്വം പുലർത്തുകയും ചെയ്തുപോന്നിരുന്നു. വിവാഹം കഴിഞ്ഞ വേള ആയതുകൊണ്ട് തന്നെ ബിജുക്കുട്ടനെ ഒഴിവാക്കുകയായിരുന്നു. അതൊരു കുറവായിത്തോന്നാത്തത് സജിത്തും ദീപുവും ഒപ്പമുണ്ടായതിനാലാവാം.

പതിവുപോലെ സച്ചിദാനന്ദനും വേണുവും കട്ടപിടിച്ചുനിന്ന ഇരുട്ടിലെങ്ങോ അലിഞ്ഞില്ലാതായി, ഇത്തവണ സാംകുട്ടിയും ഒപ്പമുണ്ടായിരുന്നു. ഒരുമായാജാലക്കാരന്റെ ചാരുതയോടെ അവനും അപ്രത്യക്ഷനായി. ബാക്കിയുള്ള ഒരുക്കങ്ങൾ തുടങ്ങി. വിറക് കുറവാണ്. സമയമുള്ളപ്പോൾ കുറച്ചുകൂടി വിറക് ശേഖരിച്ച് കരുതിവയ്ക്കണമെന്ന് ദീപു ഓർമ്മപ്പെടുത്തി.

അധികം വൈകാതെ തന്നെ അവർ മൂവരും ഇരുട്ടിനെ തള്ളിയകറ്റി പ്രത്യക്ഷരായി, സച്ചിദാനന്ദന്റെ കൈയിൽ തലമുതിർന്ന ഒരു പൂവൻകോഴിയും തൂങ്ങിക്കിടപ്പുണ്ട്.

“കാരണവരെത്തന്നെ കൊണ്ടുപോന്നു. അഞ്ച് കിലോയില് കുറയത്തില്ല.”

ആരോടെന്നില്ലാതെ പറഞ്ഞുകൊണ്ട് സച്ചിദാനന്ദൻ വീടിന്റെ പിന്നാമ്പുറത്തേക്ക് നടന്നു. കത്തിയുമെടുത്ത് സാംകുട്ടിയും.

“എവിടുന്നാണ്?” ആകാംക്ഷയോടെ അവൻ തെരക്കി.

“ഞാൻ ചീനി തൂക്കിവാങ്ങി വരാം.” ചോദ്യത്തിനുള്ള മറുപടി പറയാതെ വേണു മുറ്റവുംകഴിഞ്ഞ് നടന്നു. അതുകേട്ട് അവൻ അറിയാതെ ചിരിച്ചു. ഒപ്പം സജിത്തും.

വെളുപ്പാൻ കാലത്താണ് അന്ന് വീട്ടിലെത്തിയത്. വെയിലുദിച്ച് തുടങ്ങിയപ്പോൾ പുറത്തേക്കിറങ്ങി. വൈശാഖേട്ടനെ കണ്ടു. അയാളെങ്ങോട്ടോ യാത്രയിലാണെന്ന് തോന്നി.

“എങ്ങോട്ടേക്കാ?” ടൂവീലർ അടുത്ത് നിർത്തിയപ്പോൾ ചോദിച്ചു.

“ഒരു കല്യാണം. വൈകിട്ട് കാണാം.”

ശരിയെന്ന് തലയാട്ടി. മുന്നോട്ട് നീങ്ങുന്നതിനു മുമ്പായി വൈശാഖൻ രഹസ്യമായി ഒരു കാര്യം പറഞ്ഞു. അയാൾ വളർത്തിയിരുന്ന വലിയൊരു പൂവൻകോഴിയെ കാണാനില്ലത്രേ.

വൈശാഖേട്ടന് അവരെ സംശയമുണ്ടോ? രാത്രികാല വിനോദങ്ങൾ അയാൾക്കൊരിക്കലും അറിയില്ല. അതവർ ഏഴുപേരിൽ മാത്രം ഒതുങ്ങിനില്ക്കുന്ന ഒന്നായിരുന്നു. എട്ടാമത് ഒരാൾ അറിയാൻ പാടില്ല. അത് സംഘത്തിന്റെ അലിഖിത നിയമമായിരുന്നു. എങ്കിലും വൈശാഖേട്ടന്റെ വീട്ടിൽനിന്നും തന്നെ തൂക്കിവാങ്ങിയതിൽ ലേശം അതൃപ്തി തോന്നാതിരുന്നില്ല. സംഘത്തിൽ ഉൾപ്പെടാത്ത ആരുടെ വീട്ടിൽനിന്നുമാകാം. അതും നിയമത്തിൽ ഉൾപ്പെടും. ചോദ്യംചെയ്യാൻ നിർവ്വാഹമില്ലതന്നെ.

സാംകുട്ടിയോടും സച്ചിദാനന്ദനോടും അതേക്കുറിച്ച് സൂചിപ്പിക്കുകയുണ്ടായി.

“ആരാണെന്നുള്ള വല്ല സൂചനയും..?” അധികം താല്പര്യമില്ലാത്ത സ്വരത്തിൽ സാംകുട്ടി ചോദിച്ചു.

“അറിയില്ല.”

“ആരായാലും ചെയ്തത് മോശമായിപ്പോയി.” സാംകുട്ടി പ്രതികരിച്ചു.

“തീർത്തും മോശമായിപ്പോയി.” സച്ചിദാനന്ദനും വ്യസനത്തോടെ അതു ശരിവച്ചു.

മാസങ്ങൾ വളരെ പെട്ടെന്ന് കഴിഞ്ഞുപോകുന്നതായി തോന്നി. വേനൽക്കാലം അതിന്റെ അവസാനപാദത്തിലേക്ക് അടുക്കുന്നു. അത് ഓർമ്മിപ്പിക്കാനാകാം വേനൽ മഴ തകർത്തുപെയ്യാൻ തുടങ്ങിയിരിക്കുന്നു. വീണുകിടന്ന മണ്ണിന്റെ മെയ്യിലേക്ക് അവൾ ആവേശത്തോടെ പെയ്തിറങ്ങി. മണ്ണിന് മഴ സമ്മാനിച്ച ഗന്ധം ചുറ്റിനും നിറയുന്നു.

ആനമുന്തിരിക്ക് മുകളിലൂടെ തണുത്ത മഴ അതിശക്തമായി പെയ്തിറങ്ങി. താഴെ നനഞ്ഞുകൊണ്ട് ആത്തു വസ്ത്രങ്ങൾ അലക്കുന്നുണ്ട്. അവൻ അത് നോക്കിനിന്നു. തണുത്തമഴ ഒറ്റ വസ്ത്രത്തിനുള്ളിലെ അവളുടെ നിമ്നോന്നത യൗവനങ്ങളിൽ കാമാതുരമായി എന്തൊക്കെയോ പരതുന്നുണ്ട്. അവളും അതേറെ ആസ്വദിക്കുന്നതായി അവനുതോന്നി. കുറച്ച് നേരത്തേക്കെങ്കിലും മഴയോട് ശത്രുത തോന്നി.

ആഗ്രഹിച്ചതുപോലെ അവൾ അവനെ നോക്കി. ആംഗ്യഭാഷയിലൂടെ അവളെ വീട്ടിലേക്ക് ക്ഷണിച്ചു. മുഖത്തുവീണ മഴത്തുള്ളികളെ വകഞ്ഞുമാറ്റി അവൾ ചുറ്റിനും നോക്കി. അവൾ ചിരിച്ചു “പിന്നെ വരാം.” ആംഗ്യത്തിലൂടെ മറുപടി പറഞ്ഞു. കുസൃതിനിറച്ച ആ കണ്ണുകളിൽ “ഇനിയെന്തു വേണം?” എന്ന ചോദ്യം ബാക്കിയാകുന്നു.

അവൾ ആ മധുരമൂറുന്ന നിമിഷങ്ങളിലേക്ക് പോയിട്ടുണ്ടാകും. അവനുമായി രമിച്ചത് ഓർമ്മിച്ചുകാണും. അവന്റെ ചൂടുള്ള നിശ്വാസങ്ങൾ അവളുടെ കറുത്ത മറുകുള്ള കവിളിൽ വികാരാവേശത്തിന്റെ മുദ്രകളായി പതിഞ്ഞത് ഓർത്തുകാണും. അവനോതിക്കൊടുത്ത അനശ്വര രതിമന്ത്രത്തിന്റെ മായികമായ അക്ഷരവരികൾ അവളോർത്തുകാണും. അതോർത്ത് അവളുടെയുള്ളം പുളകിതമായി ചിരിച്ചിട്ടുണ്ടാകും. അവൻ അവളുടെ നനഞ്ഞ യൗവനത്തിലേക്കുതന്നെ നോക്കിനിന്നു.

"നാളെ വരുമോ?" അവളോട് ചോദിച്ചു.

"വരാം, എന്നും വരികയല്ലേ."

"നാളെ എന്റെ ജന്മദിനമാണ്."

"എപ്പോൾ വരണം?"

"നിനക്കിഷ്ടമുള്ളപ്പോൾ."

"എന്ത് തരണം?"

"ഇഷ്ടമുള്ളതെന്തും."

അവൾ ചിരിച്ചു. അതിന് പതിവിലും കവിഞ്ഞ തിളക്കമുള്ളതായി അവനു തോന്നി. മഴ ഇപ്പോഴൊന്നും അവസാനിക്കുന്നതിന്റെ ഒരു ലക്ഷണങ്ങളും കാണാനുണ്ടായിരുന്നില്ല. കറുത്ത പാതയ്ക്കിരുവശങ്ങളിലുമായി കടലാസ് ചെടികളും മഞ്ഞനിറമുള്ള സൂര്യകാന്തികളും നനഞ്ഞു കുതിർന്നു. ആത്തുവിനെപ്പോലെ. മഴ പാതയ്ക്ക് മുകളിലൂടെ തെക്കൻതോട് ലക്ഷ്യമാക്കി കലങ്ങി ഒഴുകിക്കൊണ്ടേയിരുന്നു. തെക്കൻതോട് ഏറെ സന്തോഷവതിയായിട്ടുണ്ടാകും. അവളിപ്പോൾ അലറിച്ചിരിക്കുകയാവാം.

പിറ്റേന്ന് ആത്തു വീട്ടിലെത്തുമ്പോൾ പുറത്ത് വെയിൽ കനത്തിട്ടുണ്ടായിരുന്നില്ല. തലേദിനത്തിലെ കനത്ത മഴയുടെ ഓർമ്മകൾ ആനമുന്തിരിയിലും മുറ്റത്തും അവശേഷിച്ചിരിക്കുന്നു.

"എവിടെ?" അവളുടെ ശ്യൂന്യമായ കൈകളിലേക്കുനോക്കി അവൻ ചോദിച്ചു.

"എന്ത്?"

"എനിക്കുള്ള സമ്മാനം."

"തരാം."

"തന്നോ."

അവൾ അവനെ കെട്ടിപ്പിടിച്ച് അവന്റെ ചുണ്ടുകളിൽ ദീർഘമായ ഒരു ചുംബനം നല്കി. അവനെ പുണർന്ന് നിന്നുകൊണ്ട് അവൾ ചോദിച്ചു.

"അനുപമ വരില്ലേ?"

"ഞാനാരെയും വിളിച്ചിട്ടില്ല ആത്തൂ. ഇതുവരെയും ആഘോഷിച്ചിട്ടുമില്ല."

"അതെന്താ..?" അവൾ ചിരിച്ചുകൊണ്ട് അവന്റെ മുഖത്തേക്ക് നോക്കി.

"ഓരോ ജന്മദിനങ്ങളും ഓർമ്മിപ്പിക്കുകയല്ലേ മരണത്തോട് നീ കുറച്ചുകൂടി അടുത്തുവെന്ന്."

അവളുടെ മുഖം വിവർണ്ണമായി. ആ കണ്ണുകളിൽ നനവ് പടരുന്നു. അവൾ അവനോട് ചേർന്നുനിന്ന് അവന്റെ തോളിലൂടെ കൈകൾ ചുറ്റി. അവനവളെ ചേർത്തണച്ചു. അവളുടെ കവിളുകളിൽ ചുംബിച്ചു.

"നമ്മളൊരിക്കലും മരിച്ച് പോവുകയില്ല." അവന്റെ കാതുകളിൽ

അവൾ മന്ത്രണം ചെയ്തു. അങ്ങനെ ആയിരുന്നെങ്കിലെന്ന് അവനും ഒരുനിമിഷമെങ്കിലും ആശിച്ചുപോയി. മരണമില്ലാതെ ജന്മങ്ങളോളം പ്രണയിച്ച് ജീവിക്കാമായിരുന്നു. പക്ഷേ, എല്ലാമൊരിക്കൽ അവസാനിക്കുക തന്നെ ചെയ്യും. നാശമില്ലാത്തതായി ഈ ലോകത്തിൽ ഒന്നുമില്ലല്ലോ എന്റെ പ്രിയപ്പെട്ട ആത്തു..അതവൻ അവളോട് പറഞ്ഞില്ല.

"അതെ ആത്തു, നമുക്ക് മരണമില്ല."

നിശ്ശബ്ദമായി കഴിഞ്ഞുപോയ ഏതാനും നിമിഷങ്ങൾക്കുശേഷം അവൾ ചോദിച്ചു.

" ഞാനിവിടെ നില്ക്കട്ടെ."

"നിന്നോ."

"ഒരിക്കലും തിരിച്ചുപോകാതെ."

"ഒരിക്കലും തിരിച്ചു പോകണ്ട."

അവൾ അവനെ ഇറുകെ പുണർന്നുനിന്നു. ഈ നിമിഷങ്ങൾ എത്രത്തോളം മോഹനവും അവിസ്മരണീയങ്ങളുമാണ്. അർത്ഥപൂർണ്ണമാണീ ജീവിതം. ഒപ്പം അവൾകൂടിയുണ്ടെങ്കിൽ മാത്രം.

"ആത്തു..."

"എന്തേ..?" അവളുടെ ശബ്ദം മൃദുവായൊരു തലോടൽപോലെയായിരുന്നു.

"ഞാൻ അത്രയ്ക്ക് സ്നേഹിക്കുന്നു നിന്നെ."

"ഞാനെന്നും കൂടെത്തന്നെയുണ്ടാകും."

അവൻ അവളുടെ ചുണ്ടുകളിൽ ചുംബിച്ചു. അവളുടെ കണ്ണുകൾ കൂമ്പിയടഞ്ഞു.

"എന്തിനാ കണ്ണടയ്ക്കുന്നത്?"

"അറിയില്ല."

ഒരിക്കൽക്കൂടി അവളെ ചുംബിച്ചു. അപ്പോഴും അവൾ കണ്ണുകൾ അടച്ചു. അവൾക്കിപ്പോൾ സുഗന്ധമുണ്ട്, പൂത്തുനില്ക്കുന്ന താഴകളുടെ ഗന്ധം.

എങ്കിലും അവയ്ക്കെല്ലാമപ്പുറത്ത് ജീവിതമെന്ന യാഥാർത്ഥ്യം അവനെനോക്കി പരിഹാസത്തോടെ പല്ലിളിക്കുന്നുണ്ട്. തേടിയലഞ്ഞ് കണ്ടെത്തിയ ഉത്തരങ്ങളെ ഗ്രസിക്കുവാൻ അജ്ഞാതങ്ങളായ ചോദ്യങ്ങൾ ഭീതിയുണർത്തി വായപിളർത്തിക്കൊണ്ടടുക്കുന്നു. അതിൽനിന്നും രക്ഷനേടുക ശ്രമകരം തന്നെ. കടബാദ്ധ്യതകൾ അമ്മയേയും കൂടുതൽ വിഷമിപ്പിക്കുന്നതായി അവന് തോന്നിയിരുന്നു. പലപ്പോഴായി അമ്മ അത് സൂചിപ്പിക്കുകയും ചെയ്യുന്നു. ഇപ്പോഴുള്ള വരുമാനംകൊണ്ട് ബാദ്ധ്യതകൾ കുറയുന്നില്ല.

"അമ്മ പേടിക്കണ്ട, അതെല്ലാം ഞാൻ തീർക്കും, എനിക്കതിന് കഴിയും."

അവന്റെ ആത്മവിശ്വാസം അവർക്ക് തെല്ലൊരാശ്വാസം പകർന്ന

തായി തോന്നി. അക്കാര്യത്തിൽ അവനുറപ്പുണ്ട്. ഒരു ജോലി കിട്ടിയാൽ പ്രശ്നങ്ങളെല്ലാം അവസാനിക്കും. കിട്ടിയിരിക്കും, പരമാവധി അതിനായി ശ്രമിക്കുന്നുണ്ട്. ഇപ്പോഴുള്ള ബുദ്ധിമുട്ട് അത് കേവലം താല്ക്കാലികം മാത്രം.

ആകുലപ്പെടുത്തുന്ന ചിന്തകളെന്തെങ്കിലുമുണ്ടെങ്കിൽ തെക്കൻപാലത്തിൽ ചെന്നിരിക്കും. പണ്ടുകാലംതൊട്ടേ തുടങ്ങിയ ശീലമാണിത്. ചിരിച്ചുകൊണ്ടൊഴുകുന്ന തെക്കൻതോടിനേയും നോക്കി, പൂർവ്വകാല ഐശ്വര്യങ്ങളുടെ ഓർമ്മപ്പെടുത്തലുകളിൽ മുഖമമർത്തി, അങ്ങനെ അന്നേരം വല്ലാത്തൊരാശ്വാസം തോന്നും. ആത്മവിശ്വാസവും.

കൃഷ്ണേട്ടൻ കാലികളെ അവയുടെ പാട്ടിനുവിട്ട് പതിവുപോലെ അവന്റെ അടുക്കലിരുന്നു. തലയിൽ ചുറ്റിയിരുന്ന തോർത്തഴിച്ച് തോളത്തിട്ട് ഒരു ബീഡിക്കയാൾ തീ പിടിപ്പിച്ചു.

"നെനക്ക് വേണോ." അരികിലേക്ക് നീണ്ടുവന്ന ബീഡിക്കൂടിൽ നിന്നും ഒരെണ്ണമെടുത്തു. കത്തിച്ചില്ല, കൃഷ്ണേട്ടനോടുള്ള സംഭാഷണത്തിനിടയിൽ കടബാദ്ധ്യതയുടെ കാര്യവും നിയന്ത്രണാതീതമായി പുറത്തേക്ക് വീണു. അക്കാര്യം കൃഷ്ണേട്ടന് അറിയാവുന്നത് തന്നെയാണ്. എങ്കിലും വല്ലാത്തൊരു ജാള്യത തോന്നി.

"പണം ഞാൻ തരാം." കൃഷ്ണേട്ടൻ പലപ്പോഴും അവനോടത് പറഞ്ഞിട്ടുള്ളതാണ്. പക്ഷേ, അതിന് അവനൊരിക്കലും ആകുമായിരുന്നില്ല. നല്കിയാണ് ശീലം. വാങ്ങാൻ അഭിമാനബോധം ഒരു തരിമ്പുപോലും അനുവദിക്കുകയുമില്ല. അത് അയാൾക്കും അറിയാവുന്ന കാര്യംതന്നെ.

"വേണ്ട കൃഷ്ണേട്ടാ, സ്നേഹക്കുറവുകൊണ്ടല്ല അതറിയാമല്ലോ..?"

"ഞാൻ പറഞ്ഞെന്നേയുള്ളു." അയാൾ നിർവ്വികാരനായി ചിരിച്ചു.

"നീ വെഷമിക്കണ്ട, നിനക്കൊരു ജോലികിട്ടുമ്പ എല്ലാം നേരെയാവും."

നിശ്ശബ്ദനായി അകലേക്ക് നോക്കിയിരുന്നു. കാലികൾ വീതിയേറിയ പച്ചപ്പാതയിലൂടെ മേയുന്നുണ്ട്. അവയ്ക്കകമ്പടിയായി സദാ കൊറ്റികളും കുളക്കോഴികളുമുണ്ടാകും. ഉള്ളം പ്രക്ഷുബ്ധമായതിനാലാണോ കാഴ്ചകളൊക്കെ അസ്വസ്ഥതകളായി മാറുന്നത്?

"നീ വാ." അയാൾ ക്ഷണിച്ചു, സ്വീകരിച്ച് ഒപ്പം നടന്നു.

അന്ന് രാത്രി നിദ്ര അവനിൽനിന്നും അകലംപാലിച്ച് നിന്നതേയുള്ളു. എത്രയൊക്കെ ശ്രമിച്ചിട്ടും അവളെ പ്രാപിക്കാൻ അവനായതേയില്ല. അസ്വസ്ഥതയോടെ തിരിഞ്ഞും മറിഞ്ഞും കിടന്ന് നേരംവെളുപ്പിച്ചു.

വെളിച്ചം വീണുതുടങ്ങിയിരുന്നു. ആനമുന്തിരിയിൽ വലകെട്ടിയിരുന്ന ഇരുളിന്റെ അവശേഷിച്ച കണ്ണികളും അലിയാൻ തുടങ്ങുന്നു. വിളഞ്ഞ് പാകമായ കായ്കൾ ഇപ്പോഴുമുണ്ടതിൽ. അതിലേക്കുതന്നെ ഏറെനേരം നോക്കിയിരുന്നു. മനസ്സാകെ അസ്വസ്ഥമായിരിക്കുന്നു. പല ചോദ്യങ്ങളുടെയും ഉത്തരം തേടിയലഞ്ഞ് നിരാശ പ്രാപിക്കുന്നു.

എങ്ങോട്ടേക്കും പോകാൻ തോന്നിയില്ല. ചാരുകസേരയിൽ കിടന്നു. ഉറങ്ങാതിരുന്ന മനസ്സും ശരീരവും ഏറെ അവശതയിലായിരിക്കുന്നതായി തോന്നുന്നു. കണ്ണുകളടച്ച് മലർന്നുകിടന്നു. എപ്പോഴോ ആത്തു വന്നു വിളിച്ചപ്പോഴാണ് എഴുന്നേറ്റത്.

"എന്തുപറ്റി? ഒരു വിഷമം?"

"ഒന്നുമില്ല, നെനക്ക് വെറുതെ തോന്നിയതാ."

"അത് കള്ളം, എന്തായാലും എന്നോട് പറഞ്ഞൂടേ?"

മറുപടിയായി അവളെ മടിയിൽ പിടിച്ചിരുത്തി. അവളുടെ ശിരസ്സിൽ തഴുകി. ചുണ്ടുകളിൽ ചുംബിച്ചു.

"ഉറക്കക്ഷീണംകൊണ്ട് നിനക്ക് തോന്നുന്നതാ." കള്ളം പറഞ്ഞു. അല്ലെങ്കിൽത്തന്നെ അവളോട് പറയുന്നതെന്തിന്? അവളെയുംകൂടി വ്യസനിപ്പിക്കാനോ? അവളത് വിശ്വസിച്ചതായി തോന്നി. അവൾ പ്രണയപൂർവ്വം അവനെ ആലിംഗനം ചെയ്തു. അവളുടെ സാമീപ്യം ആശ്വാസമായിത്തോന്നി.

ഏറെനേരം അവളുമായി സംസാരിച്ചിരുന്നു. പിന്നെ വരാമെന്ന് പറഞ്ഞ് അവൾ പോയപ്പോൾ വീണ്ടും ഏകാന്തതയിലേക്ക് വീണു. ചാരുകസേരയിലേക്കുതന്നെ വീണ്ടും ചാഞ്ഞു. ചിന്തിച്ചിരുന്നത് ജോലിക്കാര്യം തന്നെയായിരുന്നു. അതേറെ അത്യാവശ്യമായിരിക്കുന്നു.

വൈകുന്നേരം അനുപമ വന്നിരുന്നു. അവളുമായി സംസാരിച്ചിരുന്നു. ഇടയ്ക്ക് അവൾ പറയുകയുണ്ടായി, ആത്തുവാണത്രേ അവളുടെ അടുത്ത കൂട്ടുകാരി.

"ഇന്ന് നീയവളെ കണ്ടില്ലേ?"

"കണ്ടിരുന്നു."

"................"

"അവളിങ്ങ് വന്നില്ലേ?"

"ആ.... രാവിലെ.."

"പുസ്തകം എന്തായി?"

"എഴുതുന്നതേയുള്ളു." അവൻ ചിരിച്ചു.

"ഉടനെയെങ്ങും കാണില്ലേ?"

"വൈകാതെ തന്നെ.."

അമ്മയെത്തിയപ്പോൾ അവളെഴുന്നേറ്റ് അമ്മയുടെ അടുക്കലേക്ക് പോയി. അമ്മയും അവളുമായി സംസാരിക്കവേ അറിയാതോർത്തു പോയി, പാവം അവൾക്കെന്തെ ഇങ്ങനെയൊരു വിധി? അവളെ വിളിച്ചു.

"നിനക്ക് വാങ്ങിയതാ വിഷുവൊക്കെ വരികയല്ലേ?" പായ്ക്കറ്റെടുത്ത് അവൾക്കായി നീട്ടി. ചിരിക്കിടയിലും ആ കണ്ണുകളിൽ വീണ നനവ് അവൻ കണ്ടു.

"ഓറഞ്ച് നിറം നിനക്കിഷ്ടമല്ലേ?"

മറുപടി പറയാതെ കണ്ണുകൾ തുടച്ച് അവൾ തലയാട്ടി.

"കൃഷ്ണേട്ടൻ പറയാറുണ്ട്. ഓറഞ്ച് നിറം നിനക്ക് നല്ല ചേർച്ചയാണെന്ന്."

"അതാര്?" ഇടറിയ ശബ്ദത്തിൽ ചെറിയൊരു അത്ഭുതത്തോടെ അവൾ ചോദിച്ചു.

"നിനക്കറിയില്ല. നമ്മുടെ ഒരു ബന്ധുതന്നെ."

ആനമുന്തിരിയുടെ അടർത്തിയെടുത്ത കായ്കൾ കുറേയേറെ പഴുത്തിട്ടുണ്ട്. പോകാൻനേരം മറക്കാതെ കൊണ്ടുപോകാൻ അവളെ ഓർമ്മിപ്പിച്ചു. വരാന്തയിലേക്കിറങ്ങി നിന്നു. ആനമുന്തിരിക്കും മുകളിലൂടെ അധികം അകലെയല്ലാതെ വാകമരത്തിന്റെ ചില്ലകൾ കാണാം. മരച്ചില്ലകളിൽ അന്തിക്കാറ്റ് കൂടൊരുക്കാൻ തുടങ്ങുന്നു.

കൃഷ്ണേട്ടന്റെ വീട് കഴിഞ്ഞാൽ പിന്നെയങ്ങോട്ട് പൊക്കാളി പാടശേഖരങ്ങളാണ്. കണ്ണെത്താത്ത ദൂരത്തോളം നീണ്ടുനിവർന്ന് കിടക്കുന്ന പൊക്കാളി നെൽച്ചെടികൾ തെക്കൻ പാലത്തിലെ കൽവരിക്കെട്ടിലിരുന്ന് നോക്കുമ്പോൾ പച്ചനിറമുള്ള വലിയൊരു പരവതാനി വിരിച്ചിട്ടപോലെ തോന്നും.

"നീ ആത്തുവുമായി വഴക്കിട്ടോ?" കൃഷ്ണേട്ടന്റെ ചോദ്യം കാഴ്ചകളെ പിന്നിലേക്ക് വലിച്ചു.

"ഞാനെന്തിന് അവളുമായി വഴക്കിടണം?"

"മൊഖത്തെ വാട്ടംകണ്ട് ചോദിച്ചതാ." അയാൾ അടുത്തായി ഇരുന്നു.

"കടത്തെപ്പറ്റി ചിന്തിച്ചിട്ടാണൊ?"

"ഇല്ല, അക്കാര്യത്തിൽ മനസ്സിനെ പാകപ്പെടുത്തിക്കഴിഞ്ഞു."

"പിന്നെ?"

"വിഷുവല്ലേ? അനുപമയ്ക്ക് കോടിയെടുത്ത് കൊടുക്കാറുള്ളതാ. ഇത്തവണ അതിന് കഴിഞ്ഞില്ല." അലക്ഷ്യമായി താടിരോമങ്ങളിൽ വിരലുകൾ പായിച്ചു. "അവളത് പ്രതീക്ഷിച്ചിട്ടുണ്ടാകും."

"വിഷുവിന് ഇനീം ദെവസങ്ങളില്ലേ?" സമാധാനിപ്പിക്കാനെന്നോണം അയാൾ ചോദിച്ചു.

"അതെ, എങ്കിലും ഇപ്പോഴത്തെ സാഹചര്യത്തിൽ..?" വാക്കുകളെ പാതിയിലുപേക്ഷിച്ച് അസ്വസ്ഥനായിരുന്നു.

"നെനക്ക് എന്നോടൊന്ന് പറയാമായിരുന്നു" അയാൾ സ്നേഹം പൊതിഞ്ഞ് കുറ്റപ്പെടുത്തി.

"എന്നിട്ട്?"

"മൊടക്കം വരുത്തണ്ട, ഇപ്പഴ് ഞാനെടുത്തുതരാം." ഒരു ബീഡി കത്തിച്ച് അയാൾ പറഞ്ഞു.

"അതൊന്നും ശരിയാവില്ല അവൾ അറിഞ്ഞാൽ..?"

"നീ പറയാതിരുന്നാൽ പോരെ?" വിജയഭാവത്തിൽ അയാൾ നോക്കി.

"പണം തന്നാൽ മതി. ഞാൻ വാങ്ങാം."

"കടയിലേക്ക് പോണൊണ്ട്, അക്കൂട്ടത്തിൽ ഞാൻ വാങ്ങിവരാം."

"പാലോട്ടേക്കാണോ?"

"പാലോട്,..നന്ദിയോട്..രണ്ടിടത്തും പോകുന്നു. അങ്ങാടി തീർന്നു പോയി. അതുവാങ്ങണം." അയാൾ വാങ്ങേണ്ടുന്ന സാധനങ്ങളുടെ പട്ടിക മനസ്സിൽ തയ്യാറാക്കി.

"ഇപ്പോൾ പോകുന്നോ?"

"ഒരു കുളിയൊക്കെ കഴിഞ്ഞിറ്റ്.."

"എന്നാൽ ഞാൻ.."

"വൈകിട്ട് വാ."

"അങ്ങാടി.."ഓർമ്മിപ്പിച്ചു.

"അതൊക്കെ റെഡി." അയാൾ ഉന്മേഷവാനായി.

"എന്നാൽ ഞാനും പോകുന്നു." യാത്ര പറഞ്ഞു.

"കൃഷ്ണേട്ടൻ പോകയല്ലേ?" എഴുന്നേറ്റ് നടന്നു. തെക്കൻ തോടിറങ്ങി വലത്തേക്ക് തിരിഞ്ഞു. കുളക്കരയിൽ വേണു നില്പുണ്ട്.

"ഇന്ന് രണ്ടാം ദിവസമാണ്." അവൻ ഉറക്കെ വിളിച്ചു പറഞ്ഞു. അതെ ഇന്ന് രണ്ടാം ദിവസമാണ്. അഞ്ച് ദിവസങ്ങൾ കൂടി കഴിയുമ്പോൾ ഏഴാകും.

വേണുവിനോട് കുശലം പറഞ്ഞ് പിരിഞ്ഞു.

"വൈകിട്ട് കാണാം വായനശാലയിൽ." അതും പറഞ്ഞ് പിന്നെയും നടന്നു. കരിയിലകൾ മൂടിക്കിടക്കുന്ന ഇടവഴിയിലൂടെ മുകളിലേക്ക് കയറി.

വൈകുന്നേരം നാലുമണി കഴിഞ്ഞപ്പോഴാണ് ഉറങ്ങിയെണീറ്റത്. ഫാക്ടറിയിലെ രാത്രിജോലി പകലുറക്കം എന്ന മറ്റൊരു ശീലംകൂടി സമ്മാനിച്ചിരിക്കുന്നു. വല്ലാത്ത ക്ഷീണം. കൃഷ്ണട്ടനെ കാണേണ്ടതുണ്ട്. കുളി അവിടുന്നാകാം.

കൃഷ്ണേട്ടൻ കാലികളെ നേരത്തെ കൊണ്ടുപോയിക്കാണും. ഒന്നിനെയും കാണുന്നില്ല. വീട്ടിലേക്കുള്ള വരമ്പിലൂടെ നടന്നു. കൃഷ്ണേട്ടൻ ചിലപ്പോൾ പാചകത്തിലോ മറ്റോ ആയിരിക്കാം. അതോർത്ത് നടന്നു. ഉമ്മറത്ത് തന്നെ അയാളുണ്ടായിരുന്നു.

"ഞാൻ കർതി നീ വരില്ലെന്ന്."

"അപ്പോൾ വാങ്ങിയില്ലേ?" സംശയിച്ചു.

"വാങ്ങി, വാങ്ങി." അയാൾ ചിരിച്ചു. "കേറി വാ..." അകത്തേക്ക് ക്ഷണിച്ചു..

"ഞാനൊന്ന് കുളിക്കട്ടെ." കുളക്കരയിലേക്ക് നടന്നു.

"തോർത്ത് അയയിലൊണ്ട്." അയാൾ ഓർമ്മിപ്പിച്ചു.

കുളികഴിഞ്ഞ് തോർത്ത് മുറ്റത്തെ കവുങ്ങുകളിൽ കെട്ടിയ അയയിൽ വിരിച്ചിട്ടു. മുറ്റത്ത് തേങ്ങ കൂട്ടിയിട്ടിരിക്കുന്നു. കാച്ചിലും ചേമ്പും മറ്റൊരുഭാഗത്ത്.

"ഇതൊക്കെ അകത്തെടുത്ത് വയ്ക്കരുതോ?"

"മറ്റന്നാ ചന്തയ്ക്കെടുക്കാനുള്ളതാ, തേങ്ങാ നാളെ പൊതിച്ചെടുക്കണം."

അകത്തേക്ക് കടന്നിരുന്നു. ഉത്സാഹത്തോടെ അയാൾ ഒരു വലിയ പായ്ക്കറ്റെടുത്ത് മേശമേൽ വച്ചു.

"രണ്ട് ജോഡി വാങ്ങി. ഇപ്പോ നിന്റെ വിഷമം മാറിയില്ലേ?" അയാൾ ചിരിച്ചു.

"ആദ്യം ലേശം കുടിക്കാം."

"എപ്പോഴേ റെഡി." കുപ്പിയും രണ്ട് ഗ്ലാസും മേശമേൽ വച്ചു.

"ചവയ്ക്കാനൊന്നുമില്ലടാ.." അയാൾ പരിതപിച്ചു.

"സമയത്ത് ഒരു കല്യാണം കഴിച്ചിരുന്നെങ്കിൽ അടുക്കളയിലെന്തെങ്കിലും കാണത്തില്ലായിരുന്നോ?"

"ഇനിയതൊക്കെ പറഞ്ഞിട്ടെന്ത് കാര്യം?" ഒരു നിമിഷം നിർത്തി അയാൾ തുടർന്നു.

"അങ്ങനാരുന്നേ നെനക്ക് ഇവിടിരുന്ന് കുടിക്കാൻ പറ്റ്വോ?" പറഞ്ഞ് ചിരിച്ചുകൊണ്ട് അയാൾ ഗ്ലാസുകൾ നിറച്ചു.

"വേണോങ്കില് കത്തിച്ച് നോക്കിക്കോ." തകർക്കാൻ പറ്റാത്ത വിശ്വാസം അയാളുടെ സ്വരത്തിലുണ്ട്.

"ഇതേ, കൃഷ്ണേട്ടനെടുത്തതാ."

അവനുറക്കെ ചിരിച്ചു. കണ്ണും ശ്വാസവും അടച്ചുനിർത്തി കുടിച്ചുതീർത്തു. കടുപ്പം തോന്നിയില്ല. ചവർപ്പില്ലാത്തതിനാൽ ചവയ്ക്കാനും ആവശ്യമില്ല. കൊള്ളാം, മുഷ്ടിചുരുട്ടി, പെരുവിരൽ ഉയർത്തി ആംഗ്യം കാട്ടി.

"കൃഷ്ണേട്ടനും കഴിക്ക്." അയാളും കുടിച്ചു. ശേഷം ബീഡിക്ക് തീകൊളുത്തി ബീഡിക്കൂട് അവനായി നീക്കിയിട്ടു.

"കൃഷ്ണേട്ടൻ സിഗരറ്റ് പുകയ്ക്കാറില്ലേ? ഇതുവരെയും കണ്ടിട്ടില്ല."

"എനിക്ക് ഇതാണിഷ്ടം." ആസ്വദിച്ച് പുകയെടുത്ത് അയാൾ പറഞ്ഞു.

മറ്റുള്ളവർ പൊതുവേ കൃഷ്ണേട്ടനെ ഒരു പിശുക്കനായിട്ടാണ് വിലയിരുത്തുന്നത്. കൃഷ്ണേട്ടൻ കഴിഞ്ഞാൽ അത് കളവാണെന്ന് അറിയുന്ന മറ്റൊരാൾ അവൻ മാത്രമായിരുന്നു. അല്ലെങ്കിൽത്തന്നെ ഒറ്റയ്ക്ക് ജീവിക്കുന്ന അയാളെങ്ങനെ പണം ചെലവഴിക്കാൻ? ആർക്കുവേണ്ടി..?

മേശമേൽ കിടന്ന പ്ലാസ്റ്റിക് ബാഗ് തുറന്നുനോക്കി.

"ഓറഞ്ചുനിറം തന്നെ വാങ്ങിയല്ലേ?"

"ഒരെണ്ണം. മറ്റേത് വെള്ളയാ." അയാൾ തുടർന്നു.

"എങ്കിലും ഓറഞ്ചാണ് അവൾക്ക് കൂടുതലും ചേരണത്."

"ഇന്നെപ്പോഴാ കടയിലേക്ക് പോയത്?"

"നീ പോയ ഒടനെ. കുളീംകഴിഞ്ഞ്. കടേല് തെരക്കൊന്നുമില്ലായിരുന്ന്. ചെലപ്പോ പകലായിട്ടാവും."

അനുവാദം ചോദിക്കാതെ കുപ്പിതുറന്ന് ഗ്ലാസിലേക്ക് പകർന്നുവച്ചു. കണ്ണുകളടച്ച് ഒറ്റവലിക്ക് കുടിച്ചുതീർത്തു. അതുകണ്ട് അയാൾ ചിരിച്ചു.

"ഇതുപോലുള്ള എത്ര ജോഡി വസ്ത്രങ്ങൾ കൃഷ്ണേട്ടന്റെ അലമാരിയിലുണ്ടാകും.?"

"അതെന്താ അങ്ങനെ ചോദിച്ചേ?" അയാളുടെ ശബ്ദം പതറി.

"ഞാനിത് രാവിലെ കടേന്ന് .."

അതെ. ഒരച്ഛൻ മകൾക്കായി വാങ്ങിവച്ച് ഒരിക്കലും നല്കുവാൻ കഴിയാതെപോയ സ്നേഹത്തിൽ പൊതിഞ്ഞ സമ്മാനങ്ങൾ. അടങ്ങാത്ത വാത്സല്യത്തിന്റെ നിർവൃതിയും വിരഹത്തിന്റെ വിങ്ങലും ഇടകലർന്ന ഓർമ്മപ്പെടുത്തലുകൾ. അയാളത് വിലമതിക്കാനാവാത്ത നിധിപോലെ കാത്തുസൂക്ഷിക്കുന്നുണ്ടാവണം.

"ഇന്ന് കടകളെല്ലാം അവധിയായിരുന്നു." എഴുന്നേറ്റ് പ്ലാസ്റ്റിക് ബാഗ് കൈയിലെടുത്തു.

"ഞാൻ വരാം.." മറുപടിക്ക് കാത്തുനില്ക്കാതെ ഇറങ്ങി നടന്നു. പച്ചപുതച്ച പാതയ്ക്ക് മുകളിലും, തെക്കൻതോട്ടിലും ഇരുൾത്തുള്ളികൾ അടർന്നുവീഴാൻ തുടങ്ങിയിട്ടേയുള്ളു.

ഒരു സ്ത്രീക്ക് രഹസ്യങ്ങൾ ഒരുപാടുകാലം സൂക്ഷിക്കാനാവില്ലായെന്ന് പറയുന്നത് തെറ്റാണ്. എത്രയോ വർഷങ്ങൾ അമ്മ ഈ രഹസ്യം സൂക്ഷിച്ചുവച്ചു. നീണ്ട ഇരുപത് വർഷക്കാലത്തോളം. രാധമ്മായിയും അതുപോലെതന്നെ ആയിരുന്നില്ലേ? അനുപമ ഇതൊക്കെ അറിയണമെന്ന് അവരൊട്ടും ആഗ്രഹിച്ചിട്ടുണ്ടാകില്ല. ഇത്രയും നാൾ സൂക്ഷിച്ച രഹസ്യം അമ്മയിപ്പോൾ അവനോട് വെളിപ്പെടുത്തിയത് എന്തിനാകും? അനുപമയുടെ ഭാവിയോർത്ത് അമ്മയ്ക്ക് ഉൽക്കണ്ഠ കൂടിയതിനാലാകണം. കൃഷ്ണേട്ടനും അവനുമായുള്ള അടുപ്പം അമ്മയ്ക്ക് നന്നായറിയുകയും ചെയ്യാം. ഇക്കാര്യത്തിൽ അവനെന്തെങ്കിലും ചെയ്യാൻ കഴിയുമെന്ന് അമ്മ വിശ്വസിക്കുന്നുണ്ടാകണം. ഒന്നുറപ്പാണ് ഇതൊരു നിയോഗം തന്നെയാണ്. അതിനായി നിയോഗിക്കപ്പെട്ടത് അവൻ മാത്രവും.

കൃഷ്ണേട്ടന്റെ പഴയകാല പ്രണയം. അതിന്റെ ബാക്കിപത്രമായിരുന്നു, അനുപമ. രാധമ്മായി അവളെയന്ന് ഉദരത്തിൽ ചുമക്കുകയായിരുന്നു. ആഢ്യനും പ്രതാപശാലിയുമായിരുന്ന കൃഷ്ണേട്ടന്റെ പിതാവ്, ആ ബന്ധത്തിന് അനുവാദം കൊടുത്തിരുന്നില്ല. കൃഷ്ണേട്ടൻ അത് അനുസരിക്കാൻ വിധിക്കപ്പെട്ടുപോയ ഒരു ഹതഭാഗ്യൻ മാത്രമായിരുന്നു. ബന്ധുക്കൾ പെട്ടെന്നുതന്നെ മറ്റൊരാളുമായി അവരുടെ വിവാഹം നടത്തുകയായിരുന്നു. എല്ലാം അറിഞ്ഞുകൊണ്ടുവന്ന ഒരാൾ.

അവിടെയും രാധമ്മായിയെ വിധി വേട്ടയാടുകതന്നെ ചെയ്തു. അയാൾക്ക് വേറെ ഭാര്യയും മക്കളുമൊക്കെ ഉണ്ടായിരുന്നു. രാധമ്മായിയെ വിവാഹം കഴിക്കുന്നതിനുമുന്നേതന്നെ, അവരെയൊക്കെ അയാൾ ഉപേക്ഷിച്ചിരുന്നു. ആ ബന്ധം അധികകാലം നീണ്ടുനിന്നില്ല. അനുപമ ജനിച്ച് ഒരുവർഷം ആയപ്പോഴേക്കും അയാളൊരു അപകടത്തിൽ മരിച്ചുപോവുകയായിരുന്നു. രാധമ്മായി അനുപമയെയുംകൂട്ടി നാട്ടിലേക്ക് മടങ്ങുകയും ചെയ്തു.

മകൾ ഒരിക്കലും അതൊന്നും അറിയരുതെന്ന് രാധമ്മായി ആഗ്രഹിച്ചിരുന്നു. പില്ക്കാല ജീവിതത്തിന്റെ പൊരുൾ മകളിൽക്കൂടി മാത്രം താണ്ടുവാൻ തീരുമാനിച്ചതുകൊണ്ടുതന്നെയാകണം അത്. എങ്കിലും അനുപമ എന്തുകൊണ്ട് ഇക്കാര്യം അറിയാതെപോയി? ആ കാലഘട്ടത്തിൽ ആയതുകൊണ്ട് മാത്രമാകണം അങ്ങനെ സംഭവിച്ചത്. ജനബാഹുല്യത്തിന്റെ കുറവ്. അതുതന്നെ ആയിരിക്കണം പ്രധാനകാരണം. അറിയുന്നത് ഏതാനും ബന്ധുജനങ്ങൾക്കു മാത്രം. അവരൊക്കെ മണ്ണടിഞ്ഞുപോയിട്ട് കാലങ്ങളേറെ കഴിഞ്ഞിരിക്കുന്നു. അതുകൊണ്ടൊക്കെ ആയിരിക്കാം ഈ സത്യം ഇക്കാലമത്രയും മൂടി വയ്ക്കപ്പെട്ടതും.

അനുപമയ്ക്ക് അറിയുന്നത് ഒന്നുമാത്രമായിരുന്നു. അവൾക്ക് അറിവാകുന്നതിനും മുന്നേതന്നെ അവളുടെ അച്ഛൻ മരിച്ചുപോയി. അവളുടെ അറിവിൽ അത് സത്യവും.

അവൻ ചെല്ലുമ്പോൾ രാധമ്മായി പതിവുപോലെ തയ്യൽമെഷീന്റെ ചുവട്ടിൽത്തന്നെ ഉണ്ടായിരുന്നു. തുണികൾ കൃത്യതയോടെ അളന്ന് വെട്ടിയെടുക്കുന്നു.

“നിന്നെ ഇങ്ങോട്ടേക്ക് കണ്ടിട്ട് കൊറച്ച് ദിവസമായി.” അതും പറഞ്ഞ് ചിരിച്ചുകൊണ്ട് അമ്മായി ജോലിനിർത്തി. കണ്ണട ഊരി തയ്യൽ മെഷീന്റെ ചുവട്ടിലായി വച്ചു. ശേഷം അടുക്കളയിലേക്ക് നടന്നു.

കാപ്പിയെടുക്കാനായിരിക്കും. വരാന്തയിലിട്ട പ്ലാസ്റ്റിക് വരിഞ്ഞ കസേരയിലിരുന്നു. കാപ്പിയുമായെത്തി അമ്മായി വിശേഷങ്ങൾ തെരക്കി. അനുപമയെക്കുറിച്ചും സംസാരിച്ചു. കൂടുതലും സംസാരിച്ചത് അവളുടെ പഠിപ്പിന്റെ കാര്യവും, വിവാഹക്കാര്യവുമായിരുന്നു. അവൻ നിശ്ശബ്ദനായി കേട്ടിരുന്നു.

കാപ്പികുടിച്ച് കഴിഞ്ഞ് കവറെടുത്ത് അമ്മായിക്ക് നീട്ടി.

“നീ ഇപ്പോഴവൾക്ക് വാങ്ങിച്ചുകൊടുത്തതല്ലേ? എന്തിനാ വെറുതെ പൈസകളയാനായിട്ട്..?” കവറെടുത്ത് തുറന്നുനോക്കി അമ്മായി ചോദിച്ചു. വസ്ത്രങ്ങളെടുത്ത് നിറം നോക്കി. ഒന്ന് ഓറഞ്ചും, മറ്റേത് വെള്ളയും.

“ഇത് ഞാൻ വാങ്ങിയതല്ല.”

“പിന്നെ?”

“അവൾക്ക് നല്കാനായി ഒരാൾ വാങ്ങിത്തന്നതാണ്.”

"അതാര്, അവൾക്ക് വാങ്ങിച്ചുകൊടുക്കാൻ."

"പറഞ്ഞാലൊരുപക്ഷേ അമ്മായിക്കറിയാം, കൃഷ്ണേട്ടൻ."

കുറച്ച് നിമിഷങ്ങൾ ആ സ്ത്രീ നിശ്ശബ്ദയായിരുന്നു. കണ്ണുകളിലേക്കിരച്ചെത്തിയ തേങ്ങലിനെ തുടച്ചുകൊണ്ട് അകത്തേക്കുപോയി, കരയുകയായിരിക്കും. കരയട്ടെ. ഏറെനേരം പൂമുഖത്തെ കസേരയിൽ തയ്യൽ മെഷീനിലേക്ക് നോക്കിയിരുന്നു. അതിന് ചുവട്ടിലായി അമ്മായി ഇരുന്ന് തയ്യലിലേർപ്പെടുന്നതായി തോന്നി. എത്രയോ വട്ടം കണ്ട് മനസ്സിൽ ഉറച്ചുപോയ ചിത്രമാണത്?

അമ്മായി എന്ത് തീരുമാനിക്കും? അനുപമയോ? ഒന്നുമറിയില്ല പക്ഷേ, ഇങ്ങനെ ചെയ്യാനാണ് തോന്നിയത്. കാലത്തിന്റെ നിയോഗമാണിത്. പോകാനായി എഴുന്നേറ്റ് അകത്തേക്കുചെന്നു. അമ്മായി അടുക്കളപ്പടിമേലിരിപ്പുണ്ട്. അവനെക്കണ്ട് എഴുന്നേറ്റ് കണ്ണുകൾ സാരിത്തുമ്പിനാൽ തോർത്താൻ വൃഥാ ഒരു ശ്രമം നടത്തി.

"ഞാൻ പോകുന്നു."

ആ സ്ത്രീ നിശ്ശബ്ദയായി അകലേക്കെങ്ങോ നോക്കിനിന്നു. മിഴിനീർ പാളികൾ അവരുടെ കാഴ്ചയ്ക്ക് മങ്ങലേല്പിക്കുന്നുണ്ടാവണം.

"ആരുടേയും തെറ്റായിരുന്നില്ല. അന്ന് അങ്ങനെയൊക്കെ സംഭവിച്ചുപോയത് ആ കാലഘട്ടത്തിൽ ആയതുകൊണ്ട് മാത്രം. ഇന്നായിരുന്നെങ്കിൽ..." അമ്മായി അപ്പോഴും പഴയനില്പുതന്നെ തുടർന്നു. ഒരു കൈ വാതിൽപ്പടിയിൽ പിടിച്ചിരിക്കുന്നു. സാരിത്തലപ്പ് മുഖത്തുതന്നെ.

"അവളെക്കുറിച്ച് ഓർത്താൽ മതി."

"അവളോട് പറഞ്ഞാ നീയ്."

"ഇല്ല, പറയണ്ടേ?"

രാധമ്മായി വീണ്ടും നിശ്ശബ്ദയായി നിന്നു. അവരെന്ത് മറുപടി പറയാൻ? കൃഷ്ണേട്ടന്റെ നിസ്സഹായത അവർക്കെപ്പോഴെങ്കിലും ബോദ്ധ്യപ്പെട്ടിട്ടുണ്ടാകുമോ?. അറിയില്ല. ഒന്നുറപ്പാണ്. യാഥാർത്ഥ്യമെന്താണെന്ന് അനുപമ അറിയുകതന്നെവേണം. അത് അവളുടെ അവകാശമാണ്. അംഗീകരിച്ചാലും ഇല്ലെങ്കിലും.

"അവളെ വീട്ടിലേക്ക് വരാൻ പറയണം."

അതും പറഞ്ഞ് പുറത്തേക്കിറങ്ങി. ചിന്തകളിൽ കൃഷ്ണേട്ടനും രാധമ്മായിയും അനുപമയും മാത്രം അവശേഷിച്ചു നില്ക്കുന്നു. അനുപമയെ പറഞ്ഞ് ബോദ്ധ്യപ്പെടുത്തണം. അവൾക്ക് വിദ്യാഭ്യാസവും ചിന്താശേഷിയുമുണ്ട്. ജീവിതം സമ്മാനിച്ച ഇല്ലായ്മകളുടെ കറുത്ത ഓർമ്മകളുണ്ട്. അവൾക്ക് അവൻ പറയുന്നത് മനസ്സിലാക്കാൻ കഴിഞ്ഞേക്കാം. അവൾ അംഗീകരിച്ചേക്കാം.

അന്ന് രാത്രിയിലെ ചിന്ത അതുമാത്രമായിരുന്നു. കൃഷ്ണേട്ടനെ കണ്ടതോ, രാധമ്മായിയുടെ വീട്ടിൽ പോയതോ അമ്മയോട് പറഞ്ഞില്ല. പിന്നീടാകാമെന്ന് കരുതുകയായിരുന്നു.

പിറ്റേന്ന് അനുപമ വരുമ്പോൾ അമ്മയും വീട്ടിലുണ്ടായിരുന്നു. അവളോട് കാര്യങ്ങളെല്ലാം പറഞ്ഞു. എല്ലാം കേട്ടുകഴിഞ്ഞ് അവൾ അമ്മയെ കെട്ടിപ്പിടിച്ച് ഏറെനേരം കരഞ്ഞു. അമ്മ അവളെ ആശ്വസിപ്പിച്ചു.

"ആരുടേം തെറ്റായിരുന്നില്ല." അവളുടെ ശിരസ്സിൽ തഴുകി അമ്മ മെല്ലെ പറഞ്ഞു.

"കൃഷ്ണൻ ചെയ്തത്.. അന്ന് അങ്ങനെയൊക്കെ സംഭവിച്ചുപോയി."

അവൾ കണ്ണുകളൊപ്പി തറയിലേക്ക് നോക്കിയിരുന്നു. അവൾക്ക് ചിന്തിക്കാനുണ്ടാകും. അവളൊരിക്കലും പ്രതീക്ഷിക്കാത്തതാണ് സംഭവിക്കുന്നത്. ഇതുവരെയുണ്ടായിരുന്ന വിശ്വാസങ്ങൾ പെട്ടെന്നൊരു നിമിഷത്തിൽ ചിതറിപ്പോയിരിക്കുന്നു. നിഷേധിക്കാനാകാത്ത ആ സത്യത്തെ ഉൾക്കൊള്ളാൻ അവൾക്കാകുമോ? അറിയില്ല.

"നിന്റെ സമ്മതംമാത്രം മതി. അമ്മായി സമ്മതിക്കും." അവന്റെ മുഖത്തേക്ക് നോക്കാതെ അവൾ മിഴികൾ ഒപ്പിയെടുത്തു. അവൾ നിശ്ശബ്ദയായിരുന്നു. ആ നിശ്ശബ്ദത അവളുടെ സമ്മതമായെടുക്കാൻ ഉള്ളിലാരോ മന്ത്രിച്ചു.

തെക്കൻതോട്ടിനരികിലെ പച്ചപ്പിൽ പതിവുപോലെ കൃഷ്ണേട്ടന്റെ കാലികൾ മേയുന്നുണ്ടായിരുന്നില്ല. അയാളെയും അവിടെങ്ങും കാണാനുണ്ടായിരുന്നില്ല. പതിവ് കാഴ്ചയിൽനിന്നും നേർ വിപരീതമായിരുന്നു അത്. വയൽവരമ്പിലൂടെ വീട്ടിലേക്ക് നടന്നു. പൂമുഖത്ത് അയാളെ കാണാനില്ല. അഴിച്ച് മാറ്റാത്തതിനാലാകാം തൊഴുത്തിൽനിന്ന് അസ്വസ്ഥതയുടെ വിളിയൊച്ചകൾ.

അകത്തേക്ക് കയറിച്ചെന്നു. ചാരുകസേരയിൽ അയാൾ വിഷണ്ണനായി ഇരിപ്പുണ്ട്. ഏറെ കുടിച്ചിട്ടുണ്ടെന്നുതോന്നി. അങ്ങാടിയിട്ടെടുത്ത വാറ്റ് അടുക്കൽ തന്നെയുണ്ട്. പുകച്ച് തള്ളിയതിന്റെ ശേഷിപ്പുകൾ ചാരമായും കുറ്റികളായും മുറിക്കുള്ളിൽ ചിതറിയിരിക്കുന്നു.

ബീഡിക്കൂടിൽനിന്നും ഒരെണ്ണമെടുത്തു. കത്തിക്കുന്നതിനും മുമ്പായി അങ്ങാടി ഒരു ഗ്ലാസിലേക്ക് പകർന്നുവച്ചു. വിരൽമുക്കി കത്തിച്ചുനോക്കി. വിരൽത്തുമ്പിൽ നീലനിറത്തിലുള്ള ജ്വാലകൾ തെളിഞ്ഞു. കൈകുടഞ്ഞ് തീകെടുത്തി.

"കൊള്ളാം."

ആരോടുമല്ലാതെ പറഞ്ഞ് അയാളെനോക്കി. അവനെ നോക്കാതെ അയാൾ കാഴ്ചകളെ അലക്ഷ്യതയിലേക്കെറിഞ്ഞിരിക്കുന്നു.

"കാലികളെ പുറത്തിറക്കുന്നില്ലേ?" നിറഞ്ഞ ഗ്ലാസ് കാലിയാക്കി ചോദിച്ചു. ഉത്തരം പ്രതീക്ഷിക്കാത്തതുകൊണ്ട് നിരാശ തോന്നിയില്ല. എഴുന്നേറ്റ് തടിയിൽത്തീർത്ത കൊത്തുപണികൾകൊണ്ടലങ്കരിച്ച വലിയ അലമാരി തുറന്നുനോക്കി. ഊഹിച്ചത് ശരിതന്നെ. അതിൽ അനുപമയ്ക്ക് സമ്മാനിക്കാനായി വാങ്ങിയ നിരവധി വസ്ത്രങ്ങളുണ്ട്.

"ഇതെല്ലാം അവൾക്ക് കൊടുക്കണ്ടേ?"

കൃഷ്ണേട്ടന്റെ മുഖത്തേക്കുനോക്കി. അയാളുടെ മുഖത്ത് നിരാശയും വേദനയുമുണ്ട്. ചോദ്യങ്ങളുണ്ട്? അവരെ കണ്ടിരുന്നോ? അവരോട് പറഞ്ഞുവോ? അവരെന്ത് മറുപടി പറഞ്ഞു...? അവർ വരുമോ..? കുറേയേറെ ചോദ്യങ്ങൾ. അവർ വരും. പക്ഷേ?

"അവർ വരും. പക്ഷേ, അങ്ങോട്ടുചെന്ന് വിളിക്കണം. അതല്ലേ ശരിയും?"

അതുതന്നെയാണ് ശരി. വിളിക്കാതെ വരാൻ രാധമ്മായിയോ, അനുപമയോ അഭയാർത്ഥികളല്ല. അവകാശം സ്ഥാപിച്ചെടുക്കാൻ വരുന്നവരുമല്ല. അങ്ങനെയൊരു ചിന്ത ഭരിച്ചിരുന്നെങ്കിൽ രാധമ്മായിക്ക് അനുപമയോട് എല്ലാം തുറന്നുപറയാമായിരുന്നു. ഒപ്പം അവനോടും.

"രാവിലെ ഞാൻ വരും." നിശ്ശബ്ദതയാൽ വരിഞ്ഞുമുറുക്കപ്പെട്ട അയാളുടെ മറുപടിക്ക് കാത്തുനില്ക്കാതെ മുറ്റത്തുകൂടി ഇടവരമ്പിലേക്കിറങ്ങി. തൊഴുത്തിൽ കെട്ടിയിട്ട കാലികൾ അപ്പോഴും അസ്വസ്ഥരായി കരയുന്നുണ്ടായിരുന്നു.

തെക്കൻതോടിറങ്ങി വലത്തേക്ക് തിരിയുമ്പോൾ വേണു ഓർമ്മിപ്പിച്ചു.

ഇന്ന് അഞ്ചാം ദിവസമാണ്.

അതെ ഇന്ന് അഞ്ചാം ദിവസമാണ്. ഇനി രണ്ടു ദിനങ്ങൾകൂടി കാത്തിരിക്കണം. എല്ലാവരും അക്ഷമരായി കാത്തിരിക്കുന്നുണ്ട്. ഏഴാം ദിവസത്തിനായി, ബിജുക്കുട്ടനും സാംകുട്ടിയും സച്ചിദാനന്ദനുമെല്ലാം.

പിറ്റേന്ന് രാവിലെതന്നെ കൃഷ്ണേട്ടന്റെ വീട്ടിലേക്ക് പോയി. വിഷുവിന്റെ വരവറിയിച്ചെന്നോണം വീട്ടുമുറ്റത്തെ കണിക്കൊന്നകൾ പൂവണിഞ്ഞിരിക്കുന്നു. ഇളംവെയിൽ അവയ്ക്ക് മാറ്റുകൂട്ടുന്നു. കാറ്റിന്റെ മരച്ചുവട്ടിൽ മഞ്ഞപ്പൂക്കളങ്ങൾ തീർത്തിരിക്കുന്നു.

വാഹനത്തിലിരിക്കുമ്പോൾ കൃഷ്ണേട്ടന്റെ മുഖം ശ്രദ്ധിച്ചു. അയാൾ നിശ്ശബ്ദനും ആകുലചിത്തനുമായിരുന്നു. കണ്ണുകളിൽ നനവ് പടർന്നിരിക്കുന്നു. അയാളുടെ മനസ്സിനുള്ളിലേക്ക് കടന്നുചെല്ലുവാൻ ഒരു ശ്രമം നടത്തി. നിരാശയോടെ പിൻവാങ്ങി. അയാളുടെ ചിന്തകൾ അവനിൽ അവ്യക്തങ്ങളായിത്തന്നെ തുടർന്നു.

ഒറ്റയ്ക്ക് കൈകാര്യം ചെയ്യാനാകും എന്ന് തീർച്ചയുള്ളതുകൊണ്ടാകാം കൂട്ടുകാരെയോ, സുകുമാരൻ മാഷിനെയോ ഒപ്പം കൂട്ടാൻ തോന്നാത്തത്. അല്ലെങ്കിൽ വാഹനത്തിന്റെ സാരഥിയായി ഒപ്പമുള്ളത് വൈശാഖേട്ടനായതുകൊണ്ടാവാം. അവരെല്ലാം വലിയ സന്തോഷത്തിലും ആവേശത്തിലുമായിരുന്നു.

കാറിൽ നിന്നിറങ്ങി വീട്ടിലേക്കുള്ള പടവുകൾ കയറി. വൈശാഖേട്ടൻ വാഹനത്തിലിരുന്നതേയുള്ളു. കൃഷ്ണേട്ടന്റെ വർദ്ധിച്ചുകൊണ്ടിരിക്കുന്ന ഹൃദയതാളം അവന്റെ ചെവികളിൽ മുഴങ്ങുന്നുണ്ടായിരുന്നു. പൂമു

ഖത്ത് ആരെയും കാണാനുണ്ടായിരുന്നില്ല. അയാൾ തീർത്തും ഒരന്യനെപ്പോലെ, അനാഥത്വം നിറച്ച മനസ്സുമായി അവന്റെ മുഖത്തേക്ക് നോക്കി. കൃഷ്ണേട്ടന്റെ തോളിൽ പിടിച്ചുകൊണ്ട് അകത്തേക്ക് കയറി. അവിടെ രാധമ്മായിയും അനുപമയും ഉണ്ടായിരുന്നു.

പുറത്തേക്കിറങ്ങി നിന്നു. അവർക്ക് ഒരുപാട് സംസാരിക്കാനുണ്ടാകും. ചിലപ്പോൾ ഗതകാലം വാക്കുകളെ കളഞ്ഞുകൊണ്ട് അവരെ കരയിപ്പിച്ചേക്കാം. സാക്ഷ്യംവഹിക്കാൻ കാലത്തിന്റെ അടയാത്ത മിഴികളുണ്ട്. പുറത്തേക്കിറങ്ങി ഒരു സിഗരറ്റിന് തീ കൊളുത്തി. പുക അരികിലുള്ള ചെമ്പരത്തിക്കൂട്ടങ്ങൾക്കിടയിലേക്ക് ഊതിപ്പറത്തി.

(അവന്റെ ഡയറിക്കുറിപ്പിൽനിന്നും)

ഞാനെഴുതിക്കൊണ്ടിരുന്നത് കൃഷ്ണേട്ടനെക്കുറിച്ചായിരുന്നു. അയാളുടെ ഒറ്റപ്പെട്ടുപോയ ജീവിതത്തെ എന്റെ ചിന്തകളിൽക്കൂടി നടത്തുകയായിരുന്നു ഞാൻ. പക്ഷേ, എന്റെ ഭാവനകൾക്കെല്ലാം ഒരുപാട് അകലെയായിരുന്നു ജീവിതയാഥാർത്ഥ്യങ്ങൾ. ഈ കഥ ഞാനിവിടെ അവസാനിപ്പിക്കുന്നു. കാരണം കഥയിലൂടെ മറ്റൊരു പേരിലായാൽ പോലും എന്റെ അനുപമയുടെ ജീവിതം മറ്റുള്ളവർക്കു മുന്നിൽ വരച്ചുകാട്ടുവാൻ ഞാൻ ആഗ്രഹിക്കുന്നില്ല. ഈ കഥ ഇവിടെ അവസാനിച്ചു.

രാധമ്മായിയെയും അനുപമയെയും കൃഷ്ണേട്ടന്റെ വീട്ടിലാക്കി മടങ്ങുമ്പോൾ ഒരുകാര്യംകൂടി ചെയ്തിരുന്നു. കൃഷ്ണേട്ടൻ സൂക്ഷിച്ചു വച്ചിരുന്ന അങ്ങാടിയിട്ട വാറ്റ് എടുത്തുകൊണ്ടുപോന്നു. ഒരുകാര്യം എനിക്കുറപ്പായിരുന്നു ഇനിയൊരിക്കലും നാഞ്ചിക്കുന്നിലെ പ്രേതങ്ങളോ, പിശാചുക്കളോ അയാളെ ശല്യംചെയ്യാൻ എത്തുകയില്ലെന്ന സത്യം.

അന്ന് ഏഴാം ദിവസമായിരുന്നു. അവരെല്ലാം അക്ഷമയോടെ കാത്തിരുന്ന ഏഴാം ദിവസം. വേണു വലിയ ഉത്സാഹത്തിലായിരുന്നു. തെക്കൻതോടിന്റെ അരികിലൂടെ പഴയൊരു ഹിന്ദിഗാനത്തിന്റെ ഈരടികളും മൂളി അവൻ നടന്നു. തോട്ടിനരികിൽ കൂട്ടംകൂടുന്ന കൈതച്ചെടികളിൽ പൂക്കൾ വീണിരിക്കുന്നു.

"താഴയും കൈതയും ഒരേ കുടുംബമാണല്ലേ." വേണു ചോദിച്ചു.

"അതെ. പക്ഷേ, മണമുള്ളത് താഴയ്ക്കാണ്."

തെക്കൻതോടിന് വടക്കുവശത്തുള്ള കവുങ്ങിൻ തോപ്പുകളും പിന്നിട്ട്, തരിശായിക്കിടക്കുന്ന കുത്തായ ചരിവിലൂടെ നാഞ്ചിക്കുന്നിലേക്ക് കയറി. കരിമ്പനകൾ പ്രസവിച്ചിട്ട തണൽ വിളഞ്ഞ് മൂപ്പെത്തിയിരിക്കുന്നു.

"ഒന്നിനേയും കാണുന്നില്ലല്ലോ?" വേണു പനകളുടെ മുകളിലേക്ക് നോക്കി.

"പകലല്ലേ? ഉറക്കമായിരിക്കും." രാത്രിയിലായിരുന്നെങ്കിൽ വേണു അത് ചോദിക്കില്ലായിരുന്നു. അതോർത്ത് ഉള്ളിൽ ചിരിച്ചു.

അന്ന് ഏഴാം ദിവസമായിരുന്നു. ഒന്നാം ദിവസം ഈഞ്ചപ്പട്ടയും കരി

പ്പുകട്ടിയും വെള്ളം ചേർത്ത് വലിയൊരു കുടത്തിലാക്കി വച്ചു, ഒപ്പം ജാതിക്കയും നറുനീണ്ടിയും ചേർത്തുവച്ചു. കൂടെ മുത്തങ്ങാക്കിഴങ്ങും കുറുന്തോട്ടി വേരും ചതച്ചുചേർത്തു. ആറാം ദിവസം പാളയംകോടൻ പഴവും പൃഥ്വിച്ചക്കയും മുന്തിരിയും ഒപ്പംചേർത്ത് ഇളക്കിവച്ചു. അവർ അതിനെ തിളപ്പിച്ചെടുത്തു. അതിന്റെ നീരാവിയെ തണുപ്പിച്ചെടുത്തു. ഊറിയിറങ്ങിയ ചൂടുള്ള സത്തിനെ കുപ്പികളിൽ നിറച്ചുവച്ചു. തണുപ്പി ക്കാനായി നിറഞ്ഞ കുപ്പികൾ തണുത്ത വെള്ളത്തിലേക്ക് ഇറക്കിവച്ചു.

സാംകുട്ടിയും സച്ചിദാനന്ദനും ബിജുക്കുട്ടനും എത്തിച്ചേർന്നു. ആവ ശ്യമുള്ളവയെല്ലാം തലേന്ന് രാത്രിയിലേ തൂക്കിവാങ്ങി സൂക്ഷിക്കുകയാ യിരുന്നു. വാഴയിലകളിലേക്ക് പുഴുങ്ങിയ മരച്ചീനിയും നാടൻ കോഴി യുടെ മണമുള്ള ഇറച്ചിയും വിളമ്പിവച്ചു. ഗ്ലാസുകളിലേക്ക് ചാരായം പകർന്നുവച്ചു. ഭൂതങ്ങൾക്കും പിശാചുക്കൾക്കുമായി പനയുടെ ചുവട്ടിൽ ഗ്ലാസിൽ നിറച്ചുവച്ചു.

"ഇത് ഭൂതങ്ങൾക്കായി."

അടുത്ത നിമിഷത്തിൽ വേണു അന്തരീക്ഷത്തിലേക്ക് വലതുകര മുയർത്തി എല്ലാവരെയും തടഞ്ഞു. എല്ലാം നിശ്ശബ്ദമായി, ആരവങ്ങൾ നിലച്ചിരിക്കുന്നു. വലതുകരം മുന്നിലേക്ക് വീശി അവൻ അലറിവിളിച്ചു.

"ആക്രമിക്കൂ."

ആക്രമണം ആരംഭിച്ചു. അവനും സാംകുട്ടിയും, ബിജുക്കുട്ടനും ലേശം പുറകിലാണ്. വേണുവിന്റെയും സച്ചിദാനന്ദന്റെയും ആക്രമണം ആരിലും അമ്പരപ്പുളവാക്കുന്നതായിരുന്നു. *മഹാഭാരത*ത്തിലെ അന്ത്യ യുദ്ധ യോദ്ധാക്കളായിരുന്ന ഭീമസേനനെയും സുയോധനനെയും അവൻ അനുസ്മരിച്ചു. അന്തിമവിജയം ആർക്കെന്ന് പ്രവചിക്കുക അസാദ്ധ്യം തന്നെ. കൈമെയ് മറന്ന പോരാട്ടവീര്യവുമായി അടിച്ചുകയറി.

"നല്ല സൊയമ്പൻ ചാരായം." വേണു പറഞ്ഞു. ആ ചെറിയൊരു ഇടവേളതന്നെ സച്ചിദാനന്ദന് ധാരാളമായിരുന്നു. അയാൾ ഒരുചുവട് മുന്നി ലേക്ക് പൊരുതിക്കയറിയതായി തോന്നി. അത് മനസ്സിലാക്കിയായിരി ക്കണം വേണു ആക്രമണത്തിൽ കൂടുതൽ ശ്രദ്ധാലുവായി.

അവർ അട്ടഹസിച്ചു. അവർ പ്രേതങ്ങളെയും പിശാചുക്കളെയും കുറിച്ച് സംസാരിച്ചു. അവർ രാഷ്ട്രീയത്തിലും മതത്തിലും തർക്കങ്ങളി ലേർപ്പെട്ടു. പ്രണയത്തെയും കാമത്തെയുംകുറിച്ച് സംസാരിച്ചു. അഭി സാരികകളെക്കുറിച്ച് സംസാരിച്ചു. അവർക്കിടയിലേക്ക് ഒരിക്കലും മാഞ്ഞുപോകാത്ത സൗഹൃദത്തിന്റെ വെളിച്ചം പനയോലകൾക്കിടയി ലൂടെ അരിച്ചിറങ്ങി നനുത്ത തുള്ളികളായി പെയ്യുന്നുണ്ടായിരുന്നു. അവ രതിൽ നന്നായി നനഞ്ഞു.

കരിമ്പനകൾക്ക് മുകളിൽ കറുപ്പും വെളുപ്പും നിറങ്ങളിലുള്ള പിശാ ചിന്റെ കുട്ടികൾ ഭയന്നുവിറച്ചു. അത് മനസ്സിലാക്കിയാകണം തലമൂത്ത ഒരുവൾ അവരോട് ചോദിച്ചു.

"അവനെ നിങ്ങൾക്കറിയില്ലേ?"

കുട്ടികൾ അവനെ തുറിച്ചുനോക്കി.

"അവനാണ് ഈ കഥയിലെ നായകൻ."

ഭയം മാറിയ കുട്ടികൾ കൗതുകത്തോടെ മുഖത്തോടുമുഖം നോക്കി. പിന്നെ ആർത്തുചിരിച്ചു. ആ ശബ്ദം നാഞ്ചിക്കുന്നിലെ കരിമ്പനകളിൽ തട്ടി പ്രതിധ്വനികൾ തീർത്തുവോ?

കാറ്റിൽ പറന്നകലുന്ന മുടിയിഴകളെ മാടിയൊതുക്കുന്ന അവളുടെ ചന്തം അവൻ നോക്കിനിന്നു. നിറഞ്ഞ മോഹനയൗവനത്തെ ചുവന്ന വസ്ത്രങ്ങൾക്കുള്ളിലൊളിപ്പിച്ച അവൾ ഏറെ സുന്ദരിതന്നെ ആയിരുന്നു. അവൾ ആവശ്യപ്പെടുകയായിരുന്നു;

"നമുക്കെങ്ങോട്ടെങ്കിലും പോകാം."

"എങ്ങോട്ട്?"

"എങ്ങോട്ടേക്കെങ്കിലും.."

"ഒളിച്ചോടാനോ?"

"അതിനല്ല."

"എവിടെ പോകണം?"

"കടല് കാണാൻ.."

"ആത്തു, ഇതുവരെയും കടല് കണ്ടിട്ടില്ലേ?"

"നമ്മളൊന്നിച്ച് കണ്ടിട്ടില്ലല്ലോ, അതുകൊണ്ടാ."

എത്രകണ്ടാലും മതിവരാത്ത മോഹിനിയാണീ കടൽ, വേണുവുമൊത്ത് പലപ്പോഴും ഇവിടേക്ക് വരാറുണ്ട്. എത്രയോ തവണ കണ്ടിരിക്കുന്നു. എങ്കിലും ഇന്നും പുതുമയുടെ ഗന്ധം നിറഞ്ഞുനില്ക്കുന്നു. ഒരു കാമിനിയെപ്പോലെയാണ് ഈ കടലും, ആത്തുവിനെപ്പോലെ. അവളിലും എന്നും പുതിയതായി എന്തൊക്കെയോ സൃഷ്ടിക്കപ്പെടുന്നതായി തോന്നിയിരുന്നു.

"എനിക്കോർമ്മവരുന്നത് ചെവികൾ അടച്ചുപിടിച്ചാൽ കടലിന്റെ ശബ്ദം കേൾക്കാം എന്ന് പറഞ്ഞില്ലേ?" അവൾ അവനെനോക്കി ചിരിച്ചു.

"ഞാനന്ന് കേട്ടത് ശരിക്കും ഈ കടലിന്റെ ശബ്ദംതന്നെയായിരുന്നു." അവൾ അത്യധികം സന്തോഷവതിയായി കാണപ്പെട്ടു.

ശരിയാണ്, ചെവികൾ അടച്ചുപിടിച്ചാൽ കടലിന്റെ ശബ്ദം കേൾക്കാം. കുഞ്ഞുന്നാളിലവന് അച്ഛന്റെ അമ്മ പറഞ്ഞുകൊടുത്തിരുന്നു. എത്രയോ തവണ അവനതുകേട്ട് ആസ്വദിച്ചിരിക്കുന്നു. അലറിവിളിക്കുന്ന കടലിന്റെ ശബ്ദം. കരയെ വിഴുങ്ങാനായി ആർത്തലച്ചെത്തുന്ന തിരമാലകളുടെ ശബ്ദം. ശരിക്കും കടലിന്റെ ശബ്ദംതന്നെ. അവനത് ആത്തുവിന് പറഞ്ഞുകൊടുത്തിരുന്നു. അനുപമയ്ക്കും. അവളന്ന് അത്ഭുതപ്പെടുന്നത് ചിരിയോടെ അവൻ നോക്കിനിന്നിരുന്നു.

മായികമായൊരു പ്രതിഭാസം തന്നെയാണീ കടൽ. ഒടുങ്ങാത്ത നിഗൂഢതകളുംപേറി അത് ഒഴുകിക്കൊണ്ടേയിരിക്കുന്നു. ഒരിക്കലും മാഞ്ഞു

പോകാത്ത ഒരു അനുഭൂതിയായി.. വലിയൊരു ജനതയും, വാഹനങ്ങളും ഇടകലർന്ന് ശ്വാസംമുട്ടിയൊഴുകുന്ന ഈ തലസ്ഥാനനഗരത്തിന്റെ ഓരത്തായി ഇങ്ങനെയൊന്ന് ഇല്ലായിരുന്നെങ്കിലോ? അത് അവന്റെ ചിന്തകളിൽ അസ്വസ്ഥതകൾ സൃഷ്ടിക്കുന്നു. വാസയോഗ്യം കള്ളിപ്പാറയും തെക്കേക്കൂപ്പും തന്നെയാണ്. അവിടെ തെക്കൻതോടിന്റെ തണുപ്പുണ്ട്. പച്ച പുതച്ചുറങ്ങുന്ന താഴ്വാരങ്ങളുണ്ട്. കോടമഞ്ഞിറങ്ങി മേഞ്ഞു നടക്കുന്ന പുലർകാലങ്ങളുണ്ട്.

മുൻപൊരിക്കൽ വേണുവുമൊത്ത് ഇവിടേക്ക് വന്നതോർത്തു. വെയിലാറി തണുക്കാൻ തുടങ്ങിയിരുന്നു. തിരികെ വരാനായി എഴുന്നേറ്റപ്പോൾ അന്യസംസ്ഥാന രജിസ്ട്രേഷനുള്ള മൂന്നു ബസുകളെത്തിച്ചേർന്നു. നിറയെ പെൺകുട്ടികൾ. അവർ കടലിലേക്ക് എടുത്തുചാടി നീന്തിത്തുടിച്ചു. പലരെയും തിരമാലകൾ മണൽത്തട്ടിലൂടെ വലിച്ചിഴച്ചു.

"വേണൂ പോകണ്ടേ?" അവൻ എഴുന്നേറ്റു.

"എങ്ങോട്ട്? ഈ ചാകര തീർന്നിട്ടുപോകാം." അതോർത്ത് അറിയാതെ ചിരിച്ചു.

"എന്തോർത്താ ചിരിച്ചത്?" ആത്തു ചോദിച്ചു. അതവൻ അവളോട് പറഞ്ഞില്ല.

"വെറുതെ." സംശയദൃഷ്ടിയോടെ അവൾ നോക്കി. ശേഷം കുസൃതി നിറച്ച കണ്ണുകളോടെ ചിരിച്ചു.

അധികം അകലെയല്ലാതുയർന്ന ആരവങ്ങളിലേക്കുപോയി. വലയിൽ കടലമ്മ കനിഞ്ഞിട്ടുണ്ടാകാം. ആകാംക്ഷ നിറച്ച കണ്ണുകളുമായി, ആവേശത്തോടെ നിരവധി കാലുകൾ അങ്ങോട്ടേക്കായി.

"നമുക്കും അങ്ങോട്ടുപോകാം." അവൾ അവന്റെ കൈയിൽ പിടിച്ചു. മറുപടി പറയാതെ അവൻ നടന്നു. പലരും മത്സ്യങ്ങൾ വാങ്ങുന്നുണ്ട്. കൂടുതലും ചെങ്കലവയാണ്.

"വിവാഹത്തിനുശേഷം വരുമ്പോൾ നമുക്കും വാങ്ങിക്കൊണ്ട് പോണം." അവൾ പറഞ്ഞു. അവൾ അവനോട് ചേർന്നുനിന്നു.

"വാങ്ങാം." ഭാവനയിൽ അതുകണ്ട് ചിരിച്ചു.

സ്വപ്നങ്ങളുടെയും ഭാവനകളുടെയും നിറങ്ങളണിഞ്ഞു നില്ക്കുന്ന മുന്തിരിത്തോപ്പുകൾക്കുമപ്പുറത്ത് മണൽക്കാടുകളാണ്. അവയ്ക്ക് പൊള്ളുന്നുണ്ട്. അവിടെ വീശുന്ന കാറ്റിന് അഗ്നിയുടെ ഗന്ധമുണ്ട്. അവനത് കാണാനാകുമായിരുന്നില്ല. അവൾ ഒപ്പമുള്ളതുകൊണ്ടുതന്നെയാകും അത്.

അവിടെ ശുഭകരങ്ങളായ പ്രതീക്ഷകളുണ്ടായിരുന്നു. സ്വപ്നങ്ങൾ യഥേഷ്ടം മേഞ്ഞ് നടക്കുന്നുണ്ടായിരുന്നു. മഞ്ഞിന്റെ മണമുള്ള വൃശ്ചികരാത്രികളിൽ കള്ളിപ്പാറയിലെ വാകമരങ്ങൾക്കിടയിൽ വിരുന്ന് പാർക്കാനെത്തുന്ന ഒരായിരം മിന്നാമിനുങ്ങുകളെപ്പോലെ. ഒരുപാട് സ്വപ്നങ്ങൾ. അവയ്ക്ക് മഞ്ഞനിറമുള്ള വെളിച്ചമുണ്ടായിരുന്നു. അവർ അത്യധികം മനോഹരികൾ തന്നെ.

തെക്കൻതോട്ടിനരികിലെ പച്ചപ്പുനിറഞ്ഞ പാതയ്ക്കിരുവശങ്ങളിലുമായി മലർന്നുകിടക്കുന്ന പാടങ്ങൾ സ്വർണ്ണ വർണ്ണമണിഞ്ഞിരിക്കുന്നു. അതിനുമുകളിലായി ഓണവിരുന്നിനെത്തിയ ഇളംകാറ്റ് കുഞ്ഞോളങ്ങൾ സൃഷ്ടിക്കുന്നു. വാഴത്തത്തകളുടെ ഒരുകൂട്ടം നാവുനുണഞ്ഞുകൊണ്ട് അതിനുള്ളിലേക്ക് പറന്നിറങ്ങി.

"മനോഹരം തന്നെ." മറ്റേതോ ലോകത്തിൽ നിന്നെന്നതുപോലെ വേണു മന്ത്രിച്ചു.

"ഇതൊക്കെയിനി എത്രനാൾകൂടി കാണാനാകും..?" വേണുവിന്റെ ശബ്ദത്തിലെ നിരാശ അവനിലേക്കും പടർന്നുവോ?

ശരിയാണ്. എല്ലാം നശിച്ചുകൊണ്ടിരിക്കുകയാണ്. ജീവിതത്തിൽ നഷ്ടപ്പെടലുകൾ തന്നെയാണ് ഏറെയും. അതോ, അതുമാത്രം ആവർത്തിച്ചു കൊണ്ടിരിക്കുകയാണോ?. നാളെ ഈ പച്ചപ്പിനും മുകളിലായി റബ്ബർ മരങ്ങൾ ആധിപത്യം സ്ഥാപിച്ചേക്കാം. റബ്ബറിന്റെ കടന്നുകയറ്റം മണ്ണിലും മനുഷ്യനിലും അവശേഷിച്ചിരുന്ന നന്മയുടെ ഉറവകളെക്കൂടി വറ്റിച്ചുകൊണ്ടേയിരിക്കുന്നു.

തെക്കൻതോടും നശിച്ചുപോകുമോ? ഈ നാടിന് ജീവൻ പകർന്ന് ആത്മശാന്തിയോടെ നിറഞ്ഞൊഴുകുന്ന ഈ തെക്കൻതോടും..? ആ ചിന്തകൾപോലും ശിരസ്സിൽ അഗ്നിപടർത്തുന്നു. ഒരിക്കലും നശിച്ച് പോകില്ലായിരിക്കാം. എങ്കിലും സൗന്ദര്യം നഷ്ടമായിപ്പോയേക്കും. മുഖം വികൃതമായി മാറിയേക്കാം. അവളുടെ ശരീരം മെലിഞ്ഞുപോയേക്കാം. ആസന്നമായിക്കൊണ്ടിരിക്കുന്ന യാഥാർത്ഥ്യം തന്നെയാണത്. വരുംകാല മൃത്യുവെക്കുറിച്ചറിയാതെ, അപകടചിന്തകൾ ഏതുമില്ലാതെ ഏതോ പ്രണയകാലത്തിന്റെ ഈരടികളും നെഞ്ചിലേറ്റി അവൾ ഒഴുകിക്കൊണ്ടേയിരുന്നു.

"ഈ വർഷം കായകളില്ല, അല്ലേ?" കൂറ്റൻ പിണർവൃക്ഷങ്ങളുടെ തലപ്പത്തേക്ക് കണ്ണുകളെത്തിച്ച് വേണു ചോദിച്ചു.

"കായ്ക്കേണ്ട സമയം ഇതല്ല."

കായ്ച്ച് തുടങ്ങിയാൽ നിറയെ കായ്കളുണ്ടാവും. മഞ്ഞനിറമുള്ള പഴുത്തുതുടുത്ത വലിയ കായ്കൾ. ഏറിയ പങ്കും തെക്കൻതോട്ടിൽ വീണൊഴുകി അകലുകയാണ് പതിവ്.

തെക്കൻതോട് മുറിച്ചുകടന്ന് കള്ളിപ്പാറയിലേക്ക് നടന്നു. വായനാശാലയിൽനിന്നും ഓണാഘോഷം അറിയിച്ചുകൊണ്ടുള്ള മനോഹരങ്ങളായ ഗാനങ്ങൾ റബ്ബർ മരങ്ങളും തെങ്ങിൻ തോപ്പുകളും പിന്നിട്ട് ഒഴുകിയെത്തുന്നു.

"ഉത്രാടമാണ് ശരിക്കും സുഖം." ആത്മഗതമെന്നോണം വേണു പറഞ്ഞു.

"അത് കഴിഞ്ഞാല് ഓണം തീർന്നു."

ശരിയാണ്, പ്രതീക്ഷകൾക്ക് സുഗന്ധവും പൊലിമകളുമേറും.

യാഥാർത്ഥ്യങ്ങൾ വസ്തുതകൾക്ക് വിരുദ്ധമായേക്കാം. അവയ്ക്ക് മാധുര്യം കുറയാം. കയ്പായി മാറിയേക്കാം.

വായനശാല ജീവനിൽനിന്നും അടർത്തിമാറ്റാനാകാത്ത ഒന്നാണെന്ന് പലപ്പോഴും അനുഭവിച്ചറിഞ്ഞിട്ടുണ്ട്. ഉറക്കമൊഴിഞ്ഞിരുന്ന് ചതുരംഗം കളിച്ച എത്രയോ രാവുകളുടെ കഥ പറയാനുണ്ടാകും അതിന്. കൂട്ടുകാരൊന്നിച്ച് പങ്കുവച്ച എത്രയോ സ്വപ്നങ്ങൾക്ക് മൂകസാക്ഷിയാണത്. പഠനങ്ങളുടെയും പൊട്ടിച്ചിരികളുടെയും ഒരിക്കലും മാഞ്ഞുപോകാത്ത എത്രയോ ഓർമ്മകൾ നിറഞ്ഞുനില്ക്കുന്നുണ്ടവിടെ.

ശരിക്കും അവന്റെയും സുഹൃത്തുക്കളുടെയും ഓണാഘോഷം വായനശാലയിൽത്തന്നെ ആയിരുന്നു. പൂക്കളങ്ങൾ തീർത്തും, തോലുമാടൻ വേഷം കെട്ടിയും അവരത് ഭംഗിയായി ആഘോഷിച്ചിരുന്നു. മാടൻ വേഷം പതിവായി കെട്ടുന്നത് സച്ചിദാനന്ദനും വേണുവും ആയിരുന്നു. സ്വഭാവം വച്ച് നോക്കുമ്പോൾ അവർക്കാണത് കൂടുതൽ യോജിക്കുകയെന്ന് ബിജുക്കുട്ടൻ പറയാറുണ്ട്. മാടന്റെ തോലലങ്കാരം എപ്പോഴും സജിത്തിന്റെ വകതന്നെ ആയിരുന്നു.

അതെല്ലാം മടുത്തുതുടങ്ങുന്നുവോ? എല്ലാം യാന്ത്രികമായ ആവർത്തനങ്ങൾ മാത്രമായി മാറുകയാണോ? അങ്ങനെ സംഭവിക്കാതിരിക്കട്ടെ. ഒരു കാര്യത്തിൽ അഭിമാനിക്കാം. സൂര്യ വായനശാലയുടെ മഞ്ഞനിറമുള്ള ഓണാഘോഷങ്ങളിലൂടെ, സാഹിത്യസദസ്സുകളിലൂടെ രാജേഷ് വാര്യർ എന്ന കവി ഉദയംചെയ്ത് പ്രശസ്തനായി.

“നമ്മൾ പല വഴികളിലായി പിരിഞ്ഞാൽ ഈ ഓണാഘോഷവും കാണില്ലായിരിക്കും അല്ലേ?” വേണുവിന്റെ ശബ്ദത്തിൽ തെല്ലൊരു വേദന പടർന്നുനിന്നിരുന്നു.

അങ്ങനെയൊക്കെ സംഭവിക്കുമോ? ജീവിതത്തിൽ കത്തുന്ന വേനലുമായി പൊരുത്തപ്പെടാൻ ശ്രമിക്കുന്നതിനിടയിൽ ആഘോഷങ്ങൾ എന്നേക്കുമായി അസ്തമിച്ച് പോകുമോ? വർണ്ണക്കാഴ്ചകളൊക്കെയും മാഞ്ഞുപോയേക്കുമോ? അസ്ഥിത്വ ചിന്തകൾ മണ്ണിനടിയിലേക്ക് ആഴ്ന്നുപോകുമോ? അറിയില്ല, അങ്ങനെ സംഭവിക്കാതിരിക്കട്ടെയെന്ന് ആശിക്കാം.

ആഘോഷത്തിന്റെ തിരക്കുകൾക്കിടയിലും അവൻ ആത്തുവിനെ തെരഞ്ഞു. അവൾ അവനെത്തന്നെ നോക്കി നില്ക്കുന്നുണ്ട്. അവൾ ചിരിച്ചു. അവളിൽ പ്രതിഫലിക്കുന്ന ഒടുങ്ങാത്ത പ്രണയത്തിന്റെ തിളക്കം അവന് അപരിചിതവും അസാധാരണത്തം നിറഞ്ഞതുമായി തോന്നിയതെന്ത്? അവളുടെ മിഴികൾ സംസാരിക്കുന്നുണ്ട്. അതിന്റെ സാരം ഗ്രഹിക്കുവാൻ അവനെന്തേ കഴിയാതെ പോകുന്നു? എന്താണ് സംഭവിക്കുന്നത്? അവൻ തീർത്തും അജ്ഞനായി മാറിയോ?

അവൻ ചിരിച്ചു. അവളും. പക്ഷേ, അവൾ ചിരിച്ചത് അവനോടായിരുന്നില്ല. അവൻ തിരിഞ്ഞുനോക്കി.

എന്താണ് സംഭവിച്ചത്? ഒന്നും വ്യക്തമാകുന്നില്ല കഴിഞ്ഞുപോയ കേവല നിമിഷങ്ങൾക്കുള്ളിൽ ഈ വലിയ ലോകത്തുനിന്നും അന്യനാക്കി മാറ്റിനിർത്തപ്പെട്ടുവോ? ആഘോഷരാവുകളിലെ ആൾക്കൂട്ടത്തിനിടയിൽ നിന്നും ഏകാകിയാക്കിയോ അവനെ? അവനെ ഒറ്റപ്പെടുത്തി ശൃംഗങ്ങളിൽ നിന്നും അനാഥത്വത്തിന്റെ വിദൂരതകളിലേക്ക് വലിച്ചെറിഞ്ഞുവോ? ഇരുട്ട് വ്യാപിച്ച കണ്ണുകളിൽനിന്നും കാഴ്ചകൾ അകലേക്കെങ്ങോ മാഞ്ഞു പോവുകയാണോ....??

(ഇത് പറഞ്ഞിട്ട് യേശു ഉള്ളം കലങ്ങി, ആമേൻ, ആമേൻ, ഞാൻ നിങ്ങളോട് പറയുന്നു; നിങ്ങളിൽ ഒരുത്തൻ എന്നെ കാണിച്ചുകൊടുക്കും എന്ന് സാക്ഷീകരിച്ച് പറഞ്ഞു. ഇത് ആരെക്കുറിച്ചു പറയുന്നു എന്ന് ശിഷ്യന്മാർ സംശയിച്ചു തമ്മിൽ തമ്മിൽ നോക്കി...........

കർത്താവേ അത് ആർ എന്നു ചോദിച്ചു. ഞാൻ അപ്പഖണ്ഡം മുക്കിക്കൊടുക്കുന്നവൻ തന്നെ എന്ന് യേശു ഉത്തരം പറഞ്ഞു. ഖണ്ഡം മുക്കി ഈസ്കര്യോത്തിന്റെ മകനായ യൂദായ്ക്ക് കൊടുത്തു. ഖണ്ഡം വാങ്ങിയ ഉടനെ സാത്താൻ അവനിൽ കടന്നു.)

അന്തിക്കാറ്റ് ചേക്കേറിയ വാകമരച്ചുവടുകളിൽ അവൻ അവളെയും കാത്തുനിന്നു. അവിടെവച്ചായിരുന്നു അവൻ അവളോട് പ്രണയം പറഞ്ഞത്. ആ പാതയിലൂടെ, മണ്ണിൽ ചിതറിവീണ നഷ്ടവസന്തങ്ങൾക്കരികിലൂടെ അവൾ വന്നതേയില്ല. വാകമരച്ചില്ലകൾ നിഴൽവിരിച്ച ആ വഴിയോരത്തുകൂടി അവർ ഒരുമിച്ച് നടന്നിരുന്നു. അവൾ അവനോട് ചേർന്നു നടന്നിരുന്നു.

ആഴ്ചയുടെ ആദ്യദിനങ്ങളിൽ സ്തുതിഗീതങ്ങൾ ഒഴുകിയെത്താറുള്ള പള്ളിയുടെ പടിക്കെട്ടുകളിലൂടെ അവൻ അവളെയും തേടിയലഞ്ഞു. അവളെ കണ്ടെത്തുവാൻ അവനായില്ല. ആ പടിക്കെട്ടുകൾക്കും താഴെയായി അവൻ അവൾക്കായി കാത്തുനില്ക്കാറുണ്ടായിരുന്നു. കറുത്ത പാതയ്ക്കിരുവശങ്ങളിലുമായി പൂത്തുകിടക്കുന്ന ചുവപ്പും വെള്ളയും നിറങ്ങളിലുള്ള കടലാസ് ചെടികൾക്കരികിലും, കൂട്ടംകൂടി നില്ക്കുന്ന സൂര്യകാന്തികൾക്ക് ചുവട്ടിലും അവൻ അവൾക്കായി കാത്തുനിന്നു. ആ വഴിയിലൂടെ അവൾ വന്നതില്ല. അവിടെവച്ച് അവർ പ്രണയം പങ്കുവെച്ചെടുത്തിരുന്നു.

അവൾ താണ്ടിയകന്ന പാതകൾക്ക് മുകളിൽ മണൽക്കാറ്റടർന്നു വീണ് കാല്പാടുകൾ മായ്ക്കപ്പെട്ടിരിക്കുന്നു. അവൾ പറന്നകന്ന വിദൂരദേശങ്ങൾ അവന് അജ്ഞാതമായിത്തീർന്നു. എപ്പോഴാണ് അവളുടെ പാദങ്ങൾക്ക് വേഗത കൂടുതലായത്? എപ്പോഴാണ് അവൾ ചിറകുകൾ സ്വന്തമാക്കിയത്? അറിയില്ല. ചുവപ്പും വെള്ളയും നിറങ്ങളിലുള്ള കടലാസ് പൂക്കളുടെ നിറം മങ്ങിയിരിക്കുന്നു. സൂര്യകാന്തികൾക്കോ?

മഞ്ചാടിപ്പാടങ്ങൾക്കിടയിൽ ചിതറിക്കിടക്കുന്ന ചുവന്നുതുടുത്ത സ്വപ്നങ്ങളുടെ തിളക്കം നഷ്ടപ്പെട്ടുപോയിരുന്നു. കൃഷ്ണകിരീടത്തിന്റെ

പൂക്കൾ നിറംവാർന്ന് വികൃതമായിരിക്കുന്നു. കൈകളിൽ വർണ്ണത്താലങ്ങളേന്തി നൃത്തംചെയ്തിരുന്ന കുങ്കുമച്ചെടികൾ വാടാൻ തുടങ്ങുന്നുവോ? അവൻ സന്ധ്യയുടെ കവിളിൽ മുഖം ചേർന്നുനിന്നു. നാണത്താൽ ചുവന്ന അവളുടെ കപോലത്തിലേക്ക് അവന്റെ മിഴികൾ അടർന്നു വീണു.

മനുഷ്യമനസ്സിന്റെ അകത്തളങ്ങളിലേക്ക് കടന്നുചെന്ന് അവയിലെ നിറങ്ങളെ തിരിച്ചറിയാനുള്ള ഒരു നിഗൂഢ മന്ത്രത്തിനായി അവന്റെ ആത്മാവ് ദാഹിച്ചുനിന്നു. ഒരു ഏഴാമിന്ദ്രിയം. അവൻ അകലേക്ക് നോക്കി. ഒരുപാട് വിദൂരങ്ങളിലേക്ക്. തേജസ്സാർന്ന ആ മുഖത്തേക്ക്. ദിവ്യമായ വെളിച്ചത്തിന്റേയും ശംഖധ്വനികളുടെയും അകമ്പടിയോടുകൂടി, കർണ്ണാഭരണങ്ങളും കിരീടവും ധരിച്ചുനില്ക്കുന്ന ദൈവത്തിന്റെ മുഖത്തേക്ക്. ദൈവം ദുഃഖിതനായി കാണപ്പെട്ടു.

മഞ്ചാടിപ്പാടങ്ങൾക്കിടയിലായി ചിതറിക്കിടക്കുന്ന തിളക്കം നഷ്ടമായിപ്പോയ സ്വപ്നങ്ങൾക്കും മുകളിലായിക്കിടന്നു. നിറഞ്ഞൊഴുകുന്ന തെക്കൻതോട്ടിലേക്ക് കാലുകൾ നീട്ടിയിട്ട്. ആ രാത്രിയിൽ നാഞ്ചിക്കുന്നിലെ പ്രേതങ്ങളും പിശാചുക്കളും അവനരികിലേക്കിറങ്ങിവന്നു. അവർക്ക് അവനെയോർത്ത് ദുഃഖമുണ്ട്. അവനെ ആനന്ദിപ്പിക്കാനായിരിക്കണം അവർ അവനുചുറ്റും നൃത്തംചെയ്തു.

"നിനക്ക് ഞങ്ങളെ ഭയമില്ലേ?" വെളുത്ത ഒരു പിശാചിനി ചോദിച്ചു.

"എന്തിന്? എനിക്ക് നിങ്ങളെ നല്ല പരിചയമല്ലേ?"

അതുകേട്ട് കിലുകിലെ ചിരിച്ചുകൊണ്ട് അവൾ സംഘത്തോടൊപ്പം ചേർന്ന് നൃത്തംചെയ്തു.

ആ ദിവസം കറുത്ത ഒരദ്ധ്യായമായി ചരിത്രത്തിന്റെ ഏടുകളിൽ എഴുതപ്പെടുകതന്നെചെയ്യും. അതിൽനിന്നും ഒഴുകിയിറങ്ങുന്ന അന്ധകാരം രാവിന്റെ നെഞ്ചകങ്ങളിൽ തീമഴയായി പെയ്തിറങ്ങുകതന്നെ ചെയ്യും.

അന്ന് ആത്തുവിന്റെ വിവാഹമായിരുന്നു. എതിർദിശകളിലേക്ക് ഒഴുകുന്ന രണ്ട് തോണികളിലായി അവർ യാത്ര ചെയ്യുകയാണെന്ന് തോന്നി. അവൾ ജീവന്റെ വെളിച്ചത്തിലേക്കാണ് പോകുന്നത്. അവനോ..? അവൻ പോകുന്നത് നിത്യതയാർന്ന മരണമെന്ന അന്ധകാരച്ചുഴികൾക്കുള്ളിലേക്കും. എന്തുകൊണ്ടാണ് പെട്ടെന്ന് മരണമെന്ന ചിന്ത വലിഞ്ഞുകയറി വന്ന വിരുന്നുകാരനായത്? മരിക്കണമെന്ന ആഗ്രഹം തോന്നുന്നുണ്ടോ? ഇല്ല. പക്ഷേ, വിദൂരതകളിൽ തേടിയലഞ്ഞിട്ടും ഉത്തരം ലഭിക്കാത്ത കുറേയേറെ ചോദ്യങ്ങൾ അവശേഷിച്ച് ഫണം വിടർത്തിയാടുന്നു.

ചിലപ്പോൾ ഉടനെതന്നെ മരിച്ചുപോകുമെന്ന് അവനും തോന്നിത്തുടങ്ങി. പരിധി കഴിഞ്ഞുപോയ മദ്യം സമ്മാനിച്ച അബോധത്തിന്റെ തേർത്തട്ടിലിരുന്ന് ആരോ കള്ളം പറഞ്ഞതാണോ? ഉടനെ മരിച്ചുപോകുമോ? അരികിലെ ഇരുട്ടിനുള്ളിലെവിടെയോ വൃത്തികെട്ടൊരു പൂച്ചയെ

പ്പോലെ മരണം പതിയിരിക്കുന്നതായി അനുഭവപ്പെടുന്നു. ഉറങ്ങുമ്പോൾ പതിയെ ജനാലയ്ക്കലെ കർട്ടനകറ്റി ഇരുളിലൂടെ ഇഴഞ്ഞ് മരണം അരികിലെത്തും. തണുത്തുറഞ്ഞ അധരത്താൽ ചുംബനം നല്കും. അന്നേരം ജീവന്റെ കണികകൾ ഉരുകിയൊലിച്ച് അലിഞ്ഞില്ലാതായി കാറ്റിലും മണ്ണിലും ലയിച്ചുപോകും. അതോ കറുത്ത കൈകളാൽ കഴുത്തുഞെരിച്ച് ശ്വാസം മുട്ടിക്കുമോ?

പുലർകാലത്ത് പതിവുപോലെ എഴുന്നേല്ക്കാതെ വരുമ്പോൾ പേരു ചൊല്ലി അമ്മ വിളിക്കും. അനക്കമില്ലാതെ കിടക്കും. ഉറക്കമാണെന്ന് അമ്മ ധരിക്കും. വൈകുമ്പോൾ വീണ്ടും വിളിക്കും. ജനാലയ്ക്കലെ കർട്ടന കറ്റി, പേരുചൊല്ലി. അന്നേരവും അനക്കമില്ലാതെ കിടക്കുമ്പോൾ ഉറക്കത്തിലായിരിക്കുമെന്ന് അമ്മ കരുതുമോ?.

തകർന്നുപോയ ഹൃദയം അസ്ഥികവചങ്ങളും ഭേദിച്ചുകൊണ്ട് പുറത്തേക്ക് ഒഴുകിയിരിക്കും. ചുണ്ടുകൾ അന്നേരം നിണത്തിന്റെ നിറം കൊണ്ട് ചുവന്നിരിക്കും. മുറിക്കുള്ളിലെങ്ങും മരണത്തിന്റെ മടുപ്പിക്കുന്ന മൂകതയും ഗന്ധവും നിറഞ്ഞുനില്പുണ്ടാകും.

മരിക്കുന്നതിനുമുമ്പായി അകലെയല്ലാതെതന്നെ കാലൻ നായ്ക്കൾ ഓരിയിട്ടിരിക്കാം. കുറുണിപക്ഷികൾ അലറിക്കരഞ്ഞിട്ടുണ്ടാകാം. തൊട്ടരികിൽനിന്ന് ജീവനെടുക്കാൻ നിയോഗിക്കപ്പെട്ടവൻ രൗദ്രഭാവത്തിൽ അട്ടഹസിച്ചിട്ടുണ്ടാകാം.

മരണം ശാശ്വതമായൊരു സത്യം മാത്രം. ജീവൻ അടക്കി നിർത്താനാകാത്ത വ്യഥയോടെ ആകാശത്തിന്റെ അകലങ്ങളിലേക്കെങ്ങോ പറന്നുപോകുവാൻ നിർബ്ബന്ധിതമായിത്തീരുന്നു. ചേതനയറ്റ ശരീരത്തെ മണ്ണ് അതിന്റെ ആഴങ്ങളിലേക്ക് കടിച്ചുകൊണ്ടുപോകുന്നു. ഒരിക്കലും നികത്തിയെടുക്കാനാവാത്ത ശൂന്യത തന്നെയാണ് ഓരോ മരണങ്ങളും.

ജനാലയിലെ കർട്ടനകറ്റി പുറത്തേക്കുനോക്കി. അധികം അകലെയല്ലാതെ നില്ക്കുന്ന വാകകൾക്കുമപ്പുറത്ത് പള്ളിക്കു വടക്കുവശത്തെ സെമിത്തേരിയിൽ കല്ലറകൾക്ക് മുകളിലായി പ്രിയപ്പെട്ടവർക്കായി ആരൊക്കെയോ കത്തിച്ചുവച്ചിരിക്കുന്ന മെഴുകുതിരികളുടെ അണയാത്ത നാളങ്ങൾ.

ഒരുപാട് വൈകിയാണ് ഉണർന്നെണീറ്റത്. എന്തൊക്കെയോ ചിന്തിച്ചെടുക്കാൻ ശ്രമിച്ചു. ഒന്നിനും കഴിയുന്നില്ല. മനസ്സും ശരീരവും ശത്രുതയോടെ മുഖംതിരിച്ച് നില്ക്കുന്നുവോ? ഓർമ്മകൾ എങ്ങുമെത്താതെ ചിതറിത്തെറിച്ച് പോകുന്നു. ബോധതലങ്ങൾക്കുമപ്പുറം നില്ക്കുന്ന ചിന്തകളെയെല്ലാം ഒരു ബിന്ദുവിലേക്ക് ഏകീകരിക്കാൻ ശ്രമിച്ചു, പരാജിതനായി പിന്മാറേണ്ടി വരുന്നു. ഓർമ്മകളും ചിന്തകളുമൊക്കെ അകന്നുപോയി മനസ്സ് ശൂന്യമാക്കപ്പെട്ടതുപോലെ. ഉള്ളിൽ രണ്ട് നിറങ്ങളേ അവശേഷിക്കുന്നുള്ളു. കറുപ്പും വെളുപ്പും, അതോ ഇതിലേതെങ്കിലും ഒന്ന് മാത്രമോ..? ചാരുകസേരയിൽ കണ്ണുകളടച്ച് മലർന്നുകിടന്നു.

അരുകിലാരുടെയോ സാമീപ്യമറിഞ്ഞപ്പോൾ കണ്ണുകൾ തുറന്നു. അമ്മയാണ്. അമ്മയുടെ മിഴികൾ തോരാതെ പെയ്യുന്നുണ്ട്.

“ഇനി നീ ഉടനെയൊന്നും മരിച്ചുപോവില്ല.” അമ്മ പറഞ്ഞതിന്റെ അർത്ഥം മനസ്സിലാക്കാനാകാതെ ചോദ്യഭാവത്തിൽ നോക്കി.

“നീയിന്നലെ ഒറക്കത്തില് കാണിച്ചത് അങ്ങനേയിര്ന്ന്, അത്രയ്ക്ക് വെപ്രാളം.” അമ്മ തേങ്ങുന്നുണ്ടായിരുന്നു. അതവന്റെ നെഞ്ചകം തകർക്കുന്നു.

“ഞാൻ വിചാരിച്ചത് നീയിന്നലെ രാത്രി മരിച്ചുപോവുന്നാണ്.”

അമ്മയുടെ കണ്ണുനീർ പൊഴിഞ്ഞുവീണത് അവന്റെ നെഞ്ചിനകത്തേക്കായിരുന്നു. അതിന് പരിപാവനമായ വെളുത്ത നിറമായിരുന്നു. അതിന് ഒടുങ്ങാത്ത വാത്സല്യത്തിന്റെ നോവും ചൂടുമുണ്ടായിരുന്നു.

അവന്റെ യൗവനത്തിന്റെ താളുകളിൽ വരച്ചിട്ടിരിക്കുന്നു, ആത്തുവിന്റെ ചിത്രം. അവൾ സുന്ദരിതന്നെ. ഒരിക്കലും മാഞ്ഞുപോകാത്ത വർണ്ണങ്ങൾകൊണ്ട് ആലേഖനം ചെയ്യപ്പെട്ടിരിക്കുന്നു. വടിവൊത്ത അക്ഷരങ്ങളാൽ, അവളോടൊപ്പമുള്ള നിമിഷങ്ങൾ. ആ അക്ഷരങ്ങളിൽ ജീവൻ തുടിച്ചുനില്ക്കുന്നുണ്ട്. അവയ്ക്ക് വേദനിക്കുന്നുണ്ട്. അവ അവനോട് പറയുന്നുണ്ട്.. അവ അവനോട് പറയുന്നുണ്ട് ഓർമ്മകൾ ഒരിക്കലും മരിച്ച് പോവുകയില്ല. ഓർമ്മകൾക്ക് മരണമില്ല.

പകൽ മാറിക്കഴിഞ്ഞു എന്ന് ബോദ്ധ്യമായത് ഏറെ വൈകിയ ശേഷമായിരുന്നു. തെക്കൻതോട്ടിനരികിലൂടെ നടന്നു. ഇരുട്ട് മദംപൊട്ടി അലറുന്നു. ആ ശബ്ദം തെക്കൻതോടിന്റെ ഒരുപാട് മുകളിലാണെന്ന് തോന്നി. പാലത്തിലിരുന്ന് ഒരു സിഗരറ്റിന് തീ കൊടുത്തു. തീപ്പെട്ടിക്കൊള്ളിയുടെ വെളിച്ചത്തിൽ കറുപ്പും ചുവപ്പും നിറത്തിലുള്ള രണ്ട് പ്രേതങ്ങൾ അവനെ നോക്കി പല്ലിളിച്ചുകാട്ടി.

അവനവിടെ കാണുമെന്നറിഞ്ഞാണോ കൃഷ്ണേട്ടൻ അന്നേരമെത്തിയത്? അയാൾ അവനു സമീപത്തായി ഇരുന്നു. അവന്റെ തോളിൽ തട്ടി ആശ്വസിപ്പിച്ചു. ഇരുട്ട് അനുഗ്രഹമായെന്ന് ആ നിമിഷത്തിൽ അവനു തോന്നി. ഇല്ലായിരുന്നെങ്കിൽ അവന്റെ നിറഞ്ഞ കണ്ണുകൾ അയാൾ കാണുമായിരുന്നു.

“വാ വീട്ടിലേക്ക് പോവാം.” അയാൾ വിളിച്ചു.

“കൃഷ്ണേട്ടൻ പൊയ്ക്കോ, ഞാൻ കുറച്ചുനേരം....” ശബ്ദത്തിൽ നനവ് പടർന്നതുകൊണ്ടാകാം വാക്കുകളെ പാതിയിൽ ഉപേക്ഷിച്ചത്.

“വാടോ.” സ്നേഹത്തോടെ അയാൾ നിർബ്ബന്ധിച്ചു.

ടോർച്ച് തെളിച്ച് അയാൾ മുന്നേ നടന്നു. ഇടവരമ്പിൽ പതിയിരുന്ന തവളകൾ പാടത്തേക്ക് ചാടി രക്ഷപ്പെട്ടു.

“മുൻപായിരുന്നെങ്കില് നെനക്ക് തരാൻ എന്തേലും കാണുമായിരുന്നു.'' അവന്റെ ദുഃഖം ഉള്ളിലേറ്റു വാങ്ങി അയാൾ പറഞ്ഞു. “ഞാനിപ്പോ കുടിക്കാറില്ല.”

കൃഷ്ണേട്ടൻ നീക്കിയിട്ടുകൊടുത്ത കസേരമേൽ ഇരുന്നു. അവൻ ഭാരത്താൽ തലകുനിച്ചിരുന്നു. അവൻ ഏറെ പരിക്ഷീണനായിരിക്കുന്നു. നാണക്കേട് തോന്നുന്നു. സ്വയം പുച്ഛം തോന്നുന്നു. ഒരു പെണ്ണിനെ ഇത്ര മേൽ സ്നേഹിച്ചുപോയതിൽ. ഒരു പെണ്ണിനെ വിശ്വസിച്ച് പോയതിൽ.

"കാപ്പി." അനുപമ കാപ്പി കൊണ്ടുകൊടുത്തു.

"നീ കല്യാണത്തിന് പോയില്ലേ?"

"വിളിച്ചില്ല." അവളുടെ മുഖത്തും ദുഃഖം തളംകെട്ടി നില്ക്കുന്നു.

അവനെയോർത്ത് അവൾ വേദനിക്കാതിരിക്കുന്നതെങ്ങനെ? അവളും ഏറെ ആശിച്ചിട്ടുണ്ടാകാം ആത്തുവും അവനുമൊത്തുള്ള ഒരു ജീവിതം.

ആകെയൊരു നിരർത്ഥകത തോന്നി. ജീവിതത്തിൽ. ഇത്രയേറെ തകർന്നുപോയ മറ്റൊരവസരം മുൻപെങ്ങും ഉണ്ടായിട്ടില്ല. ഇനി ഉണ്ടാകാനും പോകുന്നില്ല. ഇതിലും വലുതായി ഇനിയെന്തുവരാൻ..?

"നീയത് മറന്നുകളയെടാ. ഇങ്ങനെയൊള്ള ഒർത്തി നിന്റെ ജീവിതത്തിലേക്ക് വരാത്തതല്ലേ നിന്റെ ഭാഗ്യം? അങ്ങനെ ചിന്തിച്ചാ മതി."

രാധമ്മായിയുടെ വാക്കുകൾക്കൊടുവിൽ അവൻ വേദനയോടെ ചിരിച്ചു. അങ്ങനെ മറക്കാനാകുമോ എല്ലാം. ഇത്രയുംനാൾ കൊണ്ടുനടന്നതും, കണ്ടുകൂട്ടിയതുമെല്ലാം വെറും പേക്കിനാവുകൾ മാത്രമായിരുന്നെന്ന് ഇനിയും അംഗീകരിക്കുവാൻ മനസ്സ് മടിച്ചുനില്ക്കുന്നു. ഒരിക്കലുമില്ല. അതിന് കഴിയുകയില്ലതന്നെ.

കൃഷ്ണേട്ടന്റെ വീട്ടിൽനിന്നും യാത്ര പറയുന്നതിനുമുൻപായി ആരും കേൾക്കാതെ അനുപമ അവന് പറഞ്ഞുകൊടുക്കുകയുണ്ടായി.

"കടിച്ച പാമ്പിനെക്കൊണ്ടുതന്നെ വിഷമിറക്കുന്ന ഒരു രീതിയുണ്ട് മലയാളത്തിൽ."

ശരിയാണ്. അതിന് കഴിയുകയും ചെയ്യും. തേരും കുതിരകളും അവനുമാത്രം സ്വന്തം. ആയുധക്കൂട്ടത്തിൽ ശത്രുവിന്റെ മാറു പിളർക്കാൻ കഴിയുന്ന ദിവ്യാസ്ത്രങ്ങളേറെ. എതിർഭാഗത്ത് യോദ്ധാക്കളില്ല. രഥങ്ങളും ആയുധങ്ങളുമില്ല. ആകെയുള്ളത് വയറുചാടിയ ഒരു പേട്ടുകുതിര മാത്രം. അതാകട്ടെ വയസ്സനും നപുംസകവും ആകുന്നു, വിജയം സുനിശ്ചിതം തന്നെ.

ആത്യന്തിക സമാധാന സൃഷ്ടിക്കായി വധങ്ങൾ അനിവാര്യത മാത്രം. കുറ്റബോധത്തിന്റെ ആവശ്യമേയില്ല. ലക്ഷ്യം തന്നെയാണ് പ്രധാനം. പിന്നാലെയെത്തുന്ന കാലം കടന്നുപോയ മാർഗ്ഗത്തിന്റെ ഇരുൾമറ മാറ്റിക്കൊള്ളും. കുറിക്കപ്പെടേണ്ടത് യുദ്ധസമയം മാത്രം. മുഴങ്ങേണ്ടത് ചക്രവാളങ്ങളെ ഭേദിക്കുന്ന വിജയത്തിന്റെ ശംഖധ്വനിയും.

ഇരുട്ടുറഞ്ഞുകിടക്കുന്ന വഴിയിലൂടെ നടന്ന് തെക്കൻതോടിറങ്ങി വലത്തേക്ക് തിരിഞ്ഞു. വേണുവിനെ വിളിച്ചു.

"നമുക്കൊരു സ്ഥലംവരെ പോകാം."

എങ്ങോട്ടേക്കാണെന്നോ, എന്തിനാണെന്നോ ചോദിക്കാതെ വേണു ഒപ്പം പുറപ്പെട്ടു. അവർക്ക് പരസ്പരം പലതും ചോദിക്കാനും പറയാനുമുണ്ടായിരുന്നു. എന്നിട്ടെന്തേ അവർ നിശ്ശബ്ദരായി നടന്നത്. തെക്കൻ പാലത്തിനരികിൽ എത്തിയപ്പോൾ വേണു പറഞ്ഞു.

"നീ എഴുത്തിൽ ശ്രദ്ധിക്ക് കുറേയൊക്കെ മാറ്റങ്ങളൊണ്ടാവും."

ഇനിയതിന് കഴിയുമെന്ന് തോന്നുന്നില്ല. കഴിവുകളെല്ലാം അസ്തമിച്ചതായി തോന്നി. ഉദയമെന്നത് വിദൂരതയിലെങ്ങോ വേർതിരിച്ചെടുക്കാനാവാത്ത സ്വപ്നവും.

"ഞാനെല്ലാം മറന്നുപോയി, ഇന്നലെക്കൊണ്ട് പൂർണ്ണമായും."

അവന്റെ ശബ്ദത്തിലെ നിരാശ വേണു തിരിച്ചറിഞ്ഞിരിക്കാം. അത് സത്യമാണെന്ന് ബോദ്ധ്യമായതിനാലാകാം ശേഷം അവൻ അതേക്കുറിച്ചൊന്നും മിണ്ടിയതേയില്ല. ശരിയാണ്. എല്ലാം മറന്നുപോയിരിക്കുന്നു. ഒരിക്കലും ഓർത്തെടുക്കാനാകാത്തവിധം മാഞ്ഞുപോയിരിക്കുന്നു. ഒരു കാര്യമൊഴികെ.

"ആത്തുവിന്റെ ഭർത്താവിനെ നീ കണ്ടായിരുന്നോ?" വേണുവിനോട് ചോദിച്ചു.

"കണ്ടായിരുന്ന്."

"അവൻ കാണാനെങ്ങനെ?"

"വളരെ മോശം, അവക്ക് ചേരില്ല."

അവൻ കണ്ടിട്ടുള്ളതുതന്നെ. വേണുവിനോട് വെറുതെ ചോദിച്ചെന്നു മാത്രം. അവരുടെ പ്രണയത്തിന് എത്രയോ തവണ അവൻ സാക്ഷിയായിരിക്കുന്നു. എന്ത് ഘടകമായിരിക്കാം അവളെ മോഹിപ്പിച്ചത്? സമ്പത്തോ? അതോ അധികാരമോഹങ്ങളോ?

"അവന് നല്ല സാമ്പത്തികമുണ്ട്." വേണു പറഞ്ഞു.

"അറിയാം. എനിക്കതില്ലാതെ പോയി."

സമ്പത്തില്ലേ, ആവശ്യംപോലുണ്ട്, എങ്കിലും കരഗതമാകുവാൻ കാലതാമസം നേരിടുന്ന സമ്പത്തിനെ സ്വന്തമെന്ന് പറയുന്നതെങ്ങനെ? ഇപ്പോഴുള്ളതെന്തോ അതാണ് സ്വന്തമായുള്ളത്. അതാണ് യാഥാർത്ഥ്യവും.

ഒരിടവഴി കയറി പഴയൊരു ഓലമേഞ്ഞ വീടിന്റെ മുന്നിലേക്ക് ചെന്നു.കോലായിലിലെ മൂലയിൽ ശരറാന്തൽ വെളിച്ചം മങ്ങിക്കിടപ്പുണ്ട്. നരച്ചതാടിയും തടവി, ബീഡിയും പുകച്ച് അയാളിരിപ്പുണ്ട്. ആളനക്കം തട്ടിയപ്പോൾ പുറത്തേക്കിറങ്ങി വന്നു. ചിരിച്ചുകൊണ്ട് ക്ഷണിച്ചു.

"കേറിയിരി."

പഴയൊരു ബഞ്ചിലേക്കിരുന്നു. രണ്ട് ഗ്ലാസുകളിലായി നിറച്ചുവച്ച ശേഷം അയാളവരെ നോക്കി. ഒരെണ്ണമെടുത്ത് ഒറ്റശ്വാസത്തിൽ കുടിച്ച് തീർത്തു.

"എങ്ങനെ?" നിറച്ച ഗ്ലാസ് കൈയിലെടുത്ത് വേണു ചോദിച്ചു.

"നോക്കാം."

"മോശമാവില്ല അങ്ങാടിയിട്ടതാ, പാളേങ്കോടനും." അയാൾ ആകർഷകമായി ചിരിച്ചു.

എന്തൊക്കെയിട്ടാലും കൃഷ്ണേട്ടൻ വാറ്റിയെടുക്കുന്ന ചാരായത്തിന്റെ ഏഴയലത്തുപോലും വരികയില്ല. അതുറപ്പിക്കാം. കൃഷ്ണേട്ടൻ കുടി നിർത്തുകയും ചെയ്തു. അയാൾ നിർത്തിയപ്പോൾ അവൻ തുടങ്ങിവെച്ചിരിക്കുന്നു, അതിലെ വൈചിത്ര്യത്തെയോർത്ത് ചിരിച്ചു.

കുടിച്ചുകഴിഞ്ഞ് വേണു അയാൾക്ക് നേരെ കൈനീട്ടി. "ഒര് ബീഡി താ."

അയാൾ ബീഡിക്കൂട് വേണുവിനുനേരെ നീട്ടി. ഓരോന്നെടുത്ത് പുക പിടിപ്പിച്ചു.

"ഓരോന്നുകൂടി ആകാം അല്ലേ?" വേണുവിന്റെ മുഖത്തേക്ക് നോക്കി. ശിരസ്സനക്കി അവൻ സമ്മതമറിയിച്ചു. ഓരോന്നുകൂടി കഴിച്ചുകൊണ്ട് ഇടവഴി താണ്ടി വീതിയേറിയ ചെമ്മൺ പാതയിലേക്കിറങ്ങി. തെക്കൻതോട്ടിന് നടുവിലെ പാറകൾക്കും മുകളിലായി ഇരുന്നു കാലുകൾ വെള്ളത്തിലേക്ക് നീട്ടിയിട്ടു. വെള്ളം മഞ്ഞിനു സമാനമായി തണുത്തുകിടക്കുന്നു.

വീടെത്താൻ ഏറെ വൈകിയിരുന്നു. ചോറ് കോരിവച്ച് അമ്മ കാത്തിരിപ്പുണ്ട്. അമ്മയുടെ മുഖത്ത് ദുഃഖവും ഭയാശങ്കകളും ഇടകലർന്നിരിക്കുന്നു. ആ വേദന ഉമിത്തീയായി ഉള്ളിൽവീണ് നീറിപ്പുകയുന്നു.

മകൻ എവിടെയൊക്കെയോ എത്തിച്ചേരുമെന്ന് ആ പാവം സ്ത്രീ സ്വപ്നം കണ്ടിരുന്നു. അവന്റെ കഴിവിൽ അത് യാഥാർത്ഥ്യമായിത്തീരുമെന്ന ഉറപ്പും. ഇനിയൊരിക്കലും അവനത് കഴിയില്ലായെന്ന് അവനെപ്പോലെതന്നെ ആ സ്ത്രീയും മനസ്സിലാക്കി. കാരണം, ഏറെ നാളുകളായുള്ള അവന്റെ മാറ്റം അതിനെ അടിവരയിട്ട് ശരിയിടുന്നുണ്ട്.

"അമ്മ കിടന്നില്ലേ?"

"നീ വന്നിട്ടാവാമെന്ന് വിചാരിച്ച്."

സാധാരണ അവന് ചോറ് കോരിവച്ച് ഉറങ്ങാതെ കിടക്കുകയാണ് പതിവ്. കതകുതുറക്കുമ്പോൾ അകത്ത് പാളകൊണ്ടുതീർത്ത വിശറിയുടെ ശബ്ദം കേൾക്കാം. ഒരുപക്ഷേ, അമ്മ അവനെയോർത്ത് ഭയപ്പെടുന്നുണ്ടാകും.

"അമ്മ പേടിക്കണ്ട, ഞാൻ ചാകാനൊന്നും പോകുന്നില്ല." അതു കേട്ട് അവർ കരഞ്ഞുകൊണ്ട് അകത്തേക്ക് കയറിപ്പോയി.

അന്ന് രാത്രിയിൽ അർദ്ധമയക്കത്തിൽ വിചിത്രമായൊരു സ്വപ്നം കണ്ടു.

"മ്യാവൂ..മാവ്യൂ.."

"ഉം? എന്തുവേണം?"

"ഇന്നിവിടെ എന്താ മീൻ?"

"നെത്തോലി."

"ഛെ നശിപ്പിച്ചു...മ്യാവ് ആ അതുപോട്ടെ നെത്തോലി ചെറുതോ വലുതോ?"

"നെത്തോലി ചെറുതാണല്ലോ.."

"മ്യാവ്.. അല്ല. വലിയ നെത്തോലിയുമുണ്ട്."

"കണ്ടിട്ടില്ല."

"മ്യാവൂ...മ്യാവൂ അപ്പുറത്തെ വീട്ടിലെ ഔസേപ്പ് വലിയ അയലയുമായി പോയല്ലോ..? ഞാനങ്ങോട്ട് പോകുന്നു."

"അത് അഴുകിയതാണ്."

"കുഴപ്പമില്ല, എനിക്ക് എങ്ങനെയും വയറ് നിറഞ്ഞാൽ മതി."

"പക്ഷേ.. നമ്മൾ തമ്മിൽ ഒരുപാട് വർഷങ്ങളുടെ.."

"പിറകേ വിളിക്കേണ്ടതില്ല. വരില്ല മ്യാവൂ... മ്യാവോയ്യ്.."

വർഷകാലങ്ങൾ പലതും വന്ന് ഒഴുകിയകന്നു പോയിരിക്കുന്നു. എത്രയോ കർക്കിടകങ്ങൾ കലിതുള്ളിയെത്തി പഞ്ഞം വിതച്ചു. ഉറക്കമില്ലാത്ത രാത്രികളും വിരസങ്ങളായ പകലുകളും ആവർത്തിച്ചുകൊണ്ടിരിക്കുന്നതിൽ സ്വയം ശപിച്ച് കാലംകഴിച്ചു. നിർജ്ജീവമായ കാലഘട്ടം.

രാത്രി അവസാനിക്കാൻ തുടങ്ങുകയായിരുന്നു. അപ്പോഴാണ് അയാൾ ഫോണിൽ വിളിച്ചത്. അത് ആയുഷ് ആയിരുന്നു. പേര് പറഞ്ഞപ്പോൾ അഞ്ചുവർഷങ്ങൾ പിന്നിലേക്ക് സഞ്ചരിച്ച് അയാളെ ഓർമ്മിച്ചെടുക്കുകയായിരുന്നു. അയാളെന്തിന് ഈ രാത്രിയുടെ അവസാനയാമങ്ങളിൽ..?

"എന്താണ്?" അവന്റെ ചോദ്യത്തിൽ ആകാംക്ഷയുണ്ടായിരുന്നു. മറുപടി രണ്ട് നിമിഷങ്ങൾക്ക് ശേഷമുള്ള ഒരു മറുചോദ്യമായിരുന്നു.

"അവിടെ പൂജ മുടങ്ങിക്കിടക്കുന്ന ഒരു ക്ഷേത്രമുണ്ടോ?"

"ഉണ്ട്."

"പ്രതിഷ്ഠ ഏതാണ്?"

"ശിവൻ."

"അല്ല, അത് അയ്യപ്പക്ഷേത്രമാണ്."

"അല്ല, എനിക്കറിയാവുന്നതല്ലേ?" അവൻ തർക്കിച്ചു.

അകത്തുനിന്നും അമ്മയുടെ ശബ്ദം കേട്ടു."അവിടെ അയ്യപ്പനാണ്."

സംസാരംകേട്ട് അമ്മ ഉണർന്നതാകും. അതോ ഇതുവരെയും ഉറങ്ങിയില്ലേ? ഈയിടയായി അമ്മയ്ക്ക് ഉറക്കം കുറവായിരിക്കുന്നു. അവനെക്കുറിച്ചുള്ള ആധി തന്നെയാണ് കാരണവും.

"അതെ, അയ്യപ്പനാണ് പ്രതിഷ്ഠ." തർക്കത്തിന് വിരാമമിട്ടു.

"എനിക്ക് അവിടേക്കൊന്ന് വരണം."

"എന്ന്?"

"നാളെ രാവിലെ." അയാളിലെ തിടുക്കം അവനിൽ ചോദ്യങ്ങളായി ശിരസ്സുയർത്തുന്നു.

"സമയം പറഞ്ഞാൽ..."

"ഞാനെവിടെയാ വരേണ്ടത്." അയാൾ ചോദിച്ചു.

"പാലോട്."

"ശരി, രാവിലെ ആറുമണിക്ക് ഞാനെത്തും." അതു പറഞ്ഞ് ഫോൺ വയ്ക്കുമ്പോൾ അയാളിലെ അക്ഷമ അവൻ തിരിച്ചറിഞ്ഞു. അവശേഷിച്ച മണിക്കൂറുകൾ അയാളെക്കുറിച്ചുള്ള ചിന്തകളായിരുന്നു എന്തായിരിക്കണം അയാളുടെ വരവിന്റെ ഉദ്ദേശ്യം? ഇവിടെ പൂജ മുടങ്ങിപ്പോയ ക്ഷേത്രമുണ്ടെന്ന് അയാൾക്കെങ്ങനെ അറിയാം. എന്തൊക്കെയോ നിഗൂഢതകളും പേറിയാണ് അയാളുടെ വരവെന്ന് ഒരു തോന്നൽ.

പാലോട് അയാൾക്കായി കാത്തുനില്ക്കേണ്ടതായി വന്നില്ല. പറഞ്ഞ സമയത്തിനും മുന്നേതന്നെ അയാളെത്തിയിരുന്നു. ഇരുചക്രവാഹനത്തിൽ തെക്കേക്കൂപ്പിലേക്ക് തിരിച്ചു. യാത്രയിലുടനീളം അവനും അയാളും അക്ഷരവിരോധികളായി. വെളുപ്പാൻകാലം കൊഴിഞ്ഞിറങ്ങിയ മഞ്ഞിൻ കണങ്ങൾ ഇലത്തുമ്പുകളിൽ തൂങ്ങിനില്ക്കുന്നു. പുൽനാമ്പുകൾക്കിടയിൽ വലകെട്ടിയ ചിലന്തി നനഞ്ഞിരിക്കുന്നു.

ഭീമൻ പിണർവൃക്ഷങ്ങൾ കാവൽനില്ക്കുന്ന പടിപ്പുരയുംകടന്ന് പഴമയെ വിളിച്ചോതുന്ന പടിക്കെട്ടുകൾ കയറി മുകളിലേക്ക് ചെന്നു. അവൻ അയാൾക്ക് ക്ഷേത്രംതുറന്ന് ദൈവങ്ങളെ കാണിച്ചുകൊടുത്തു. ഗതകാല ഉത്സവപ്രൗഢികളുടെ തിരുശേഷിപ്പുകളായ മുത്തുക്കുടകളും തീവെട്ടികളും കാണിച്ചുകൊടുത്തു. ചുറ്റിനും ദൈവങ്ങളുടെ രൂപങ്ങളാൽ തീർത്ത ഭസ്മക്കൂടുകളും കാണിച്ചുകൊടുത്തു.

ആരൊക്കെയോ കാടുകൾ വെട്ടിമാറ്റിയിരിക്കുന്നു. ഗണപതി വിഗ്രഹത്തിന് മുന്നിൽ എരിഞ്ഞുതീർന്ന ദീപങ്ങളുടെ ഓർമ്മകൾ. അയ്യപ്പന് മുന്നിലായി എണ്ണിയാലൊടുങ്ങാത്ത നാണയങ്ങൾ. നാഗർക്കുമുന്നിൽ ആരൊക്കെയോ ഒഴുക്കിയ പാലിന്റെയും മഞ്ഞൾപ്പൊടിയുടെയും ശേഷിപ്പുകൾ.

വേണു പറയുമായിരുന്നു, ഗണപതി വിഗ്രഹത്തെ മാറ്റിവച്ചാലും പിറ്റേന്ന് അത് പൂർവ്വസ്ഥാനത്തുതന്നെ എത്തുമത്രേ? അവനത് അയാളോട് പറയുകയുണ്ടായി.

"വിശ്വസിക്കുന്നവരുണ്ട് ഇപ്പോഴും, തനിക്കതില്ലെങ്കിലും." അയാൾ പറഞ്ഞു.

അവൻ അയാൾക്ക് ചുവപ്പും വെള്ളയും മഞ്ഞയും നിറങ്ങളിൽ പൂക്കുന്ന ചെമ്പകങ്ങളെയും, പൂത്തുനില്ക്കുന്ന മഞ്ഞണിച്ച താഴകളെയും കാണിച്ചുകൊടുത്തു. അകലെനിന്നുകൊണ്ട് ക്ഷേത്രാങ്കണത്തിലേക്ക് കൈകാലുകൾനീട്ടി മുടിയഴിച്ചിട്ട് നില്ക്കുന്ന അരയാലിനെ കാണിച്ചുകൊടുത്തു. ഭൂതപ്രേതാദികൾ പകൽ സമയങ്ങളിൽ ഉറങ്ങിക്കിടക്കുന്ന നാഞ്ചിക്കുന്നിലെ കരിമ്പനകളെ കാണിച്ചുകൊടുത്തു.

"അവിടെ പിശാചുക്കൾ അധിവസിക്കുന്നുണ്ട്." അവൻ പറഞ്ഞു.

"താൻ കണ്ടിട്ടുണ്ടോ?"

"ഒരുപാടു തവണ."

അയാൾ ക്ഷേത്രത്തിന്റെ പഴക്കം കൊത്തിവച്ചിരിക്കുന്നത് കുറിച്ചെടുക്കുകയും, ക്ഷേത്രത്തിന്റെ ഫോട്ടോകളെടുക്കുകയും ചെയ്തു. ഒപ്പം അവന്റെയും. അയാൾ ക്ഷേത്രത്തിന്റെ പഴക്കത്തെക്കുറിച്ച് അവനോടു സംസാരിച്ചു.

"എന്നെത്തേടി വരാനിടയാക്കിയ സാഹചര്യം?" അവൻ ചോദിച്ചു. അതിനയാൾ മറുപടി നല്കിയില്ല. പകരം ഇങ്ങനെ പറഞ്ഞു.

"ദൈവങ്ങളിപ്പോൾ ശത്രുസ്ഥാനത്താണ്."

"ദൈവങ്ങൾ നമ്മളെ രക്ഷിക്കേണ്ടവരല്ലേ? പിന്നെന്തിന് ശത്രുത?" അവന്റെ സ്വരത്തിലെ പരിഹാസച്ചുവ അയാൾ മനസ്സിലാക്കിയോ ആവോ?

"തന്റെ കുഞ്ഞിന് താൻ പതിവായി ചോറുകൊടുക്കുകയാണെന്ന് കരുതുക. രണ്ട് ദിവസം കുഞ്ഞിനെ പട്ടിണിക്കിട്ടു. ആ കുഞ്ഞിന് തന്നോടെന്തുതോന്നും."

"അത് ശരിതന്നെ."

"അതുപോലെയാണ് ദൈവങ്ങളും." അയാളുടെ വാക്കുകളെ പെട്ടെന്ന് ഖണ്ഡിക്കുവാൻ അവനായില്ല. അയാൾ തുടർന്നുപറഞ്ഞു.

"ആരോഗ്യമുള്ള അജ്ഞാനിയുടെ ധാർഷ്ട്യം മാത്രമാണ് നിരീശ്വരവാദം."

ശരിയായിരിക്കും. പക്ഷേ, അവനിലെ അവിശ്വാസം ജീവിതാനുഭവങ്ങളുടെ ചൂളയിൽനിന്നും ഉരുകിയൊലിച്ച് ഉള്ളിൽ ഉറഞ്ഞുകൂടിയതായിരുന്നു. അതിനെ പരിപോഷിപ്പിച്ചെടുക്കുവാൻ ഒരു നൂറു ചോദ്യങ്ങൾ അവശേഷിച്ചുനില്പാണുള്ളിൽ.

"ദൈവത്തെ വിളിക്കാതെ ഈ ലോകത്ത് ഒരുവന്റെയും ജീവിതം അവസാനിച്ചുപോകുന്നില്ല." അയാൾ പറഞ്ഞു.

"ഒന്നു ചിന്തിച്ച് നോക്ക്, നിരീശ്വരവാദം അപക്വമനസ്സിന്റെ സൃഷ്ടി മാത്രമാണ്. ഒരു വിത്തിനെ സങ്കല്പിക്കുക. എത്ര മനോഹരവും ബുദ്ധിപൂർവ്വവുമായാണ് ദൈവം സൃഷ്ടി നടത്തിയിരിക്കുന്നത്. അതിനെ സംരക്ഷിക്കുവാൻ കട്ടിയുള്ള പുറന്തോടുകൊണ്ട് കവചം തീർത്തിരിക്കുന്നു. അത് ഭേദിച്ചാൽ ഉള്ളിൽ ഒരു ജീവന്റെ തുടിപ്പുകൾ കാണാം. ആസന്നമായ മരണത്തെയോർത്ത് അത് പരിതപിക്കുകയാവാം."

അത് ശരിയാണ്. അവനത് അംഗീകരിച്ചുകൊടുത്തു. പക്ഷേ, ഒന്നുണ്ട്,

"ദൈവങ്ങളൊരിക്കലും ഭൂമിയിലെ ഒരു ഗർഭപാത്രത്തിൽനിന്നും അവതാരം കൊള്ളുകയില്ല." അവന്റെ ഉറച്ച വിശ്വാസംതന്നെയാണത്. അവനത് അയാളോട് പറഞ്ഞു.

"താൻ പറഞ്ഞത് ശരിയാണ്." ആയുഷ് പറഞ്ഞു.

"ദൈവം ഇതുവരെയും ഭൂമിയിൽ ഒരു ഗർഭപാത്രത്തിലും അവതാരമെടുത്തിട്ടില്ല. അങ്ങനെ അവതരിച്ചിട്ടുള്ളത് ദേവന്മാർ മാത്രമാണ്." അയാൾ തുടർന്നു.

"ദേവന്മാർ ഒരുപാടുപേരുണ്ട്. ദൈവം ഒരാൾ മാത്രവും."

ആ ഒരാൾ. അത് ആരായിരിക്കും. ഉള്ളിൽ അതൊരു ചോദ്യചിഹ്നമായി വളർന്നുവന്നു. അതവൻ ആയുഷിനോട് ചോദിച്ചില്ല.

"ജീവിതയാത്രയിൽ എവിടെയെങ്കിലുംവച്ച് കണ്ടുമുട്ടിയേക്കാം." അവൻ സ്വയം പറഞ്ഞു.

ആയുഷ് എന്തിനവനെ തിരക്കി വരണം? ഒരുപാട് അകലെയുള്ള അയാൾക്ക് ഈ ക്ഷേത്രത്തെക്കുറിച്ച് വ്യക്തമായി എങ്ങനെ അറിയാൻ കഴിഞ്ഞു? അയാളുമായുള്ളത് വർഷങ്ങൾക്കും മുമ്പുള്ള തുച്ഛമായൊരു സമയത്തിന്റെ പരിചയം മാത്രമായിരുന്നു. അവനെക്കുറിച്ച് ഒന്നും തന്നെ അറിയാത്ത ഒരാൾ മാത്രമായിരുന്നു ആയുഷ്. പിന്നെങ്ങനെ അയാൾക്ക് അവനിലേക്കെത്തിച്ചേരാനായി?. അയാളാരാണ്?. സങ്കീർണ്ണങ്ങളായി കുരുങ്ങിക്കിടക്കുന്ന ചോദ്യങ്ങൾ അവനെ ശ്വാസം മുട്ടിച്ചു. അവന്റെ ചോദ്യങ്ങൾക്ക് അയാൾ വ്യക്തതയാർന്ന ഉത്തരങ്ങൾ നല്കിയില്ല. അതവനിൽ നിഗൂഢതകൾ ഉണർത്തുന്നു.

"വീണ്ടും കാണാം. ഞാൻ ഇനിയും വരും." അയാൾ യാത്ര പറഞ്ഞു.

തെക്കൻതോടിനരികിലെ പച്ചപ്പുല്ലുകൾ നിറഞ്ഞ വീതിയേറിയ പാതയിലൂടെ അയാളുടെ ഇരുചക്രവാഹനം ഓടിയകലുന്നത് നോക്കി നിന്നു. ആകാശത്തിന്റെ അതിരുകളിൽ അവസാനിക്കുന്ന പടിക്കെട്ടുകൾ കയറിച്ചെന്നു. പഴകി ദ്രവിച്ചുതുടങ്ങിയ ആ കെട്ടിടങ്ങൾക്കുള്ളിൽ നിന്നും ദീർഘനിശ്വാസങ്ങൾ ഉയർന്നുകൾക്കുന്നില്ലേ? അതേ. അവന്റെ ആത്മാവ് മന്ത്രണം ചെയ്യുന്നു. തെക്കേക്കൂപ്പിൽ ദൈവങ്ങൾ വസിക്കുന്നുണ്ട്. അവർ എന്തൊക്കെയോ പറയുന്നുണ്ട്, മൗനമായി. അവർക്ക് ദാഹിക്കുന്നുണ്ട്. എന്തിനൊക്കെയോ?

അന്ന് രാത്രിയിൽ അവൻ തപസ്സുചെയ്ത് ദൈവത്തെ പ്രത്യക്ഷപ്പെടുത്തി, ദൈവം അവന്റെ ചോദ്യങ്ങൾക്ക് മറുപടി പറയാൻ വിസമ്മതിച്ച് നിന്നു.

(ആയുഷിന്റെ ലേഖനത്തിൽനിന്നും)

"എന്റെ സുഹൃത്തും എഴുത്തുകാരനും ജ്യോതിഷിയും സിവിൽ സർവ്വീസ് ഉദ്യോഗസ്ഥനുമായ രവികുമാർ ഐ എ എസ് ഒരിക്കൽ എന്നോട് പറയുകയുണ്ടായി, നീ ഒരിക്കൽ അയ്യപ്പനെ കണ്ടെത്തും."

കാലാന്തരത്തിൽ ഞാനത് മറന്നുപോയിരുന്നു, പക്ഷേ, മാസങ്ങളായി എനിക്ക് ഉറക്കം നിഷേധിക്കപ്പെടുന്നു. രാത്രികളിൽ ഒരു സ്വപ്നം മാത്രം കണ്ട് ഞെട്ടിയുണരുക പതിവായിരിക്കുന്നു. പഴക്കമേറിയ പടി

ക്കെട്ടുകൾക്കും മുകളിലായി തകർന്ന്, കാടുപിടിച്ച് ശാപമോക്ഷം കാത്തു കഴിയുന്ന ഒരു ക്ഷേത്രം. കുറേനാളുകളായി ഞാനതിന്റെ അർത്ഥം തേടിയുള്ള യാത്രയിലായിരുന്നു. പലയിടങ്ങളിലും അന്വേഷിച്ചു, പത്രങ്ങളിൽ പരസ്യം നല്കി. എന്നാൽ എനിക്കത് അജ്ഞാതമായിത്തന്നെ തുടരുകയായിരുന്നു.

ഇപ്പോൾ ഞാൻ താങ്കളോട് കടപ്പെട്ടിരിക്കുന്നു, സുഹൃത്ത് രവികുമാർ ഐ എ എസ് താങ്കൾ പറഞ്ഞതുപോലെ ഞാനെന്റെ അയ്യപ്പനെ കണ്ടെത്തി, ഇവിടെനിന്നും ഒരുപാടകലെ പാലോട് എന്ന മനോഹരമായ ഗ്രാമത്തിന്റെ ഹൃദയത്തിനുള്ളിൽ. തെക്കേക്കൂപ്പിൽ.

ഇന്നലെ രാത്രിയിലും പതിവുപോലെ ആ സ്വപ്നംകണ്ട് ഞാൻ ഞെട്ടിയുണർന്നു. കാടുപിടിച്ചുകിടക്കുന്ന പടിക്കെട്ടുകൾക്കും മുകളിലായി പഴക്കമേറിയ ആ ക്ഷേത്രം. സമയം പതിനൊന്ന് മണിയോട് അടുത്തിരുന്നു. ഞാനാകെ വിയർത്തുകുളിച്ചിരുന്നു. മറ്റാരുടെയോ നിയന്ത്രണത്തിലാണ് ഞാനെന്ന് എനിക്ക് തോന്നിത്തുടങ്ങി. പെട്ടെന്നുതന്നെ എന്റെ മനസ്സിൽ ഒരു രൂപം തെളിയുകയായിരുന്നു. അതിൽക്കൂടി ഞാൻ കണ്ടത് ക്രൂശിതനായ യേശുക്രിസ്തുവിനെയാണ്.

ഞാൻ ഡയറിയുടെ പേജുകൾ മറിച്ചു. അതിൽ കുറിച്ചിട്ട ഒരു ഫോൺ നമ്പറിൽ എന്റെ കണ്ണുകൾ തടഞ്ഞുനിന്നു. 9388892641. അതിലേക്ക് വിളിച്ചാൽ എന്നെ അലട്ടിക്കൊണ്ടിരിക്കുന്ന സമസ്യകൾക്കുള്ള ഉത്തരം കണ്ടെത്താനാകുമെന്ന് എനിക്കുതോന്നി. അതെ; എന്റെ മനസ്സിൽ തെളിഞ്ഞ രൂപവും, അയാളുമായി സാദൃശ്യമുണ്ട്. പക്ഷേ, അയാളെക്കുറിച്ച് കൂടുതലായി ഒന്നുംതന്നെ എനിക്കറിയുമായിരുന്നില്ല. അഞ്ചു വർഷങ്ങൾക്കും മുമ്പുള്ള ഒരു പരിചയം മാത്രം. ആ ഫോൺനമ്പർ നിലവിലുണ്ടോ എന്നുപോലും എനിക്കറിയില്ലായിരുന്നു. ആ നമ്പറിലേക്ക് ഞാൻ വിളിച്ചു.

ഞാൻ ചിന്തിച്ചതുപോലെ തന്നെയായിരുന്നു എല്ലാം. ഞാനവിടെ പഴക്കമേറിയ പടിക്കെട്ടുകൾ കണ്ടു. അതിനുമൊക്കെ മുകളിലായി കാട് കയറി തകർച്ചയുടെ വക്കിലെത്തിയ ക്ഷേത്രവും. ഞാൻ സ്വപ്നങ്ങളിൽ കാണാറുണ്ടായിരുന്നത് ആ ക്ഷേത്രം തന്നെയായിരുന്നു.

അതിനുള്ളിലെ നിസ്സഹായരായ ദൈവങ്ങളെ ഞാൻ കണ്ടു. അവരുടെ വീർപ്പുമുട്ടലുകൾ ഞാൻ അനുഭവിച്ചറിഞ്ഞു. ഒപ്പം ആ സുഹൃത്തിന്റെ യൗവനത്തിലുണ്ടായ തീക്ഷ്ണമായ പ്രണയവും, അതിന്റെ തകർച്ചയും ഞാൻ അനുഭവിച്ചറിഞ്ഞു. യൗവനാരംഭത്തിൽത്തന്നെ വാർദ്ധക്യത്തിന്റെ ജരാനരകൾ ഏറ്റുവാങ്ങേണ്ടിവന്ന അയാളെയോർത്ത് എനിക്കു ദുഃഖമുണ്ടായി. ഞാൻ അയാളോട് ചോദിക്കുകയുണ്ടായി;

“താൻ കാമിച്ചതും രമിച്ചതുമെല്ലാം ഒരു മനുഷ്യസ്ത്രീയോടൊപ്പം തന്നെ ആയിരുന്നോ?”

ആ ക്ഷേത്രം അധികം താമസിയാതെ പുനർനിർമ്മിക്കപ്പെടും,

ലോകത്തെ അതറിയിക്കാനായി നിയോഗിക്കപ്പെട്ടവർ മാത്രമാണ് ഞാനും താനും അയാളുമൊക്കെ. ഒരു ജനതയുടെ സ്വപ്ന പൂർത്തീകരണങ്ങൾക്കായി എത്രയും പെട്ടെന്ന് അത് സംഭവിക്കട്ടെയെന്ന് ഞാൻ ആശിക്കുന്നു.

ആയുഷ് ഒരു ഹിന്ദുമത സംസ്കൃത പണ്ഡിതനും വാഗ്മിയും ജ്യോതിഷിയും ആയിരുന്നു. അയാൾ ഉയർന്ന സർക്കാർ ജോലി കൈകാര്യം ചെയ്തിരുന്നു. എല്ലാത്തിനും ഉപരിയായി തിരുവനന്തപുരത്തെ പ്രശസ്തമായ ഒരു ക്ഷേത്രത്തിലെ തന്ത്രിയുമായിരുന്നു.

ആയുഷിന്റെ വരവിനെക്കുറിച്ച് ആദ്യം പറഞ്ഞത് കൃഷ്ണേട്ടനോടായിരുന്നു. അയാളായിരിക്കും അത്തരമൊരു വാർത്ത കേൾക്കാൻ ഏറെ ആഗ്രഹിച്ചിട്ടുണ്ടാകുക. ഒരു കുട്ടിയുടെ കൗതുകത്തോടെയും അത്ഭുതത്തോടെയും അയാളത് കേട്ടിരുന്നു. അന്നേരമയാൾ അധികം ആവേശവാനായി കാണപ്പെട്ടു.

“അപ്പോ ദൈവം ഒണ്ടെന്ന് നെനക്കും ബോദ്ധ്യപ്പെട്ടില്ലേ?” അയാളുടെ ചോദ്യത്തിന് അവൻ മറുപടി പറഞ്ഞില്ല. “എന്നെ ശിക്ഷിക്കുക മാത്രം ചെയ്യുന്ന ദൈവത്തെ എനിക്കാവശ്യമില്ല.” അയാളോട് പറയാതെ അത് സ്വയം പറഞ്ഞതായിരുന്നു. അയാളുടെ വിശ്വാസങ്ങളെ ചോദ്യം ചെയ്യുന്നതെന്തിന്?

“ഒടനെ തന്നെ നടക്കുവായിരിക്കും അല്ലേ?”

“ആയിരിക്കാം.”

“നീ സമാധാനിക്ക്, നെനക്കായി ദൈവം നല്ലൊരു വഴി കണ്ടിട്ടുണ്ടാവും. തീർച്ച.”

ഇനിയെന്താണ് നല്ലതായി ജീവിതത്തിൽ സംഭവിക്കാനുള്ളത്? എല്ലാം അവസാനിച്ച് പോയിരിക്കുന്നു. സ്വപ്നങ്ങൾക്കെല്ലാമപ്പുറത്തെ നിർജ്ജീവതയുടെ പനിച്ചൂടുകൾക്കിടയിലാണ് അവനിപ്പോൾ. അനുസ്യൂതം ഇരുട്ട് ഛർദ്ദിക്കുന്ന ചുഴികൾക്കുള്ളിൽ. ബലിഷ്ഠമായ അതിന്റെ ഹസ്തങ്ങളെ പിടിച്ചകറ്റി കരയിലേക്കെത്തുക അസാദ്ധ്യം തന്നെ. അവൻ നെടുനിശ്വാസത്തിലലിഞ്ഞു.

കുറച്ചുനേരം കൃഷ്ണേട്ടൻ ആലോചനയിലാണ്ടിരുന്നു. ക്ഷേത്രത്തിന്റെ പുനർജ്ജനിയെക്കുറിച്ച് സ്വപ്നം കാണുകയാവാം അയാൾ. അയാൾ അവന്റെ മുഖത്തേക്ക് ശോകത്തോടെ നോക്കി.

“കുടിക്കാം.........   പക്ഷേ, നീയിപ്പോ. കൃഷ്ണേട്ടന്...... അത് പറയാനൊള്ള യോഗ്യത ഒണ്ടോന്ന് അറിയില്ല.”

അവനത് ശ്രദ്ധിക്കാതെ അകലേക്ക് നോക്കിയിരുന്നു.

“സ്നേഹക്കൂടുതൽ കൊണ്ടാണെന്ന് കരുതിയാൽ മതി.” അയാൾ പറഞ്ഞവസാനിപ്പിക്കുമ്പോൾ അവനോർത്തത് പഴയൊരു കാര്യമായിരുന്നു. പണ്ട് കൃഷ്ണേട്ടന് കുടിക്കാതെ ഉറങ്ങാനാകുമായിരുന്നില്ല. ഭൂതപ്രേതാദികളുടെ ശല്യംകൊണ്ടായിരുന്നു അത്. അവനുമിപ്പോൾ അതു

പോലെതന്നെ ആയിത്തീർന്നുവോ? പക്ഷേ, അവനെ ശല്യം ചെയ്യുന്നത് ഏത് പ്രേതപിശാചുക്കളാണ്?

മുറിക്കുള്ളിൽ കുന്നുകൂടുന്ന മദ്യക്കുപ്പികൾ അവനെനോക്കി പരിഹാസപൂർവ്വം ചിരിക്കുന്നുണ്ടോ? 'നീയിപ്പോൾ എന്റെ അടിമമാത്രം' എന്ന് പറഞ്ഞ് അട്ടഹസിക്കാറുണ്ടോ? വേദനയോടെ അവനത് നോക്കിനില്ക്കാറുണ്ട്. സമൂഹം അവന് മദ്യപാനി എന്നൊരു വിളിപ്പേര് ചാർത്തിക്കൊടുത്തിട്ടുണ്ട്? അതിലവന് ദുഃഖമില്ല. അവനാരെന്നറിയുന്നത് അവനുമാത്രം തന്നെ, മറ്റാർക്കുമല്ല. മുഖം മൂടിയണിഞ്ഞ് ചിരിക്കുന്ന ആൾക്കൂട്ടത്തിന്റെ വാക്കുകൾക്ക് ചെവികൊടുത്തിട്ടുള്ള ശീലവുമില്ല. സ്വന്തമായി അഭിപ്രായങ്ങളുള്ളവന് അതിന്റെ ആവശ്യകതയെന്ത്? ചെയ്യുന്നത് ശരിയാണെന്ന് ഉത്തമബോദ്ധ്യമുണ്ടെങ്കിൽ എന്തിനെയാണ് ഭയക്കേണ്ടത്. അന്യനായ ഒരുവന്റെ മൊഴികേട്ട് സ്വയം വിലയിരുത്തുന്നവൻ ഭീരുവാണെന്നതിൽ സംശയമില്ലതന്നെ.

തൊട്ടരികിൽ ഏകാന്തത ക്രൂരനായൊരു സർപ്പമായി നാവ് നീട്ടി തലയാട്ടുന്നുണ്ട്. അതിന്റെ നോട്ടം അവനിലേക്കുതന്നെ തറഞ്ഞ് നില്ക്കുന്നു. അതിനെ വിഷം മണക്കുന്നു. അതിനെ കീഴ്പ്പെടുത്തുവാൻ അവൻ അശക്തനായിരുന്നു. അവൻ കുടിച്ചുകൊണ്ടേയിരുന്നു.

ഇടയ്ക്കൊരിക്കൽ ബിജുക്കുട്ടൻ പറയുകയുണ്ടായി, "പെട്ടെന്ന് ഒരു വിവാഹം കഴിക്ക് അല്ലെങ്കിൽ ജീവിതത്തിൽ നീ ഒറ്റയ്ക്കായിപ്പോകും."

"ശരിയായിരിക്കാം. പക്ഷേ, എങ്ങനെയാണിതിനെ സാദ്ധ്യമാക്കിത്തീർക്കുക."

"നിന്നെയോർക്കുമ്പോൾ ദുഃഖമല്ല, സഹതാപമാണ്. ആരോഗ്യമുള്ള കാലം നാളെയങ്ങ് കടന്നുപോകും."

ഇന്ന് യൗവനമെന്ന മഹാവൃക്ഷത്തിന്റെ തണലിലാണവൻ. നാളെ അതിന്റെ ഇലകൾ പഴുത്തുപോകും. വേനലിനൊടുവിൻ തായ്ത്തടിയിൽ ചിതലുകൾ കയറും. വേരറ്റ് മണ്ണിലേക്കു വീണഴുകി മണ്ണിൽത്തന്നെ ലയിച്ചു ചേരും. ആ ചിന്തകൾ അവനെ ഭയപ്പെടുത്താതിരുന്നില്ല.

ദൈവം സമ്മാനമായി നല്കിയതായിരുന്നു മനുഷ്യജന്മം. പോയി ജീവിതം ആഘോഷമുണ്ടാക്കുവാൻ ദൈവം ആവശ്യപ്പെട്ടിരുന്നു. ഒടുവിലിപ്പോൾ വാർത്തെടുത്തതെല്ലാം വീണുടഞ്ഞ് സ്ഫടികമണികൾക്ക് സമാനമായി ചിതറിയിരിക്കുന്നു.. ചേർത്തുവച്ച് അതിന് പൂർവ്വരൂപം കൊടുക്കുവാൻ അവനാകുമായിരുന്നില്ല. ദൈവത്തിനുപോലും.

ഓർമ്മകളിൽ തീ പിടിച്ചൊഴുകുന്നു. അണയാൻ കൂട്ടാക്കാതെ അനുസ്യൂതം പടർന്നുപിടിക്കുന്നു. ഗ്ലാസിലേക്ക് വീണ്ടും ചുവന്ന മദ്യം ഒഴിച്ചുവച്ചു. അതിൽ വെള്ളം ചേർത്തുവച്ചു. അവൻ കുടിച്ചുകൊണ്ടേയിരുന്നു.

വരാന്തയിലേക്കിറങ്ങി ആനമുന്തിരിക്കരികിലൂടെ താഴേക്കുനോക്കിനിന്നു. ആത്തു പിൻവാതില്ക്കൽ പ്രത്യക്ഷപ്പെടുന്നതുംകാത്ത്. എത്രയോ തവണ ഇങ്ങനെ തപസ്സുചെയ്തിട്ടുണ്ട്. അവളിപ്പോൾ ഇങ്ങോ

ട്ടേക്ക് നോക്കാറേയില്ല. അവനിപ്പോഴും പിടയ്ക്കുന്ന നെഞ്ചുമായി അങ്ങോട്ടേക്കുതന്നെ നോക്കിനില്ക്കാറുണ്ട്. അവന്റെ മുന്നിൽവച്ചുതന്നെ അവളും ഭർത്താവുമായി പ്രണയം പങ്കിടുന്നത് എത്രയോ തവണ കണ്ടിരിക്കുന്നു. അപ്പോഴെന്താണ് തോന്നിയത്. പക കയറി കാഴ്ചകൾ മറഞ്ഞ് പോവുകയായിരുന്നു. എല്ലാത്തിനെയും തച്ചുതകർക്കണമെന്ന് തോന്നിപ്പോയി. അവശേഷിക്കുന്നവയെല്ലാം നശിപ്പിച്ചുകളയണമെന്ന് തോന്നി.

"നീയവളെ ഉപദ്രവിക്കാനൊന്നും പോവണ്ട." അവന്റെ ഉള്ളറിഞ്ഞിട്ടാവും അമ്മ അങ്ങനെ പറഞ്ഞത്.

"ഒന്നുമല്ലെങ്കിലും ഒരിക്കല് നീ കൊണ്ടുനടന്ന പെണ്ണാണവള്. അവള് ജീവിച്ചോട്ടെ." നിശ്ശബ്ദനായി അമ്മയുടെ മുഖത്തേക്ക് നോക്കി. ആ മിഴികൾ നിറഞ്ഞിരിക്കുന്നു.

"നെനക്ക് വേറൊരു സുന്ദരിപ്പെണ്ണിനെ കിട്ടും."

"ഏത് സുന്ദരിയെ കിട്ടിയാലും അവൾ അവന്റെ പഴയ ആത്തുവിനെപ്പോലെ ആകില്ലല്ലോ...?"

അവൻ സ്നേഹിച്ചത് ആത്തുവിനെയാണ്. അവളെമാത്രം. മറ്റാരെയും ഇനി സ്നേഹിക്കാനാവുകയുമില്ല. ഇനിയൊരു ജന്മമുണ്ടാവുകയാണെങ്കിൽ അന്ന് അതേക്കുറിച്ച് ചിന്തിക്കാം.

"നമുക്കിവിടുന്ന് വേറെ എവിടേക്കെങ്കിലും പോവാം."

"അമ്മ എന്താണുദ്ദേശിക്കുന്നത്? വേറെ എങ്ങോട്ടേക്ക് പോകാൻ?"

"നമുക്കിത് വിക്കാം, വിറ്റിട്ട്.." ഉടഞ്ഞുചിതറിയ അക്ഷരങ്ങൾ അമ്മ പാതിയിലുപേക്ഷിച്ചു.

"അല്ലാതെ.. നെനക്കിത് താങ്ങാനാവില്ല. ഈ കോലത്തില് നിന്നെയെനിക്ക് കാണാൻ വയ്യാത്തതുകൊണ്ടാ?"

ഇവിടെ വിറ്റിട്ട് എങ്ങോട്ടെങ്കിലും പോയാൽ..? അവളെ പിന്നെയെങ്ങനെ കാണാനാകും..? അവളെ ഒരിക്കലും കാണാതിരുന്നെങ്കിലെന്ന് പലപ്പോഴും ആഗ്രഹിച്ചിട്ടുണ്ട്. പക്ഷേ, നിഷേധിക്കാനാകാത്ത ഒരു സത്യമുണ്ട്. അവളെ കാണാതിരിക്കാൻ അവനാവുകയില്ലതന്നെ. അവൾ അവന്റെ പെണ്ണായിരുന്നു. അവന്റെ ചൂടും ചൂരുമേറ്റ് അവനോടൊപ്പം കിടന്നിട്ടുള്ള പെണ്ണ്.

വേണു വിദേശത്തേക്ക് പോകുന്നുണ്ട്. അവൻ വിളിക്കുകയുണ്ടായി.. ഒപ്പംചെല്ലാൻ.

"കൊറച്ച് നാളത്തേക്ക് നീയൊന്ന് മാറിനില്ല്. അപ്പോഴേക്കും ഇതെല്ലാം താനെ മറക്കും."

"ഇവിടെനിന്നും അകന്നുനിന്നാൽ എല്ലാം മറക്കാനാകുമോ? അറിയില്ല."

"ഇവിടെത്തന്നെ ജീവിച്ചാൽ കാണുന്നതെപ്പോഴും അവളെത്തന്നെയല്ലേ? പിന്നെങ്ങനെ സമാധാനം കിട്ടും."

നാഞ്ചിക്കുന്നിലേക്ക് നടന്നു. കവുങ്ങിൻതോപ്പും കുത്തനെ കിട

ക്കുന്ന തരിശുഭൂമിയും പിന്നിട്ട് കരിമ്പനകൾക്കിടയിലേക്ക്. പനകൾക്കിടയിൽ വെയിലകന്നിട്ട് നേരെമേറെയായിരിക്കുന്നു. പനകൾക്കുമുകളിലെ പിശാചുക്കൾ ഉണർന്നു. അവനെക്കണ്ട് അവർ തിരിഞ്ഞുകിടന്നു. വീണ്ടും ഉറക്കത്തിലായി.

"നീ സമ്മതിച്ചാൽ മതി. ബാക്കിയൊക്കെ എനിക്ക് വിട്ടേക്ക്?"

"ആലോചിക്കട്ടെ വേണു."

ആലോചിക്കാനെന്തിരിക്കുന്നു? വേണുവിനൊപ്പം പോയാൽ അവളെ കാണുന്നതെങ്ങനെ? വേദനയാണെങ്കിലും അവളെക്കുറിച്ചുള്ള ഓർമ്മകൾക്കുള്ളിൽ മുഖം പൂഴ്ത്തിയുറങ്ങുവാൻ അവനിന്നും കൊതിക്കുന്നു.

സാംകുട്ടി പറഞ്ഞതോർത്തുപോയി...

"അവളിന്നനുഭവിക്കുന്നത് നീ നല്കിയ ഔദാര്യം മാത്രമാണ്."

ശരിയാണ്. അത് തിരിച്ചെടുക്കാനും നിമിഷങ്ങൾമാത്രം മതിയാകും.

"ഒറ്റയ്ക്കിരിക്കാൻ പറ്റിയ സ്ഥലം. അല്ലേ?" അതും ചോദിച്ച് വേണു കുപ്പിതുറന്ന് കുറച്ച് മദ്യമൊഴിച്ച് മാറ്റിവച്ചു.

"ഇത് ഭൂതങ്ങൾക്ക്."

നിറഞ്ഞ ഗ്ലാസ് കാലിയാക്കി വേണു ചോദിച്ചു.

"പിശാചുക്കളും പ്രേതങ്ങളുമൊക്കെ സത്യങ്ങളാണോ?"

"ചിലതൊക്കെ യാഥാർത്ഥ്യങ്ങൾക്കും അപ്പുറത്താണ്." അവൻ പറഞ്ഞു.

നിഗൂഢതകൾ നിറഞ്ഞ ഇരുട്ടിന്റെയുള്ളിൽ, എന്തൊക്കെയോ സംഭവിക്കുന്നുണ്ട്. ആർക്കും നിർവ്വചിക്കാൻ കഴിയാത്ത എന്തൊക്കെയോ? ഇരുളിലൂടെ ആത്മാക്കൾ അലഞ്ഞ് നടക്കുന്നുണ്ടാവും. നഷ്ടമായിപ്പോയ ജീവിതത്തെയോർത്ത് പരിതപിക്കാറുണ്ടായിരിക്കാം. പ്രിയപ്പെട്ടവരെ കാണാൻ ഇരുട്ടിന്റെ മറവിയിലെവിടെയെങ്കിലും കാത്തുനില്ക്കുന്നുണ്ടാകാം....

സമയം സന്ധ്യകഴിഞ്ഞിരിക്കുന്നു. നിലാവ് ഉദിച്ചുതുടങ്ങാനുള്ള സമയമടുക്കുന്നു. വേണു പോകാനായി എഴുന്നേറ്റു.

"വേണു പൊയ്ക്കോ, ഞാൻ കുറച്ച് കഴിഞ്ഞെത്തിക്കൊള്ളാം."

"ഒറ്റയ്ക്ക് നീയിവിടെ.."

"ഇവിടെ ഞാനെന്ത് പേടിക്കാൻ."

നിശ്ശബ്ദനായി തരിശായ ഭൂമിയിലൂടെ താഴേക്കിറങ്ങുന്ന വേണുവിനെയും നോക്കിയിരുന്നു. കാഴ്ച മറഞ്ഞുപോയപ്പോൾ പനയുടെ ചുവട്ടിലായി കിടന്നു. ഏറെനേരം കഴിഞ്ഞിരിക്കാം; എത്രനേരം കിടന്നുവെന്ന് ഓർമ്മയില്ല. മയക്കത്തിലായി പോയിരുന്നു. കണ്ണ് തുറന്നപ്പോൾ നിലാവിന്റെ അരണ്ട വെളിച്ചത്തിൽ രണ്ട് പിശാചിന്റെ കുട്ടികൾ കൗതുകത്തോടെ അവനെത്തന്നെ നോക്കിനില്ക്കുന്നു. എഴുന്നേറ്റിരുന്നു. അവ പെട്ടെന്നുതന്നെ പനകൾക്ക് മുകളിലേക്ക് പാഞ്ഞുകയറി, ഓലകൾക്കിടയിലെങ്ങോ മറഞ്ഞു.

എങ്ങോട്ടെങ്കിലും കുറച്ചുനാൾ മാറിനിന്നാലോ? എങ്ങോട്ട്? അതറിയില്ല. കൃഷ്ണേട്ടനും പറയുകയുണ്ടായി.

"അവിടന്ന് നീയൊന്ന് മാറിനില്ല് നിന്റെ വെഷമങ്ങളൊക്കെ മാറിക്കിട്ടും." ചിലപ്പോൾ മാറിക്കിട്ടിയാലോ? അമ്മയും അതാണാഗ്രഹിക്കുന്നത്. അമ്മയുടെ ആഗ്രഹങ്ങൾക്കും സ്വപ്നങ്ങൾക്കുമൊന്നും മുകളിലല്ല, അവൻ കണ്ടുഭയന്ന പേക്കിനാവുകളൊന്നുംതന്നെ.

"നീയും ചേച്ചിയും അപ്പറത്തെ വീട്ടിൽ താമസിച്ചോ." കൃഷ്ണേട്ടന്റെ തന്നെ മറ്റൊരുവീട് ആൾപ്പാർപ്പില്ലാതെ കിടപ്പുണ്ട്.

"അതാകുമ്പോ ഞങ്ങളൊക്കെ ഇവിടില്ലേ? രാധയും അനുവുമൊക്കെ ചേച്ചിക്ക് ഒരു തുണയുമാവും."

അനുപമയെ കൃഷ്ണേട്ടൻ അനു എന്ന് വിളിച്ചുകേട്ടപ്പോൾ വല്ലാത്തൊരു സന്തോഷംതോന്നി.

കള്ളിപ്പാറയിൽനിന്നും പോകണം. ആദ്യം പോയത് സാംകുട്ടി ആയിരുന്നു. വേണു ഉടൻതന്നെ പോകും. യാത്രകൾ താല്ക്കാലികങ്ങൾ മാത്രമായിരിക്കും. എങ്കിലും അകൽച്ചകളെന്നും വേദനാജനകങ്ങൾ തന്നെ. വീട് കൊടുത്താൽ അവനും അവിടന്നിറങ്ങും. അവന്റെ പിന്മാറ്റം താല്ക്കാലികം മാത്രമാണോ..?

കള്ളിപ്പാറയെ അവൻ സ്നേഹിക്കുന്നു. അവളെ അവൻ പ്രണയിക്കുന്നു. കറുത്ത പാതയ്ക്കിരുവശങ്ങളിലുമായി ചുവപ്പും വെള്ളയും നിറങ്ങളിലുള്ള കടലാസുചെടികൾ പൂത്തുകിടക്കുന്ന, വാകപ്പൂവുകളും കാറ്റും തമ്മിൽ പ്രണയം പങ്കിടുന്ന, ആഴ്ചയുടെ ആദ്യദിനങ്ങളിൽ പള്ളിയിൽ നിന്നും സ്തുതിഗീതങ്ങൾ ഒഴുകിയെത്താറുള്ള കള്ളിപ്പാറയെ.

അവൻ കള്ളിപ്പാറയെ പ്രണയിച്ചു. ആത്തുവിനെ പ്രണയിച്ചതുപോലെ. അവൻ അതിനെയെടുത്ത് അവന്റെ ഹൃദയത്തിന്റെ അകത്തളങ്ങളിൽ പ്രതിഷ്ഠിച്ചിരിക്കുന്നു. ആത്തുവിനെ പ്രതിഷ്ഠിച്ചതുപോലെ. ബിജുക്കുട്ടനും വേണുവും സച്ചിദാനന്ദനുമൊക്കെ ഉള്ളതുകൊണ്ടാണോ കള്ളിപ്പാറയെ ഇത്രയ്ക്കുമേൽ സ്നേഹിച്ചുപോയത്? അതോ പ്രണയിനി ഉണ്ടായിരുന്നതുകൊണ്ടോ? ഒന്നുമാത്രമറിയാം. നഷ്ടപ്പെടുകയാണെല്ലാം. എന്നെങ്കിലുമൊരിക്കൽ തിരിച്ചെത്തണമെന്ന് തോന്നിയാൽ...? അന്ന് തിരിച്ചെത്താം. പക്ഷേ, അന്ന് കാലം അരികിൽ പരിഹാസത്തോടെ ചിരിച്ചു നില്ക്കും.

എഴുന്നേറ്റ് പനകൾക്കിടയിലുള്ള ഒറ്റയടിപ്പാതയിലൂടെ നടന്നു. ഒരു സീൽക്കാര ശബ്ദംകേട്ട് തിരിഞ്ഞുനോക്കി. കറുപ്പും വെളുപ്പും നിറങ്ങളിലുള്ള രണ്ട് പിശാചുക്കൾ കരിമ്പനയുടെ ചുവട്ടിൽ ഇണചേർന്ന് രസിക്കുന്നു.

തരിശായ ചരിവിറങ്ങി, തെക്കേക്കൂപ്പും, തെക്കൻതോടും കടന്ന് ഇടവഴിയിലൂടെ നടന്നു. മുറ്റത്ത് വെളിച്ചം പായവിരിച്ചിരിക്കുന്നു. അമ്മ ഉറങ്ങിയിട്ടില്ല വിശറിയുടെ ശബ്ദം കേൾക്കാം.

വരാന്തയിലിരുന്ന് ആനമുന്തിരിയിലേക്ക് നോക്കി. വെളിച്ചത്തിന് തള്ളിക്കളയാനാകാതെ അവശേഷിക്കുന്ന ഇരുട്ടിന്റെ ചില്ലകൾക്കിടയിൽ വിളഞ്ഞ് പാകമായ കായ്കൾ ഇപ്പോഴുമുണ്ടാകും. ഇവിടെനിന്നും പോയിക്കഴിഞ്ഞാൽ ആരതിന് വെള്ളവും ആഹാരവും നല്കി പരിപാലിക്കും. വിളഞ്ഞ് മൂപ്പെത്തിയ കായകളെ വാവലുകളിൽനിന്നും സംരക്ഷിക്കുവാൻ ആര് സുരക്ഷിതകവചം തീർക്കും? പാകമായ കായ്കളെ ശ്രദ്ധയോടെ ആര് അടർത്തിയെടുക്കും?

ആത്തുവിന്റെ വീടിന്റെ പിൻവാതില്ക്കലേക്ക് നോക്കി. അവിടെ ഇരുട്ട് അജ്ഞാതചിത്രങ്ങൾ രചിച്ചിരിക്കുന്നു. ആ ഇരുട്ടിന്റെയുള്ളിലും അവരുടെ മനസ്സും ശരീരവും ദാഹങ്ങൾ പങ്കിട്ടെടുത്തിരുന്നു. വെറുതെ ആ ഇരുട്ടിലേക്കുതന്നെ നോക്കിയിരുന്നു.

കള്ളിപ്പാറയിൽനിന്നും അകന്നുപോയേക്കാം. അകലത്തിലായിരിക്കാം. അകന്നുപോകുന്നത് മിഴികൾ മാത്രമാണ്. മനസ്സ് അകന്നുപോവുകയില്ല. അതിന് ആവുകയുമില്ല. നിശ്ചയംതന്നെ. എങ്കിലും ഇരുട്ടിനെയും തുളച്ചുകൊണ്ടെത്തിയ ആയുഷിന്റെ ചോദ്യം ചെവികൾക്കുള്ളിൽ ഉച്ചത്തിൽ മുഴങ്ങിനില്ക്കുന്നു.

"താൻ കാമിച്ചതും, രമിച്ചതുമെല്ലാം ഒരു മനുഷ്യസ്ത്രീയോടൊപ്പം തന്നെ ആയിരുന്നോ?"

കാലം അശ്വവേഗതയിലാണോ സഞ്ചരിക്കുന്നത്? വർഷങ്ങൾ എത്ര പെട്ടെന്നാണ് കടന്നുപോയത്. എത്ര സംവത്സരങ്ങൾ അകലത്തിലായിരുന്നു. അനുവാദമില്ലാതെയെത്തി യാത്രാമൊഴി ചൊല്ലാതെ മടങ്ങിപ്പോയ വേനലുകളും വർഷകാലങ്ങളുമെത്ര? എത്രയോ മഞ്ഞുകാലങ്ങളും വസന്തങ്ങളും വന്ന് ഓർമ്മകൾ സമ്മാനിച്ച് മാഞ്ഞുപോയിരിക്കുന്നു.

കുറച്ചുനാൾ മാറിനില്ക്കണമെന്ന് പറഞ്ഞപ്പോൾ അമ്മ എതിർത്തൊന്നും പറഞ്ഞില്ല. ചിലപ്പോൾ അമ്മയ്ക്കും തോന്നിയിരിക്കാം അവന് വേണ്ടത് അതുതന്നെയാണെന്ന്. ഒരുപാടകലേക്ക് സമാധാനവും തേടിയുള്ള ഒരുയാത്ര. അതൊരുപക്ഷേ, അവനിൽ മാറ്റങ്ങൾ സൃഷ്ടിച്ചാലോ?.

"അമ്മ ഒറ്റയ്ക്കായി പോവില്ലേ?" വലിയ വേദന അതുതന്നെയായിരുന്നു.

"പൊയ്ക്കോ. എന്നെയോർത്ത് വേവലാതി വേണ്ട, എവിടെയായാലും നന്നായിട്ട് ജീവിച്ചാ മതി." കണ്ണുകൾ നനയാതെ, ശബ്ദമിടറാതെ അമ്മ പറഞ്ഞു. എങ്കിലും അകത്തുപോയി അവൻ കാണാതെ കരഞ്ഞിട്ടുണ്ടാകും. താമസം തെക്കേക്കൂപ്പിലേക്ക് മാറിയിരുന്നതിനാൽ അമ്മ ഒറ്റയ്ക്കായിപ്പോകും എന്ന ഭയത്തിന്റെ ആവശ്യമുണ്ടായിരുന്നില്ല. കൃഷ്ണേട്ടനും രാധമ്മായിയും അനുപമയുമൊക്കെ കൂട്ടിനായുണ്ട്. അതായിരുന്നു വിദേശത്തേക്ക് തിരിക്കുമ്പോഴുള്ള ഏക ആശ്വാസവും. വേണുവിനോട് ആവശ്യപ്പെടുകയായിരുന്നു, ജോലിയും അയാൾക്കൊപ്പം തന്നെ ആയിരുന്നു.

മുടക്കമില്ലാതെ അമ്മയെ വിളിച്ചിരുന്നു.

"നിനക്ക് സുഖമാണോ?"

"നീ ചോറ് കഴിച്ചോ?"

"ജോലി ബുദ്ധിമുട്ടാണോ?"

പതിവ് പല്ലവികൾതന്നെ അമ്മ ആവർത്തിച്ചുകൊണ്ടേയിരുന്നു. ഇടയ്ക്കൊരിക്കൽ പറയുകയുണ്ടായി.

"ഒരുപാട് നാളായില്ലേ? വന്നൂടെ നിനക്ക്. നിന്നെയൊന്ന് കാണണമെന്നുണ്ട്."

അത്രയും വർഷങ്ങൾക്കിടയിൽ അമ്മ ആവശ്യപ്പെട്ടത് ആ ഒരു കാര്യം മാത്രമായിരുന്നു.

കൂട്ടുകാരെയും മുടങ്ങാതെ വിളിച്ചിരുന്നു. ബിജുക്കുട്ടനും സച്ചിദാനന്ദനും സർക്കാർ ജോലിയിൽ പ്രവേശിച്ചു. സാംകുട്ടി പഴയ ജോലിയുമായി ഇപ്പോഴും കോഴിക്കോട്ട് തന്നെയാണ്. അവൻ നേരത്തെതന്നെ മുറപ്പെണ്ണിനെ വിവാഹം ചെയ്തിരുന്നു. സച്ചിദാനന്ദനും വേണുവും ദീപുവും സജിത്തുമൊക്കെ വിവാഹിതരായി. ദീപുവിന്റെയും സജിത്തിന്റെയും പ്രണയവിവാഹമായിരുന്നു. പ്രണയിച്ച പെൺകുട്ടികളെത്തന്നെ അവർക്ക് വിവാഹം കഴിക്കാനായതിൽ ഏറെ സന്തോഷംതോന്നി. വേണു മൂന്ന് നാല് തവണ നാട്ടിലെത്തിയിരുന്നു. അതിനിടയിലായിരുന്നു അവന്റെ വിവാഹം.

അനുപമയുടെ വിവാഹം കഴിഞ്ഞു. അവൾക്ക് രണ്ട് കുഞ്ഞുങ്ങളുണ്ട്. ഭർത്താവ് നല്ല സ്നേഹമുള്ളവനാണ്. അയാൾക്ക് ഉയർന്ന സർക്കാർ ജോലിയുമുണ്ട്. അമ്മ പറഞ്ഞിരുന്നു, കൃഷ്ണേട്ടന്റെ ആഗ്രഹപ്രകാരം അവളും ഭർത്താവും തെക്കേക്കൂപ്പിൽ തന്നെയാണ് താമസവും.

അമ്മ ഒരുപാട് ക്ഷീണിച്ചിരിക്കുന്നു. തലമുടി നരച്ചു. കണ്ണുകൾക്ക് താഴെയുള്ള കറുത്തപാട് വർദ്ധിച്ചിരിക്കുന്നു. ദുഃഖം കൂടുമ്പോഴാണത്രേ അത്തരത്തിൽ കറുത്തപാട് വീഴുന്നത്.

രണ്ട് ദിവസങ്ങൾ എങ്ങും പോയില്ല. അമ്മയോടൊപ്പം വീട്ടിൽത്തന്നെ കഴിച്ചുകൂട്ടുകയായിരുന്നു. ചെന്നതറിഞ്ഞ് ആദ്യമെത്തിയത് കൃഷ്ണേട്ടനും രാധമ്മായിയും അനുപമയുമായിരുന്നു. ഒപ്പം അവളുടെ കുട്ടികളും. അവരെ ഒന്നിച്ച് കണ്ടപ്പോൾ ഏറെ സന്തോഷംതോന്നി. വർഷങ്ങൾക്ക് ശേഷമുള്ള സമാഗമം എല്ലാവരുടെയും കണ്ണുകളെ ഈറനണിയിച്ചു.

അനുപമയുടെ കുട്ടികളെ ഓമനിച്ചു. അവർ ആദ്യമായാണ് അവനെ കാണുന്നത്. മൂത്തത് ആൺകുട്ടിയാണ്. അവർക്ക് സമ്മാനങ്ങൾ നല്കി. കവിളുകളിൽ ചുംബിച്ചു. അനുപമയുടെ ഭർത്താവ് ജോലിസ്ഥലത്താണ്. അനുപമയെ വിളിക്കുമ്പോഴൊക്കെ അയാളോടും സംസാരിച്ചിരുന്നു.

ദീപുവും സജിത്തും വൈശാഖേട്ടനുമൊക്കെ എത്തിയിരുന്നു. ഏറെ നേരം അവരുമായി ചെലവഴിച്ചു. നാട്ടിലെ അറിയേണ്ടുന്ന വിശേഷങ്ങളെല്ലാം ചോദിച്ചറിഞ്ഞു. ഉടനെ വിശദമായി കാണാമെന്ന് പറഞ്ഞ് അവർ പിരിഞ്ഞു.

വല്യമ്മാവന് തീരെ പ്രായം ചെന്നിരിക്കുന്നു. നടക്കാൻ ബുദ്ധിമുട്ടാണ്. 'ഒന്ന് പോയിക്കാണണം', അമ്മ പ്രത്യേകം ഓർമ്മിപ്പിക്കുകയുണ്ടായി. ആദ്യം അതുതന്നെ ആകാമെന്ന് കരുതി.

വർഷങ്ങൾക്കുശേഷം കള്ളിപ്പാറയിലെ കറുത്ത പാതയിലൂടെ നടന്നു. പാതയ്ക്കിരുവശങ്ങളിലുമായി ഇപ്പോഴും ചുവപ്പും വെള്ളയും നിറങ്ങളിലുള്ള ബോഗൻ വില്ലകൾ പൂത്ത് നില്പുണ്ട്. സൂര്യകാന്തികൾക്ക് നിറം മങ്ങിയിട്ടില്ല. ആത്തുവിന്റെ വീട്ടിലേക്ക് നോക്കി. അവളെ അവിടെയെങ്ങും കാണാനുണ്ടായിരുന്നില്ല. ഹൃദയത്തിനുള്ളിൽനിന്നും പൊള്ളുന്ന നിശ്വാസം അറിയാതുതിർന്നുവോ? എന്താണോ മറക്കണെമെന്ന് ആഗ്രഹിച്ചത് അതുമാത്രം മറക്കാനായില്ല. ഒരിക്കലും അങ്ങനെ സംഭവിക്കുകയില്ലായെന്ന് കാലം കൈയൊപ്പ് ചാർത്തിത്തന്നു. വിദൂരതകളിൽ ആയിരുന്നിരിക്കാം, അകന്നുപോയത് കേവലം കാഴ്ചകൾ മാത്രമായിരുന്നു.

വായനശാലയിൽ ആരെയും കാണാനുണ്ടായില്ല. അല്ലെങ്കിൽത്തന്നെ അതിനുള്ള സമയമായി വരുന്നതേയുള്ളു. പതിവായി ആരൊക്കെ എത്താറുണ്ടാവും? പലരുടെയും അഭാവം വായനശാലയുടെ പ്രവർത്തനങ്ങളെയും സാരമായിത്തന്നെ ബാധിച്ചിരിക്കാം. വേനലുമായി പടപൊരുതേണ്ടി വരുമ്പോൾ ഒളിത്താവളങ്ങൾ തേടിയേ മതിയാകൂ. അത് കാലത്തിന്റെ അനിവാര്യത മാത്രവും.

വല്യമ്മാവൻ ചാരുകസേരയിൽ കിടപ്പുണ്ട്. തലയൊക്കെ നരച്ചിരിക്കുന്നു. ഇപ്പോൾ മുഖത്തിനുനേരേ നീട്ടിപ്പിടിച്ച പുസ്തകം കാണാനില്ല. കണ്ണട ധരിച്ചിരിക്കുന്നു. അമ്മാവന് കാഴ്ചക്കുറവുണ്ടെന്ന് അമ്മ പറഞ്ഞിരുന്നു. അവനെ കണ്ടയുടനെ അമ്മായി മുല്ലമൊട്ടുകൾകാട്ടി ചിരിച്ചു. വല്ല്യമ്മാവനിപ്പോഴും പഴയ ഗൗരവത്തിന്റെ പാത മാറ്റമില്ലാതെ തന്നെ പിന്തുടരുന്നുണ്ട്.

"നീ എപ്പോഴെത്തി?" അമ്മായി ചോദിച്ചു.

"രണ്ട് ദിവസമായി."

"വരുന്നുണ്ടെന്ന് അറിഞ്ഞിരുന്നു."

മറുപടി ചിരിയിലൊതുക്കി.

'സുഖമായിരുന്നോ?' എന്ന ചോദ്യം പ്രതീക്ഷിച്ചിരുന്നോ? ഇല്ലായെന്ന് തോന്നുന്നു. അല്ലെങ്കിൽത്തന്നെ അങ്ങനെ ചോദിക്കുന്നതിന് എന്താണർത്ഥം? ആരുടെയും പ്രതീക്ഷകൾക്കൊത്ത് ഉയരാൻ കഴിയാതെപോയവനാണ് അവൻ. ഇനിയൊരിക്കലും അതിനാവുകയുമില്ല.

"വല്യമ്മാവന് സുഖമില്ലായെന്ന് അമ്മ പറഞ്ഞിരുന്നു."

"പ്രായമേറെ ആയില്ലേ?" ഗൗരവത്തോടെ മറുപടിയെത്തി.

വല്യമ്മാവനുമായി പലതും സംസാരിച്ചിരുന്നു. ഇപ്പോൾ പ്രകൃതി ജീവനം നിർത്തി. ഇടയ്ക്ക് ആരോഗ്യമൊക്കെ തകർന്നുപോയി, ആശുപത്രിയിൽ എത്തിയപ്പോൾ ഡോക്ടർ ശകാരിച്ചത്രേ. അന്നത്തോടെ പ്രകൃതി ജീവനത്തിന്റെ പാതയിൽനിന്നും വ്യതിചലിച്ചു. ഇപ്പോൾ എല്ലാം കഴിക്കുന്നുണ്ട്. പ്രകൃതി ജീവനം ഇങ്ങനെയേ അവസാനിക്കു എന്ന് പണ്ടേ അവൻ ചിന്തിച്ചിരുന്നു.

"മനുഷ്യന് വായുമാത്രം ഭക്ഷണമാക്കി ജീവിക്കാനാകും." വല്യമ്മാവൻ പണ്ടൊരിക്കൽ പറഞ്ഞതോർത്തുപോയി.

"നിന്റെ അടുത്ത നടപടി എന്താണ്?"

"ഇനി തിരിച്ച് പോകുന്നുണ്ടോ?"

"ഇനി പോകരുത്, അമ്മയ്ക്ക് വയസ്സായി, അവളെയും നോക്കി വീട്ടിൽ നില്ക്കണം."

അത്തരത്തിലുള്ള ചോദ്യങ്ങളോ, ഉപദേശങ്ങളോ പ്രതീക്ഷിച്ച് നിരാശനായി.

"ചോറ് കഴിച്ചേ പോകാവൂ." അടുക്കളയിൽനിന്നും ഇറങ്ങിവന്ന് ഓർമ്മിപ്പിച്ച് അമ്മായി മടങ്ങി.

"നാഞ്ചിക്കുന്നിലേക്ക് പോയിട്ട് വർഷങ്ങളായി, വയ്യ." വല്യമ്മാവന്റെ സ്വരത്തിലും വാർദ്ധ്യക്യത്തിന്റെ സഹജമായ നിരാശ പടർന്നിരിക്കുന്നു

"ഞാൻ പോകുന്നുണ്ട്."

"ആർക്കെങ്കിലും വിറ്റാലോ എന്നാണ് ആലോചന, വെറുതെ എന്തിനാ?"

"ഞാൻ അന്വേഷിക്കാം."

അതേക്കുറിച്ച് അവനൊരിക്കലും തെരക്കില്ലായെന്നും, അല്ലെങ്കിൽത്തന്നെ അതാരും വാങ്ങില്ലായെന്നും വല്യമ്മാവനോട് എങ്ങനെ പറയും?

ചോറ് കഴിച്ച് അവിടെനിന്നും മടങ്ങി. ചടച്ചിക്കരിക്കകത്ത് വെയിൽ ആറിത്തണുത്തിരിക്കുന്നു. ബിജുക്കുട്ടന്റെ വീട്ടുമുറ്റത്ത് രണ്ട് കുട്ടികൾ നില്പുണ്ട്. അവന്റെ കുട്ടികളായിരിക്കും. അവരെനോക്കി ചിരിച്ചു. അപരിചിതഭാവത്തോടെ അവരും. ബിജുക്കുട്ടനെയും സച്ചിദാനന്ദനെയും വിളിച്ചിരുന്നു. നേരിട്ട് കാണാമെന്ന് രണ്ടുപേരും പറഞ്ഞിട്ടുണ്ട്.

വായനശാലയിൽ സുകുമാരൻ മാഷ് ഇരിപ്പുണ്ട്. അയാൾ മാത്രം. പീടിക്കാരൻ ജോർജ്ജിനെ കണ്ടതേയില്ല. ഇനിയൊരിക്കലും കാണാൻ ആവുകയുമില്ല. അവനെ കണ്ട് അയാൾ ചിരിച്ചു. അഭിമുഖമായി ഇരുന്നു.

"സുഖമല്ലേ മാഷേ?" അവന്റെ സ്വരത്തിൽ നിർവ്വികാരത പടർന്നിരുന്നു. അയാൾ തലയാട്ടി. ശേഷം ചോദിച്ചു.

"അറിഞ്ഞില്ലേ നമ്മുടെ പീടിക്കാരൻ..." പൂർത്തിയാക്കാനാകാതെ പാതിയിലുപേക്ഷിച്ച വാക്കുകൾക്കായി അലയേണ്ടതില്ല. അയാളിലെ

അഗാധമായ വേദന അവൻ തിരിച്ചറിയുന്നു. മാഷിനെയും പീടിക്കാര നെയും ഒന്നിച്ചല്ലാതെ വെവ്വേറെ കണ്ടതായി ഓർമ്മകളിലില്ല.

"അറിയുന്നുണ്ടായിരുന്നു.....എല്ലാം." അതുകേട്ട് കുറച്ചുനേരം അയാൾ നിശ്ശബ്ദനായിരുന്നു.

"ഇങ്ങോട്ടേക്കുതന്നെ തിരികെ വരരുതോ? ഇനിയിപ്പോൾ.."

"എത്തിയിരിക്കും, ഇങ്ങോട്ടുതന്നെ." അവന്റെ ശബ്ദത്തിലെ നിശ്ച യദാർഢ്യതകൊണ്ടോ, അതിലെന്തോ വൈരാഗ്യം നിഴലിട്ടതായി തോന്നി യതുകൊണ്ടോ ആകാം അയാൾ കുറച്ചുസമയം അവന്റെ മുഖത്തേക്ക് തന്നെ നോക്കിയിരുന്നു.

"നീ കൂടി പോയതിനുശേഷം ഇവിടം അനാഥമായി."

"മറ്റാരും വരാറില്ലേ?"

"വല്ലപ്പോഴുമൊക്കെ ബിജുക്കുട്ടനും, സച്ചിദാനന്ദനുമെത്തും."

"വൈശാഖേട്ടനോ?"

"ഇതുപോലെ തന്നെ. പതിവില്ല."

"ജീവിതമല്ലേ മാഷേ. ആരുടേയും തെറ്റല്ല." സ്വയമെന്നോണം പറഞ്ഞു.

മേശമേൽ കിടന്ന പുസ്തകം മെല്ലെ മറിച്ചുനോക്കി.

"നിന്റെ എഴുത്തിന്റെ കാര്യമൊക്കെ ബിജുക്കുട്ടൻ പറഞ്ഞറിയുന്നു ണ്ടായിരുന്നു."

"അതെ. ഒരു പുസ്തകം എഴുതിയിട്ടുണ്ട്."

"തലക്കെട്ടെന്താ?"

"41 വർഷങ്ങൾ."

"നന്നായി." അയാൾ ചിരിച്ചു.

"സ്വന്തം ജീവിതമാണോന്ന് എടുത്തു ചോദിക്കേണ്ടതില്ലല്ലോ അല്ലേ?" മറുപടി പറയാതെ ചിരിച്ചു.

"വന്നിട്ട് ആത്തുവിനെ കണ്ടുവോ നീയ്?"

"ഇല്ല, ഇനി കാണുമായിരിക്കും."

"അവൾക്കിപ്പോ ജോലിയുണ്ട്."

"അറിഞ്ഞു."

കുറച്ചുനേരം അയാൾ വീണ്ടും മൂകതയിലേക്കിറങ്ങി.

"ഒന്നും മറന്നില്ലേ എന്ന് ചോദിക്കുന്നതിൽ അർത്ഥമില്ല. മറക്കാനാ വില്ല അല്ലേ?"

"മറക്കാനായിരുന്നെങ്കിൽ 41 വർഷങ്ങൾ പിറക്കില്ലായിരുന്നു." അയാൾ ചിരിച്ചു. അതിന് പഴയ തിളക്കമുണ്ടായിരുന്നില്ല.

"വേണുവോ?"

"ഉടനെത്തും."

"നമുക്കെല്ലാംകൂടി ഒരു ഒറ്റ ദിവസം ഒന്നിക്കണം, പഴയതുപോലെ."

"ആകാം. എല്ലാപേരും അതാഗ്രഹിക്കുന്നു."

"അന്ന് കൊതിതീരുംവരെ ചതുരംഗം കളിക്കണം. രാത്രിയിൽ വാക മരങ്ങൾക്ക് പിന്നിലെ തെങ്ങിൻതോപ്പിലിരുന്ന് സൊറയും പറഞ്ഞ് മദ്യ പിക്കണം."

മുൻപൊരിക്കലും മാഷ് ഇങ്ങനെയൊന്നും സംസാരിച്ച് കേട്ടിട്ടേയില്ല. വല്ലാത്ത അത്ഭുതംതോന്നി, മാഷ് ആളാകെ മാറിയിരിക്കുന്നു. കൂട്ടുകാ രന്റെ ആകസ്മികമായ മരണമാണോ അദ്ദേഹത്തെ ഇങ്ങനെയൊക്കെ ചിന്തിക്കാൻ പ്രേരിപ്പിക്കുന്നത്?

"ചിലപ്പോ ഇനിയൊരിക്കലും അതിന് കഴിഞ്ഞില്ലയെങ്കിലോ? പീടി ക്കാരന്റെ അവസ്ഥ കണ്ടില്ലേ?"

"ആകാം, ഉടനെ തന്നെ."

ഏറെനേരം മാഷുമായി സംസാരിച്ചിരുന്നു. ഇരുൾ വ്യാപിച്ച് തുട ങ്ങിയപ്പോൾ നടന്നു. ആത്തുവിന്റെ വീടിനു മുന്നിലെ വെളിച്ചം ബോഗൻ വില്ലകൾക്കും സൂര്യകാന്തികൾക്കും മായികമായ സൗന്ദര്യം നല്കിയി രിക്കുന്നു. അങ്ങോട്ടേക്ക് നോക്കി. അടച്ചിട്ടിരിക്കുന്ന കതകിനുമപ്പുറത്ത് അവളുണ്ടായേക്കാം.

ഇടവഴിയിലേക്ക് തിരിഞ്ഞ് നടന്നു. പണ്ട് താമസിച്ചിരുന്ന വീട്ടിലേക്ക് നോക്കാതെ, ആനമുന്തിരിയിലേക്ക് നോക്കാതെ ഇടവഴിയിലൂടെ നടന്നു. ആനമുന്തിരി അവിടെത്തന്നെ കാണുമോ ആവോ? അതോ അതിനെ നശിപ്പിച്ചുവോ? ഇപ്പോഴും അതിന്റെ ചില്ലകളിൽ വിളഞ്ഞ് പാകമെത്തിയ കായ്കളുണ്ടാകുമോ? രാത്രിയിൽ കനത്ത ചിറകുകൾ ശബ്ദത്തോടെ വീശി വാവലുകൾ കൊതിയോടെ അതിനിടയിലേക്ക് പറന്നിറങ്ങുന്നു ണ്ടായിരിക്കാം.

41 വർഷങ്ങൾ. ചിതലരിച്ചുപോകാത്ത ഓർമ്മകളുടെ വിഷം മണ ക്കുന്ന ഫണങ്ങളിൽ നിന്നേറ്റ ശാപദംശനങ്ങളിൽനിന്നും മോചനം നേടു വാൻ ലക്ഷ്യമില്ലാത്ത പലായനങ്ങൾ നടത്തിയ 41 വർഷങ്ങൾ. തപസ്സു ചെയ്തു നേടിയെടുത്ത പ്രണയത്തിന്റെ അസ്ഥിപഞ്ജരങ്ങൾക്കുള്ളിലെ അന്ധകാരത്തിന്റെ അറകളിൽ ബന്ധിക്കപ്പെട്ടുപോയ നീണ്ട സംവത്സര ങ്ങൾ. മാന്ത്രിക സിദ്ധിയാൽ സ്വപ്നങ്ങളുടെ ആത്മാക്കളെ ആവാഹിച്ചി രുത്തി അവയ്ക്കായി വ്രതശുദ്ധിയോടെ ബലിതർപ്പണം നടത്തിയ വിശു ദ്ധരാത്രികൾ. കറുപ്പും വെളുപ്പും നിറഞ്ഞ രതിയുടെ ആഴക്കയങ്ങളി ലേക്ക് ആണ്ടുപോയ നിമിഷങ്ങൾ. ഓർമ്മകൾ അഗ്നിച്ചിറകുകൾ കെട്ടി ശിരസ്സിനുള്ളിൽ ഉറഞ്ഞുതുള്ളി കാവടിയാടി തിമിർത്ത ദിനരാത്രങ്ങൾ. സ്വർഗ്ഗാരോഹണത്തിനായി നരകത്തിലെ കുംഭങ്ങളിൽ സൂക്ഷിച്ച സോമ രസത്തിലാറാടി ബോധമറ്റുറങ്ങിയ ഓരായിരം രാവുകൾ, പകലുകൾ. പതിനയ്യായിരത്തോളം ദിനരാത്രങ്ങൾ. 41 വർഷങ്ങൾ.

തിരിഞ്ഞുനോക്കുമ്പോൾ കാണുന്നത് നടുക്കുന്ന കാഴ്ചകൾ തന്നെ യാണ്. തകർന്നടിഞ്ഞ തേരുകളും ഉപയോഗശൂന്യമായ ആയുധങ്ങളും ചിതറിക്കിടക്കുന്നു. ചത്തുവീണ കുതിരകളുടെ അവശിഷ്ടങ്ങൾ കാണാം.

മരിച്ചുപോയ യോദ്ധാക്കളുടെ ശരീരങ്ങളെ പുഴുവും ചിതലുകളും ചേർന്ന് പങ്കിട്ട് ഭക്ഷിക്കുന്നു. ശേഷിപ്പുകളുണ്ടോ എന്നറിയാൻ കഴുകന്മാർ വട്ടമിട്ട് പറക്കുന്നു.

യുദ്ധം നയിച്ച്, മോഹിച്ച സാമ്രാജ്യങ്ങളൊക്കെയും വെട്ടിപ്പിടിച്ച്, കോട്ടയ്ക്കുമുകളിൽ വിജയക്കൊടി നാട്ടി, അരചനായി, അജയ്യനായി അനിഷേദ്ധ്യനായി വാഴാമായിരുന്നു. കൂടെ നില്ക്കുന്നവനാണ് ശത്രുവെങ്കിൽ ഏത് യോദ്ധാവും തോറ്റുപോകും. അപ്രതീക്ഷിതനായ ശത്രുവിനു മുന്നിൽ ആയുധങ്ങൾ നിഷ്ക്രിയങ്ങളായി മാറും. അടവുകൾ മറന്നുപോകും. ചുവടുകൾ പിഴച്ചുപോകും. പരാജയപ്പെട്ടുപോകും. പരാജിതനായിപ്പോയി. തോറ്റുപോയി.

അശ്വവേഗങ്ങളിലോടുന്ന കാലത്തിന്റെ കുളമ്പടികൾക്കടിയിൽ എവിടെയോ യൗവനം മൃതപ്രാണനായി വീണുകിടക്കുന്നു. ആസന്നമായ മരണത്തെയോർത്ത് തേങ്ങുന്നു. രമിച്ചു മദിച്ചു മയങ്ങേണ്ടുന്ന രാത്രികളിൽ തിളച്ചുനില്ക്കുന്ന ശരീരത്തിനെയും മനസ്സിനെയും ചങ്ങലക്കെട്ടുകൾക്കുള്ളിൽ ബന്ധനത്തിലാക്കി നിദ്രയെ ദംശിക്കുവാൻ ഫണം വിടർത്തിയെത്തുന്ന ചിന്തകളെ തച്ചുതകർക്കുവാൻ മധുവിലാറാടിയ ഒരായിരം രാവുകളുണ്ടോർമ്മകൾക്കുള്ളിൽ. തിളച്ചുമറിയുന്ന തൃഷ്ണകളെ ശമിപ്പിക്കുവാൻ ശരീരങ്ങളെ വിലകൊടുത്ത് നേടിയെടുത്ത ഒരു നൂറ് രാവുകളും പകലുമുണ്ടോർമ്മകൾക്കുള്ളിൽ.

കാലം അരികിൽനിന്ന് പരിഹാസത്തോടെ അട്ടഹാസം മുഴക്കുമ്പോൾ ഇടനെഞ്ചിനുള്ളിൽ പക അഗ്നിപർവ്വതമായി ജ്വലിക്കാറുണ്ടിപ്പോഴും. കാമം കത്തിക്കയറുന്ന രാവിന്റെ ഉൾത്തടങ്ങളിൽ നിധികൾ തേടി അലയാറുണ്ടിപ്പോഴും. അതെ ഓർമ്മകൾക്ക് മരണമില്ലതന്നെ.

തെക്കേക്കൂപ്പിന്റെ ആത്മാവിലൂടെ ഇപ്പോഴും തെക്കൻതോട് ആത്മനിർവൃതിയോടെ നിറഞ്ഞൊഴുകുന്നുണ്ട്. തെക്കേക്കൂപ്പിലിപ്പോൾ വിളഞ്ഞ് പാകമാകുവാൻ കൊതിച്ചുനില്ക്കുന്ന വയലേലകളുണ്ട്. തെക്കൻ തോടിനരികിലെ വീതിയേറിയ, പച്ചപ്പുല്ലുകൾ നിറഞ്ഞ പാതയിലൂടെ കാലികൾ മേഞ്ഞുനടക്കുന്നുണ്ടിപ്പോഴും. അവയ്ക്ക് അകമ്പടിക്കാരായി കുളക്കോഴികളും വെളുത്തനിറമുള്ള കൊറ്റികളുമുണ്ട്.

മഞ്ചാടിപ്പാടങ്ങൾക്ക് നടുവിൽ മണ്ണിൽ ചിതറിക്കിടക്കുന്ന ചുവന്നുതുടുത്ത ഒരായിരം സ്വപ്നങ്ങളുമുണ്ട്. അവയെ കരഗതമാക്കാൻ മത്സരിക്കുന്ന കുരുന്നുകളുമുണ്ടിവിടെ. കൈകളിൽ വർണ്ണച്ചെപ്പുകളേന്തി നൃത്തം ചെയ്യുന്ന കുങ്കുമത്തിന്റെ കായ്കൾ പൊട്ടിച്ച് അവർ നഖങ്ങളിൽ നിറങ്ങൾ പിടിപ്പിക്കാറുണ്ടിപ്പോഴും.

തെക്കേക്കൂപ്പിലെ ആകാശത്തിനെ താങ്ങിനിർത്തുന്ന കരുത്തന്മാരായ പിണർവൃക്ഷങ്ങളിൽ മഞ്ഞനിറത്തിലുള്ള പഴങ്ങൾ നിറഞ്ഞിരിക്കുന്നു. അവ അടർന്നുവീണ് തെക്കൻതോട്ടിലൂടെ ഒഴുകി അകലാറുണ്ടിപ്പോഴും. പടിക്കെട്ടുകൾക്കും മുകളിൽ ആകാശത്തിന്റെ അതിരുക

ളിൽനിന്നും ദേവപ്രീതിക്കായി മന്ത്രോച്ചാരണങ്ങൾ ഒഴുകിയെത്താറുണ്ട്.

തെക്കേക്കൂപ്പിലെ കാറ്റിനിപ്പോഴും സുഗന്ധമുണ്ട്. പൂത്തുലഞ്ഞ മഞ്ഞനിറമുള്ള താഴകളുടെ മോഹനഗന്ധം. ചുവപ്പും വെള്ളയും മഞ്ഞയും നിറങ്ങളിലുള്ള ചെമ്പകങ്ങളുടെ ഗന്ധം.

"അതെ." അവൻ സ്വയം പറഞ്ഞു.

"എന്റെ തെക്കേക്കൂപ്പിനെ ഞാൻ സ്നേഹിക്കുന്നു. എന്റെ തെക്കേക്കൂപ്പിന് പച്ചനിറമാണ്. കാലികൾ മേയുന്ന വയൽവരമ്പിന്റെ നിറം. കതിരിടാൻ മോഹിച്ചുനില്ക്കുന്ന വയലേലകളുടെ നിറം. തെക്കേക്കൂപ്പിന് മഞ്ഞനിറമാണ് പൂത്തുലഞ്ഞു നില്ക്കുന്ന താഴകളുടെ നിറം."

ആത്തുവുമൊത്ത് പലതവണ ഇവിടേക്ക് വന്നിട്ടുണ്ട്. ഇവിടെ വരാൻ അവൾക്കെന്നും ഇഷ്ടമായിരുന്നു. ഓർമ്മകൾക്ക് മരണമില്ലതന്നെ. അതെ, ഓർമ്മകൾക്ക് മരണമില്ല. ഉണ്ടായിരുന്നെങ്കിൽ അവന്റെ മനസ്സിനുള്ളിൽ ആത്തു എന്നേ മരിച്ചുപോകുമായിരുന്നു. ഉറങ്ങിക്കിടന്ന ഓർമ്മകൾ ഉണർന്നെഴുന്നേറ്റ് ഇണചേരുന്നു. അവ അനസ്യൂതം പെറ്റുപെരുകികുന്നുകൂടുന്നു.

ഹൃദയത്തിനുള്ളിൽ പതിഞ്ഞുപോയതൊക്കെ അത്ര പെട്ടെന്ന് എടുത്തങ്ങ് മാറ്റാനാകുമോ? ആകുമായിരുന്നെങ്കിൽ ആത്തുവിനെയും തുടച്ച് മാറ്റാമായിരുന്നു. പെൻസിൽകൊണ്ട് രചിച്ച ചിത്രം മായ്ച്ച് കളയുന്ന അതേ ലാഘവത്തോടെ.

വെയിൽ ആർക്കുവേണ്ടിയാണ് മാഞ്ഞുപോയത്. തെക്കേക്കൂപ്പിന് മുകളിലെ ആകാശത്തിൽ കറുത്ത മേഘക്കൂട്ടങ്ങൾ കലിതുള്ളി നില്ക്കുന്നു. അവ താഴേക്ക് അടർന്നുവീഴുവാൻ ദാഹിച്ചുനിന്നു. രണഭേരികൾ മുഴക്കി ആകാശത്ത് ഭീതിജന്യമായ യുദ്ധംചെയ്തു. ആയുധങ്ങൾ ഏറ്റുമുട്ടി അഗ്നിസ്ഫുലിംഗങ്ങൾ സൃഷ്ടിക്കപ്പെട്ടു. കർക്കിടകമാണ്. പഞ്ഞകർക്കിടകം. പെയ്ത്ത് തുടങ്ങിയിരിക്കുന്നു. പെട്ടെന്നുതന്നെ ശക്തിയാർജ്ജിച്ചു. നനയാതെ കൊട്ടിയമ്പലത്തിലേക്ക് കയറിനിന്നു.

ആലിപ്പഴം വീഴുന്നുണ്ട്. കുട്ടിക്കാലത്ത് മഴയെ നോക്കി പരിഹസിച്ചുകൊണ്ട് അവ പെറുക്കി കുപ്പികളിൽ നിറച്ചിരുന്നു.

"ആകാശത്ത് ഒരു മരമുണ്ട് വലിയൊരു മരം. മഴയത്ത് അതിൽനിന്നും പഴങ്ങൾ അടർന്നുവീഴും."

മുത്തശ്ശി പറഞ്ഞുകൊടുത്തിരുന്നു. അതോർത്ത് ചിരിച്ചു.

മഴയുടെ തണുപ്പിൽ മുത്തശ്ശി അവനെയെടുത്ത് മടിയിലിരുത്തി പുതപ്പിച്ച് മാറോട് ചേർത്തുവയ്ക്കും. ആ ശരീരത്തിന്റെ വാത്സല്യച്ചൂട് അവനെത്രയോ അനുഭവിച്ചിരിക്കുന്നു. നാഞ്ചിക്കുന്നിലെ കരിമ്പനകൾക്കും മുകളിൽ പെയ്തിറങ്ങിയ മഴ തരിശുഭൂമിയും പിന്നിട്ട്, തെങ്ങിൻതോപ്പുകൾക്കിടയിലുള്ള കൈത്തോടിലൂടെ തെക്കൻതോട് ലക്ഷ്യമാക്കി കുത്തിയൊഴുകിക്കൊണ്ടേയിരുന്നു. തെക്കൻതോട് ആർത്ത് ചിരിക്കുന്നുണ്ട്. അവളുടെ നാദം പാറക്കൂട്ടങ്ങളിൽ തട്ടി പ്രതിസ്വരങ്ങളായി മാറുന്നു.

കുറച്ചുനാൾ മുമ്പുവരെ മഴ നനയുന്നത് പതിവായിരുന്നു, ബിജുക്കുട്ടനും സച്ചിദാനന്ദനും വേണുവും ദീപുവും സജിത്തുമൊക്കെയായി. ചിലപ്പോഴൊക്കെ സാംകുട്ടിയും ഉണ്ടാകുമായിരുന്നു. അലറി വിളിക്കുന്ന തുലാവർഷങ്ങളിൽ അവരാ കറുത്ത പാതയിലൂടെ നനഞ്ഞുകൊണ്ട് നടന്നിരുന്നു. കള്ളിപ്പാറയിൽനിന്നും ചടച്ചിക്കരിക്കകത്തേക്ക്. അവിടെനിന്ന് തിരിച്ചും. അവസാനിക്കുന്നത് മീന്മുട്ടി നദിയിലാണ്. കലിപൂണ്ടൊഴുകുന്ന അവളുടെ മാറിൽ അവർ നീന്തിത്തുടിച്ചിരുന്നു. നദിയിലന്ന് പെരുമ്പാമ്പിന്റെ കുഞ്ഞുങ്ങൾ ഒഴുകിയെത്തുക പതിവായിരുന്നു.

മീന്മുട്ടിയെ എത്ര വർണ്ണിച്ചാലാണ് മതിയാവുക? അവളുടെ സൗന്ദര്യത്തെ എങ്ങനെ വിവരിച്ചെടുക്കും? അവൾ അത്യധികം സുന്ദരിതന്നെ എന്നുപറഞ്ഞാൽ മാത്രം മതിയോ? അവളുടെ അരികുപറ്റി, ഉമാമഹേശ്വര ക്ഷേത്രത്തിന്റെ അതികായനായ കാവല്ക്കാരനായി, കൂറ്റൻ കൈകളുയർത്തി ആകാശം താങ്ങിനില്ക്കുന്ന നാട്ടുമാവിനെ എന്തു പേരിട്ട് വിളിക്കണം? അവളുടെ അനശ്വര ഗർഭച്ചുഴികൾക്കുള്ളിലെ നിഗൂഢങ്ങളായ അറകളിൽനിന്നും അലങ്കാരങ്ങളോടെ അവതാരം കൊള്ളുന്ന ശിലകളെ എങ്ങനെ വർണ്ണിക്കാനാവും. അവയ്ക്ക് നിറങ്ങളും ആത്മാവുമുണ്ടെന്ന് മാത്രം പറഞ്ഞാൽ മതിയാവുമോ?

നദിയിലൂടെ അന്ന് പറണ്ടക്കായകൾ ഒഴുകി വരാറുണ്ടായിരുന്നു. അവനത് ശേഖരിച്ച് വച്ചിരുന്നു. ഒപ്പം സൗന്ദര്യം തുളുമ്പുന്ന ശിലകളും. ആ ശിലകൾക്ക് ജീവനുണ്ടായിരുന്നു. അവയ്ക്ക് കഥകൾ പറയാൻ ഉണ്ടായിരുന്നു. അതവർ അവനായി പറഞ്ഞുകൊടുത്തിരുന്നു. അവളെക്കുറിച്ച്.... മീന്മുട്ടിയെക്കുറിച്ച്.

അവളുടെ നെഞ്ചിടിപ്പിന്റെ താളമറിഞ്ഞ ഒരു കവി അവളെ വാഴ്ത്തിപ്പാടിയിരുന്നു.

"മീന്മുട്ടി മലയുടെ കീഴിൽ
ഒഴുകും പുഴയുടെ മാറിൽനിന്നും
കണ്ടെത്തീ ഞാനീ കവിതകളെല്ലാം."

കവിതയുടെ ബ്രഹ്മാവ് അവനായി അത് പാടി കേൾപ്പിച്ചുകൊടുത്തിരുന്നു. കള്ളിപ്പാറയിലെ സൂര്യ വായനശാലയിൽ വച്ച് അയാളെഴുതിയ പുസ്തകവും അന്നവന് സമ്മാനിച്ചിരുന്നു.

അണക്കെട്ട് വന്നതിന് ശേഷം ആരും അങ്ങോട്ടേക്ക് പോകാറേയില്ല. നദി ചേറുകൊണ്ട് നിറഞ്ഞിരിക്കുന്നു. തീരങ്ങളിൽ പാഴ്ച്ചെടികൾ ഞെരുങ്ങി മേയുന്നു. അണക്കെട്ട് അവളുടെ യൗവനദാഹങ്ങളെ ഊറ്റിക്കുടിക്കുകയായിരുന്നോ? കാമാർത്തിപൂണ്ട കൈകളാൽ ചുറ്റിപ്പിണഞ്ഞ് അവളുടെ വ്രതശുദ്ധിക്ക് കളങ്കം ചാർത്തിയോ? അക്കരെ എണ്ണപ്പന വൃക്ഷങ്ങളാണ്. അവയിലിപ്പോൾ പഴുത്ത കുലകളായിക്കാണും. മീന്മുട്ടി എണ്ണപ്പനക്കൂട്ടങ്ങൾക്കിടയിലേക്ക് പാഞ്ഞുകയറി അവളുടെ വയസ്സറിയിക്കുന്നു.

അവൻ ഓർമ്മകൾക്ക് നിറം പിടിപ്പിച്ചുകൊടുത്തു. ഓർമ്മകൾക്ക് പൊട്ടും വളകളും ചാർത്തിക്കൊടുത്തു. ഓർമ്മകളുടെ കവിളിൽ തഴുകി. അവയെ ചുംബിച്ചുണർത്തി.

"പ്രണയത്തിന് ശേഷം എന്തായിരിക്കും."

അവന്റെ കരവലയത്തിലൊതുങ്ങി നിന്നുകൊണ്ട് അവൾ ചോദിച്ചു. അവളുടെ മനസ്സിലെന്താണ്? പ്രണയം അവസാനിച്ച് പോകുമെന്നാണോ? പ്രണയം അവസാനിക്കുന്നിടത്തുനിന്നും പ്രളയം ആരംഭിക്കും. മഹാ പ്രളയം. അതെ പ്രണയത്തിനുശേഷം പ്രളയം തന്നെയാണ്.

പലരും പെട്ടകങ്ങളൊരുക്കി കാത്തിരിക്കുന്നുണ്ട്, അത് നേഹയുടെ പെട്ടകംപോലെ പരിശുദ്ധമാണോ? അല്ല, നോഹയുടെ പെട്ടകത്തിന് സ്നേഹത്തിന്റെയും കരുണയുടെയും ആർദ്രതയുണ്ടായിരുന്നു. ഇനിയുള്ള മഹാമാരിയെ തടയുവാൻ ഒരു പെട്ടകത്തിനോ, പേടകത്തിനോ ആയെന്ന് വരില്ല. അവനത് അവളോട് പറഞ്ഞില്ല. ചോദ്യത്തിനുള്ള മറുപടിയായി അവളുടെ കറുത്ത മറുകുള്ള കവിളിൽ ഒരു ചുംബനം നല്കി. അവൾ കണ്ണുകൾ അടച്ചു.

"എന്തിനാ കണ്ണുകൾ അടയ്ക്കുന്നത്?"

" അറിയില്ല." അവൾ ചിരിച്ചു.

ഒരിക്കൽക്കൂടി അവളെ ചുംബിച്ചു. അപ്പോഴും അവളുടെ കണ്ണുകൾ കൂമ്പിയടഞ്ഞു. ഓർമ്മകൾക്ക് മരണമില്ലതന്നെ.

അതെ ഓർമ്മകൾക്ക് മരണമില്ല. കാതരമാണ് ഓർമ്മകൾ. അവൻ ഓർമ്മകൾക്ക് തേൻ പകർന്നുകൊടുത്തു. വയമ്പ് ചേർത്തുകൊടുത്തു. ഓർമ്മകളെ പാദസരങ്ങൾ അണിയിച്ചു. അവയ്ക്ക് പുത്തൻപുടവകൾ സമ്മാനിച്ചു. അവയെ ആത്മാവിനോട് ചേർത്തുനിർത്തി.

മെല്ലെ അവളോട് ചോദിച്ചു.

"ആത്തു എന്നെ എത്രത്തോളം സ്നേഹിക്കുന്നുണ്ട്?"

"എന്ന് ചോദിച്ചാൽ ലോകത്തിൽ വലുതെന്താണ്?"

"വലുത്.. കടൽ."

"എങ്കിൽ കടലിനേക്കാൾ കൂടുതൽ, അതിനുമൊക്കെ ഒരുപാടങ്ങ് അപ്പുറം."

അവൻ അവളുടെ കവിളുകളിലും ചുണ്ടുകളിലും മാറിമാറി ചുംബിച്ചു. അവളുടെ നെറ്റിയിലും ചുംബനങ്ങൾ നല്കി.

ഒരിക്കൽ അവനരികിലായി കിടക്കവേ അവളുടെ ശിരസ്സെടുത്ത് ഇടതുകൈയിൽ നെഞ്ചോട് ചേർത്തുവച്ചു. അവളുടെ കാലുകൾക്കിടയിലൂടെ വലതുകാൽ കയറ്റിവച്ചു. അവളുടെ ഇടതുകാൽ അവന്റെ കാലിന് മുകളിലേക്ക് എടുത്തുവച്ച് അവളെ ചേർത്തുകിടത്തി.

"എന്നെ എങ്ങനെ ഇഷ്ടപ്പെട്ടു."അവൾ ചോദിച്ചു.

അവളെ ഇറുകെ ചേർത്തണച്ച് അവളുടെ കാതുകളിൽ മെല്ലെ മന്ത്രിച്ചു.

"ആത്തൂ, പ്രണയം നമ്മൾ സൃഷ്ടിക്കുന്നതല്ല, അത് സംഭവിക്കുകയാണ്. സംഭവിച്ചുപോകുന്നതുമാത്രം."

കാതരമാണ് ഓർമ്മകൾ. കാലം കൺമുന്നിലെ കൽവിളക്കുകൾക്കും മുകളിലായി കരുതലോടെ കൊളുത്തിവച്ച അണയാത്ത ദീപങ്ങളാണ് ഓർമ്മകൾ. ഓർമ്മകൾക്ക് മരണമില്ല.

വീണ്ടെടുക്കലുകൾ തന്നെയാണ് ജീവിതത്തെ അർത്ഥപൂർണ്ണമാക്കി തീർക്കുന്നത്. അവയെന്നും സുഖദായകങ്ങൾ തന്നെ. സഫലീകരിക്കപ്പെടാനാകാതെ പോയ അഭിലാഷങ്ങളുടെ ചില്ലകളിൽ ഒരിക്കൽക്കൂടി കൂട് കൂട്ടണം. സാർത്ഥകമായി തിരിയില്ലായെന്നുറപ്പുള്ള സ്വപ്നങ്ങളുടെ ചാരെ നിന്ന് അവയെ ഒരിക്കൽക്കൂടി മതിയാവോളം നോക്കിനില്ക്കണം. വിളഞ്ഞ് പാകമെത്തിയ കായ്കൾ തൂങ്ങുന്ന ആനമുന്തിരിച്ചുവട്ടിൽനിന്ന് ഗതകാലം സമ്മാനിച്ചുപോയ മോഹനസ്മരണകളിൽ മുഖംപൂഴ്ത്തി നില്ക്കണം. കള്ളിപ്പാറയിലേക്കുതന്നെ തിരിച്ചുപോകണം. നഷ്ടപ്പെട്ടുത്തേണ്ടിവന്ന വീട് തിരികെ വാങ്ങണം. അതിന്റെ നീളമേറിയ വാരാന്തയിൽ നിന്നുകൊണ്ട് ഒരിക്കൽക്കൂടി അവളെയൊന്ന് കാണണം. ആത്തുവിനെ.

യൗവനം തീക്ഷ്ണതയോടെ ജ്വലിച്ചുനിന്ന കാലഘട്ടത്തിലാണ് കള്ളിപ്പാറ അന്യമായിത്തീർന്നത്. അത് വീണ്ടെടുക്കുകയെന്നത് ജീവിതത്തിന്റെ പ്രഥമ ലക്ഷ്യവും. പക്ഷേ, ഇനിയെങ്ങനെയാണ് അത് സാദ്ധ്യമായിത്തീരുക. പിന്തുടർന്നുചെന്ന് വേട്ടയാടി കീഴ്പ്പെടുത്തണം എന്നാഗ്രഹിച്ച സ്വപ്നത്തെ അവൾ സ്വന്തമാക്കിയിരിക്കുന്നു. അവൻ കൊടുത്ത വീട് ആത്തു സ്വന്തമാക്കിയിട്ട് നാളുകളേറെ ആയിരിക്കുന്നു. എവിടെയാണ് പിഴച്ചുപോയത്? ഏതൊക്കെയോ കണ്ണികൾ പൊട്ടിച്ചെടുക്കപ്പെട്ടിരിക്കുന്നു. കുറച്ചുനാൾ മാറി നിന്നതുകൊണ്ടാണോ? ഒരിക്കലുമല്ല. പിന്നെ.. അതൊരു ചോദ്യചിഹ്നമായി അവശേഷിച്ചു നില്ക്കുന്നു.

ഇനിയൊരിക്കലും അതിന്റെ നീളൻ തിണ്ണയിലിരുന്ന് പകൽക്കിനാവുകൾക്ക് നിറം പിടിപ്പിക്കുവാൻ അവനാവുകയില്ല. മുറ്റത്ത് അവൻ നട്ടുവളർത്തിയ ആനമുന്തിരിയിലെ വിളഞ്ഞ് പാകമെത്തിയ ഫലങ്ങളെ ആത്മനിർവൃതിയോടെ താലോലിക്കാനാവില്ല. ചാരുകസേരമേൽ മലർന്നുകിടന്ന് ഗതകാല വഴിത്താരകളിലെന്നോ മാഞ്ഞുപോയ മോഹനപ്രണയത്തെ ഓർത്ത് ആകുലപ്പെടാനും, അവൾ സമ്മാനിച്ച രതിനിമിഷങ്ങളെ ഓമനിച്ച് ആനന്ദിക്കാനുമാവില്ല.

പുച്ഛം തോന്നുന്നു. ഒരുപക്ഷേ, എല്ലാത്തിനോടുംതന്നെ. അവനുൾപ്പെടുന്ന ഈ ലോകത്തോട് മുഴുവൻ. ആത്തുവും അവനുമൊത്തുള്ള പ്രണയത്തിന്റെ വശ്യതയും കാമമൂർദ്ധന്യ നിമിഷങ്ങളും നിറഞ്ഞുനില്ക്കുന്ന എത്രയോ പകലുകളുടെ ഓർമ്മകൾ ഉറങ്ങാതെ നില്പുണ്ടിവിടെ? ആ പകലുകൾക്ക് നിറവും സുഗന്ധവും ഉണ്ടായിരുന്നു.

അവന്റെയുള്ളിൽ അവശേഷിച്ചിരുന്ന സ്ത്രീ സങ്കല്പത്തിന് അവൾ

പുതിയമാനങ്ങൾ കല്പിച്ച് കൊടുത്തിരുന്നു. ബാക്കിയായിനിന്ന നിറങ്ങളുംകൂടി വാർന്നുപോവുകയാണോ? അവളും ഒരു സ്ത്രീ തന്നെയോ? ഏതൊരു പുണ്യതീർത്ഥത്തിനാണ് അവളെ പരിശുദ്ധയാക്കാൻ കഴിയുക..? അവൾക്കെങ്ങനെ അതിനുള്ളിലേക്ക് കടക്കാനായി. ഒരിക്കലും അടർത്തിമാറ്റാനാകാത്ത സ്മൃതിയുടെ കരങ്ങൾ അവളെ വേട്ടയാടിയില്ലെന്നാണോ? അതോ ആ ഓർമ്മകൾക്കുള്ളിൽ അലഞ്ഞുനടന്ന് അവൾ നിർവൃതി പ്രാപിക്കുന്നുണ്ടോ? അതെ. അവളാ ഓർമ്മകളെ ആത്മാവിൽ ചേർത്തുപിടിച്ച് ഓമനിക്കുന്നുണ്ടാകാം. പക്ഷേ? അതെ, അപ്പോഴും ഉത്തരമില്ലാത്ത ഒരു ചോദ്യം പനിച്ചൂടിൽ പേപിടിച്ച് നില്പുണ്ട്.

ഒരിക്കൽ അനുപമ രഹസ്യമായി ഒരുകാര്യം അവനോട് പറഞ്ഞിരുന്നു.

“കടിച്ച പാമ്പിനെക്കൊണ്ടുതന്നെ വിഷമിറക്കുന്ന ഒരു രീതിയുണ്ട് മലയാളത്തിൽ.” അതെ ലക്ഷ്യം തന്നെയാണ് പ്രധാനം. പിന്നാലെയെത്തുന്ന കാലം മുമ്പേ നടന്നുപോയവനെ ന്യായീകരിച്ചേക്കാം.

ആത്തുവിനോട് പറഞ്ഞിരുന്നു, ഒന്ന് കാണണം. സംസാരിക്കണം. അവൾ വരുമോ എന്നത് ചോദ്യമേ ആകുന്നില്ല. അവന്റെ വാക്കുകളെ നിഷേധിക്കാൻ അവൾക്കാവുമോ? അവനെക്കുറിച്ച് അവൾ അറിയുന്നുണ്ടായിരുന്നിരിക്കാം. അവന്റെയുള്ളിലെ അഗ്നി അവൾക്കറിയാമായിരിക്കും. അവൾ വന്നിരിക്കും.

പാലോടിന്റെ വീതിയേറിയ പാതയ്ക്ക് മറുവശത്തേക്ക് കൈകൾ നീട്ടി നില്ക്കുന്ന വാകമരങ്ങളിലൂടെ പ്രഭാതത്തിലൂർന്നിറങ്ങിയ വെളുത്ത മഞ്ഞുവീണ് കറുത്തപാതയാകെ നനഞ്ഞിരിക്കുന്നു. നനഞ്ഞ പൂവുകൾ ചുവട്ടിലെങ്ങും വസന്തം സൃഷ്ടിച്ചിരിക്കുന്നു. ആ നഷ്ടവസന്തത്തിനും മുകളിലായി അവൾ വന്നുനിന്നു. തണുപ്പുള്ള പ്രഭാതത്തിൽ ചില്ലകളിൽ കണ്ട പൂക്കളെക്കാൾ സൗന്ദര്യം മഞ്ഞനിറത്തിലുള്ള അവൾക്കുണ്ടെന്നു തോന്നി. തെല്ലൊന്ന് അവളെത്തന്നെ നോക്കിനിന്നു. അവൾ ശിരസ്സ് കുനിച്ചു. അവൾ വയലറ്റ് കണ്ണട ധരിച്ചിരുന്നു. അവൾ സുന്ദരിതന്നെ.

“ആത്തൂ..”

“എന്തേ?”

“നമ്മൾ തമ്മിൽ കാണുമ്പോഴൊന്നും നിന്റെ മുഖത്ത് കണ്ണട ഉണ്ടായിരുന്നില്ല.”

കണ്ണടയൂരി അവൾ ബാഗിനുള്ളിൽ വച്ചു. നഷ്ടകാലസ്മൃതികളിലാണ്ട് നിന്നുപോയ കുറേ നിമിഷങ്ങൾക്കൊടുവിൽ ചോദിച്ചു.

“പഴയ ആ കാലം മറന്നുവോ ആത്തൂ?” കുറച്ചുനേരം അവൾ നിശ്ശബ്ദയായി. ശേഷം ചിരിക്കാൻ ശ്രമിച്ചു. അതിൽ പരാജയപ്പെട്ട് മറുപടി പറഞ്ഞു.

“മറന്നിട്ടില്ല.” അവളുടെ ശബ്ദം ഇടറിയിരിക്കുന്നു.

പിന്നെയെന്തിനായിരുന്നു ഇങ്ങനെയൊക്കെ? അവളുടെ മിഴികൾ അകലങ്ങളിലേക്കെങ്ങോ തെറിച്ചുപോയിരിക്കുന്നു. കണ്ഠത്തിൽ അക്ഷരങ്ങൾ ഞെരിഞ്ഞ് മരിച്ചതിന്റെ ഒച്ചകേട്ടു.

“എനിക്കെന്നുമിഷ്ടം ചുവന്ന വസ്ത്രങ്ങൾക്കുള്ളിലെ എന്റെ ആത്തുവിന്റെ യൗവനം കാണാനായിരുന്നു.”

അവൾ ചിരി ക്ഷണിച്ചു വരുത്തി അവനെ നോക്കി. ഉള്ളിലെ ഓർമ്മകൾ നെടുനിശ്വാസമായി പുറത്തേക്ക് ഗമിച്ചു.

“എനിക്ക് മനസ്സിലാക്കാൻ കഴിയാതെപോയ ഒന്ന്, അതാണ് ആത്തു.”

അവൾ നിശ്ശബ്ദയായി താഴേക്ക് നോക്കിനിന്നു.

“ഞാനിതുവരെയും വിവാഹം കഴിച്ചിട്ടില്ല. ഇന്നും നിന്നെ മാത്രമോർത്ത്.....”

“........”

“ഞാനെന്ത് തെറ്റ് ചെയ്തിട്ടാണ്?

ഈ നിമിഷം വരെയും എനിക്ക് നിന്നെ മറക്കാനായിട്ടില്ല.”

ആ പഴയ കാലത്തേക്ക് സഞ്ചരിച്ചതിനാലാണോ അവളിൽ പടർന്ന നനവ് മിഴിക്കോണുകളിൽ ഉരുണ്ട് കൂടിയത്. മഞ്ഞ് നീട്ടുന്ന തണുപ്പ് മാറിയിട്ടില്ലാത്തതിനാലാകാം അവളുടെ ശരീരം മെല്ലെ വിറയ്ക്കുന്നുണ്ടായിരുന്നു.

“നിനക്ക് ചായയോ മറ്റെന്തെങ്കിലും വേണോ?”

“ഒന്നും വേണ്ട.” അവൾ പറഞ്ഞു. ശേഷം ചോദിച്ചു

“ശീലങ്ങളൊക്കെ മാറ്റിയോ.”

“എന്ത്?”

“ചായ?”

“ഞാൻ കുടിക്കാറില്ല”

“വീടും സ്ഥലവും തിരികെ വാങ്ങണമെന്ന് ഞാനാഗ്രഹിച്ചിരുന്നു.”

അവളുടെ മൗനത്തിൽ കുറ്റബോധം അലിഞ്ഞിരിക്കുന്നു.

“ഫോൺ നമ്പർ തന്നാൽ വിളിക്കുമോ?” ആകാംക്ഷയോടെ അവൻ ചോദിച്ചു.

“എത്രയാണ്?”

അവൾക്ക് ഫോൺനമ്പർ പറഞ്ഞ് കൊടുത്തു. 8086184884 നമ്പർ തിരികെ നല്കി അവൾ പറഞ്ഞു.

“എന്നെ വിളിക്കണ്ട..”

“പിന്നെ?”

“ഞാൻ വിളിച്ചോളാം.” അന്നേരം അവളുടെ കണ്ണുകൾക്കുള്ളിൽ ഏറെനാൾ കണ്ട് പരിചയിച്ച നക്ഷത്രങ്ങളെ അവൻ ദർശിച്ചു. അവൾ ചിരിച്ചു. അവനും.

യാത്ര പറഞ്ഞകലാൻ തുടങ്ങിയ അവളെ വിളിച്ചു.

"ആത്തൂ"

" എന്തേ?"

"ഞാനിപ്പോഴും നിന്നെ സ്നേഹിക്കുന്നു. മറക്കാനാകില്ല."

(ആൻസിയുടെ കുറിപ്പുകളിൽനിന്നും)

എന്താണ് എഴുതേണ്ടതെന്ന് എനിക്കറിയില്ല. ഒന്നുറപ്പ്, ഇതെന്റെ മൗനമായ കുമ്പസാരം. ഇതെഴുതിയില്ലെങ്കിൽ എനിക്ക് ഉറങ്ങാനാവില്ല. ഇനിയൊരിക്കലും.

ഞാൻ അവനെ പ്രണയിച്ചിരുന്നു. എന്നെ ആത്തുവെന്ന് വിളിച്ചത് അവനായിരുന്നു. ശേഷം ഞാൻ എല്ലാവരുടെയും ആത്തുവായി മാറുകയായിരുന്നു.

പലപ്പോഴും ഞാൻ ചിന്തിച്ചിട്ടുണ്ട്, ഒരുനിമിഷത്തേക്കെങ്കിലും ഏതൊരു സ്ത്രീയാണ് അവനെ മോഹിച്ചുപോകാത്തത്? എന്തൊരു തേജസ്സാണ് അവന്റെ മുഖത്തിന്? കൂട്ടുകാരികളുടെ മുമ്പിൽ അഭിമാനത്തോടെ ഞാൻ പറഞ്ഞിരുന്നു 'അതാണ് എന്റെ ആൾ.' അവർ കണ്ണുവച്ചപ്പോൾ ഞാനവരോട് വഴക്കിട്ടിരുന്നു. പ്രതീക്ഷിക്കാതിരുന്ന സമയങ്ങളിൽ അവനെ പുണർന്ന് ആ ചുണ്ടുകളിൽ ഞാൻ ചുംബിച്ചിരുന്നു. ഞാൻ അവനോട് പറഞ്ഞിരുന്നു, 'ഞാനെന്നും നിനക്കുമാത്രം സ്വന്തം.'

ഒരിക്കൽ എന്റെ അരക്കെട്ടിന് താഴെ പാഞ്ഞുനടന്ന അവന്റെ വലതുകരം ഞാൻ പിടിച്ചുമാറ്റി. ഞാനവന്റെ കഴുത്തിലൂടെ കൈകൾ ചുറ്റി, 'കുറച്ചുനേരം നമുക്കിങ്ങനെ നില്ക്കാം' ഞാൻ പറഞ്ഞു. അന്നേരം അവനെന്നെ നെഞ്ചോട് ചേർത്തുനിർത്തി. എന്റെ അരക്കെട്ടിനു ചുറ്റും കൈകൾ ചുറ്റി, ഞാൻ കണ്ണുകളടച്ച് അവന്റെ നെഞ്ചിൽ തല ചായ്ച്ച് കിടന്നു. അവന്റെ ബന്ധനത്തിന്റെ ശക്തി കൂടുമ്പോഴൊക്കെ ഞാൻ അനുഭവിച്ചറിയുകയായിരുന്നു, അവന്റെയുള്ളിലെ എന്നോടുള്ള അടങ്ങാത്ത പ്രണയത്തെ. പക്ഷേ..... ഞാൻ..... എന്നെ നശിപ്പിക്കാൻ അവന് കഴിയുമായിരുന്നു. അവനെനിക്ക് വായനയ്ക്ക് നല്കിയ വാത്സ്യായനന്റെ പുസ്തകത്തിൽ ഞാൻ കൈയൊപ്പ് ചാർത്തിയിരിക്കുന്നു. അവനിപ്പോഴും അത് സൂക്ഷിക്കുന്നുണ്ടാകാം.....

പ്രണയചിന്തകൾക്കും സൗന്ദര്യ സങ്കല്പങ്ങൾക്കുമെല്ലാം മുകളിലായി സമ്പത്തും അധികാരമോഹങ്ങളും ചിറകുനിവർത്തി പറന്നപ്പോൾ അതിന്റെ തണലിൽ ഞാൻ അന്ധയായി മാറുകയായിരുന്നു. അവന്റെ യൗവനത്തെ ഞാൻ നശിപ്പിച്ചു. അവന്റെ സ്വപ്നങ്ങൾക്ക് ഞാൻ തീയിട്ടു. എന്റെ പ്രിയപ്പെട്ട അനുപമ പോലും എനിക്ക് ശത്രുവായി മാറി. 'ദൈവമേ യേശുദേവാ.. നീയെങ്കിലും എന്നോട് പൊറുക്കേണമേ നാഥാ.'

സ്വന്തമായി അഭിപ്രായങ്ങളുള്ളവനും, തീരുമാനങ്ങളിൽ നിന്ന് വ്യതിചലിക്കാത്തവനുമാണ് പുരുഷനെങ്കിൽ ഞാനത് കണ്ടിട്ടുള്ളത് അവനിൽ മാത്രം. അന്ന് അവന്റെ രാഷ്ട്രീയം ചുവപ്പിന്റേതായിരുന്നു. അവനൊരി

ക്കൽ പറയുകയുണ്ടായി, 'ആത്തു രാഷ്ട്രീയം നിന്റെ വ്യക്തിപരമായ കാര്യം മാത്രം. എങ്കിലും ഞാനാശിക്കുന്നു, നീ എന്നോടൊപ്പം നില്ക്കണമെന്ന്' ഞാനന്ന് അപ്രകാരം തന്നെ എന്റെ അവകാശത്തെ വിനിയോഗിക്കുകയുണ്ടായി. കാരണം ഞാനവനെ അത്രമേൽ സ്നേഹിച്ചിരുന്നു.

ഞാനിന്ന് അവനെയോർത്ത് ദുഃഖിക്കുന്നു. അവനോടൊപ്പമുള്ള നിമിഷങ്ങളിൽ ഞാനനുഭവിച്ച ഒരു സുഖവും ശേഷജീവിതത്തിൽ ഞാൻ അനുഭവിച്ചിട്ടില്ല. അവന്റെ കൈകൾ എന്നെ മൂടിയ നിമിഷങ്ങളിൽ ഞാനനുഭവിച്ച സുരക്ഷിതത്വം മറ്റൊരിക്കലും ഞാനനുഭവിച്ചിട്ടില്ല. ഞാൻ പ്രണയിച്ചിട്ടുള്ളത് അവനെ മാത്രം.

ദൈവമേ ഞാനെന്തൊക്കെയാണ് ചിന്തിച്ചു കൂട്ടുന്നത്.? ഇപ്പോഴും അവന്റെ ആലിംഗനത്തിനുള്ളിൽ ഒതുങ്ങിനിന്ന്, അവന്റെ മാറിൽ തല ചായ്ക്കാൻ എന്റെ ശരീരവും മനസ്സും ദാഹിച്ചു നില്ക്കുകയാണോ? അവന്റെ ചുംബനങ്ങൾക്കായി എന്റെ ചുണ്ടുകൾ തരിച്ചുനില്ക്കുന്നുണ്ടിപ്പോഴും......

(അനുപമയുടെ സാക്ഷ്യപ്പെടുത്തലുകൾ)

രാത്രി പത്തുമണിയോടടുക്കുന്നു. ഉറങ്ങാനുള്ള സമയമായിരിക്കുന്നു. അതിനുമുമ്പ് ഞാനിതൊന്ന് എഴുതിത്തീർത്തോട്ടെ?

ഞാനിന്ന് ആൻസിയെ കണ്ടിരുന്നു. എന്റെ പഴയ കൂട്ടുകാരിയെ, അവന്റെ പ്രിയപ്പെട്ട ആത്തുവിനെ, ഒരുപാട് വർഷങ്ങൾക്കുശേഷമുള്ള ഒരു കണ്ടുമുട്ടൽ. അവളുമായി പിണങ്ങി പിരിഞ്ഞതിനുശേഷം അവളെ പലപ്പോഴും കണ്ടിട്ടുണ്ടെങ്കിലും സൗഹൃദം നടിച്ചിട്ടില്ല. രാവിലെ പാലോട് വച്ച് അവളെ കണ്ടിരുന്നു. ഞാൻ മുഖം തിരിച്ച് നടന്നെങ്കിലും അവളെന്റെ പിന്നാലെയെത്തി എന്നെ വിളിച്ചു. എന്നെ സ്പർശിച്ചു. എനിക്ക് തിരിഞ്ഞ് നില്ക്കാതിരിക്കാനായില്ല.

എന്നെ കണ്ടതിന്റെ സന്തോഷത്തിനിടയിലും അവളുടെ മുഖത്ത് മഴമേഘങ്ങൾ ഉരുണ്ടുകൂടുന്നുണ്ടായിരുന്നു. കുറച്ചുനേരം വാക്കുകൾ നഷ്ടപ്പെട്ട് അവൾ നിന്നു. ശേഷം എന്നെ പുണർന്നു. സ്നേഹത്തോടെ എന്റെ വിശേഷങ്ങൾ തെരക്കി. ഞാനും. ഞങ്ങളുടെ കണ്ണുകൾ ഈറനണിഞ്ഞു.

'എന്നോട് ക്ഷമിക്ക് അനൂ, എനിക്ക് തെറ്റുപറ്റിപ്പോയി.'

നിശ്ശബ്ദമായ ചെറിയ നിമിഷങ്ങൾക്കുശേഷം അവൾ പറഞ്ഞു.

'നീ അന്ന് പറഞ്ഞതൊന്നും ഞാൻ ചെവിക്കൊണ്ടില്ല, എല്ലാം എന്റെ തെറ്റ് തന്നെ.' അവളിൽനിന്നും ഒരു ദീർഘനിശ്വാസമുയർന്നു.

'എന്തുപറ്റി നിനക്ക്?'

'എനിക്ക്... അവനെക്കുറിച്ചോർത്താണ് എന്റെ ദുഃഖം, അവനിന്നും വിവാഹം പോലും കഴിക്കാതെ..' അവളുടെ ശബ്ദത്തിൽ നനവ് വീണ

ലിയുന്നു. അവന്റെ സ്നേഹം എത്രമാത്രം തീക്ഷ്ണമായിരുന്നുവെന്ന് അവൾ തിരിച്ചറിയുന്ന നിമിഷങ്ങളായിരിക്കാം അത്.

'ഒരു കുറ്റബോധം. ഞാൻ കാരണമല്ലേ അവനിങ്ങനെ?' അവളുടെ ശബ്ദത്തിൽ വേദന നിറയുന്നുണ്ട്.

അവനുമായി പിരിഞ്ഞ സമയത്തുള്ള ആത്തുവിൽനിന്നും, ഇപ്പോഴത്തെ അവളിലേക്കുള്ള ദൂരം എന്നെ വിസ്മയപ്പെടുത്തുന്നു.

കാലം പുറകിലേക്കൊഴുകി നീങ്ങിയോ?

'നീ അവനെ കണ്ടുവോ?' ഞാൻ ചോദിച്ചു.

അതെ എന്ന അർത്ഥത്തിൽ അവൾ ശിരസ്സിളക്കി. അന്നേരം അവളുടെ കണ്ണുകളിൽ മിന്നിമറഞ്ഞ തിളക്കം ഞാൻ ശ്രദ്ധിച്ചു. ഒരുപാട് സംസാരിക്കാനാവാതെ ഞങ്ങൾ പിരിഞ്ഞു. ഉടൻതന്നെ കാണാമെന്ന് പറഞ്ഞുകൊണ്ട്. അവളോട് ചോദിക്കാനാകാതെപോയ ഒരു ചോദ്യം എന്റെ മനസ്സിൽ അവശേഷിച്ച് നില്ക്കുന്നു. അവളുടെ മനസ്സിൽ എന്താണ്? ഇപ്പോഴുമവൾ.....?

കുഞ്ഞുങ്ങൾ ഉറങ്ങിക്കഴിഞ്ഞു. ഭർത്താവ് എന്നെത്തന്നെ നോക്കിക്കിടപ്പുണ്ട്. ഞാൻ ചിരിച്ചു. അദ്ദേഹവും. പഴയ കൂട്ടുകാരിയെക്കുറിച്ചാകും..? എന്ന ചോദ്യം ആ മുഖത്ത് ഞാൻ ദർശിച്ചു.

ഞാനെന്നും അവന്റെ വീട്ടിൽ പോകാറുണ്ട്. പറയാൻ മറന്നുപോയി. അവനെന്റെ ബന്ധുവാണ്. ബന്ധങ്ങളെ സൃഷ്ടിക്കുന്നത് ജന്മങ്ങളല്ല, ജീവിതമാണെങ്കിൽ ആൻസിയും എന്റെ ബന്ധുതന്നെ. ഇപ്പോൾ അവനെ കാണുമ്പോൾ ഒരു വികൃതരൂപിയായി എനിക്ക് തോന്നിയിരുന്നു. തലമുടിയും താടിരോമങ്ങളും ഒന്നൊതുക്കിയാൽ എത്രമാത്രം സുന്ദരനാണ് അവനിപ്പോഴും. ഏത് പെണ്ണും അവനെ മോഹിച്ചുപോകും.

അവനൊരിക്കലും ആത്തുവിനെക്കുറിച്ച് എന്നോട് ചോദിച്ചിരുന്നില്ല. ഞാനങ്ങോട്ട് പറഞ്ഞിട്ടുമില്ല. അവർക്കിടയിൽ ഞാൻ ആരുമായിരുന്നില്ല. എങ്കിലും ഒരു കുറ്റബോധം എന്നിലും അവശേഷിക്കുന്നുണ്ട്. അവളോടുള്ള അമിതമായ സ്നേഹത്താൽ പലതും ഞാൻ അവനിൽനിന്നും മറച്ചുവച്ചു. എന്നാൽ അത് മനഃപൂർവ്വവും ആയിരുന്നില്ല. സ്വാഭാവികമെന്ന് ഞാൻ കരുതിയിരുന്ന കാര്യങ്ങളിലൂടെ അവൾ പടർന്ന് പന്തലിക്കുമെന്ന് ഒരിക്കലും പ്രതീക്ഷിച്ചിരുന്നില്ല.

അവന്റെ അമ്മയെ കാണുമ്പോൾ ഒരു മെഴുകുതിരി നാളത്തെയാണ് എനിക്കോർമ്മ വരുന്നത്. മകനെയോർത്ത് ഉരുകിത്തീരാൻ മാത്രം വിധിക്കപ്പെട്ടുപോയ ഒരമ്മ.

യൗവനത്തിൽത്തന്നെ വാർദ്ധക്യത്തെ ഏറ്റുവാങ്ങേണ്ടിവന്ന അവനെയോർത്ത് ഞാൻ ദുഃഖിക്കുന്നു. അവൻ എഴുതിയ *41 വർഷങ്ങൾ* എന്ന പുസ്തകം അവന്റെ അനുവാദത്തോടെ ഞാൻ വായിച്ചു. അവന്റെ ജീവിതം തന്നെയാണ് അവൻ വരച്ചിരിക്കുന്നത്. പുസ്തകത്തിൽ ഞാനും ഒരു കഥാപാത്രമാണെന്നറിഞ്ഞപ്പോൾ ആഹ്ലാദം തോന്നി.

മനോഹരങ്ങളായ വാക്കുകളാൽ അവൻ എഴുതിയിരുന്നു.

'പ്രണയം നിങ്ങളെ വേദനിപ്പിച്ചുവെങ്കിൽ അത് സത്യമായിരുന്നു. എന്റെ പ്രണയം എന്നുമെന്നെ വേദനിപ്പിച്ചിരുന്നു.'

അവന്റെ ഉള്ളിലുണ്ടായിരുന്ന പ്രണയത്തെയും അതിന്റെ വേദനയെയും ഇതിലും മനോഹരമായി എങ്ങനെ പറയാനാകും? അതിനുമൊക്കെ മുകളിലായി എന്നെ ആകർഷിച്ചത് ഈ വരികളായിരുന്നു. 'നിന്റെ ഓർമ്മകൾക്ക് ക്ലാവ് പിടിച്ചുവെങ്കിൽ നീറ്റിയ ഉമിയാൽ തുടച്ചെടുക്കുക. അവിടെ ഞാനുണ്ടാകും. നിന്റെ ഹൃദയത്തിന്റെ ഉള്ളിലായി തന്നെ.'

ആരെയും ആരാധകരാക്കുന്ന വരികൾ, അതിന്റെ ഉള്ളിലേക്ക് കടന്നുചെന്നാൽ ആത്തുവിന്റെ ഹൃദയത്തിനുള്ളിൽ ഇപ്പോഴും അവനുണ്ട് എന്ന് തന്നെയല്ലേ? അതുതന്നെയല്ലെ ആത്തുവും പറഞ്ഞ് വരുന്നത്? പൂർവ്വകാല പ്രണയം മറന്നുവച്ചുപോയ കുറ്റബോധവും, അവനോടുള്ള സഹതാപവും പകർന്നുകൊടുത്ത ആർദ്രത മറ്റൊരു മോഹനമായ വസന്തകാലത്തിലേക്കുള്ള വാതിലുകൾ തുറന്നിട്ടുകൊടുക്കുകയാണോ..? അവനുമായി പുതിയൊരു സമാഗമത്തിനായി അവൾ ആഗ്രഹിക്കുന്നുണ്ടോ?

നാളെ അവളെ വിളിക്കണം. ഇതിനുള്ള ഉത്തരം കണ്ടെത്തണം. ആരോടും പറയാനല്ല. എനിക്കറിയാൻവേണ്ടി മാത്രം.

ഭർത്താവ് അക്ഷമനായി വിളിച്ചുതുടങ്ങിയിരിക്കുന്നു. ഭാര്യയുടെ മറ്റൊരു കടമയുംകൂടി നിർവ്വഹിക്കാനുള്ള സമയമായിരിക്കുന്നു. ബാക്കി നാളെ ആത്തുവിനെ വിളിച്ചതിനുശേഷം.

ശുഭരാത്രി.

അന്നൊരു രണ്ടാം ശനിയാഴ്ചയായിരുന്നു. ഉണർന്നെഴുന്നേറ്റ് പത്രവായനയിലേക്ക് ശ്രദ്ധകൊടുക്കുമ്പോൾ വൈശാഖേട്ടന്റെ ഫോണെത്തി.

"വീട്ടിലേക്ക് വാ."

"എപ്പോൾ?"

"അരമണിക്കൂറിനുള്ളിൽ."

"എങ്ങോട്ടേക്കാ?"

"പറയാം."

പെട്ടന്നുതന്നെ കുളിച്ചൊരുങ്ങി. തെക്കൻതോടിന്റെ തണുപ്പിനെയും മറികടന്ന് നടന്നു. വൈശാഖേട്ടൻ കാറ് കഴുകി വൃത്തിയാക്കുന്നുണ്ട്. ദൂരെ എങ്ങോട്ടെങ്കിലുമാണോ?

"കാപ്പി കുടിക്കാം. കേറി വാ." വൈശാഖേട്ടന്റെ ഭാര്യയാണ്.

"ഇപ്പോ കഴിച്ചതേയുള്ളു." നിരസിച്ചു. വൈശാഖേട്ടന്റെ ഭാര്യ അങ്ങേയറ്റം ആതിഥ്യമര്യാദ പുലർത്തുന്ന ഒരു സ്ത്രീയാണ്. പാകത്തിൽ നല്ല കൈപ്പുണ്യവും. വൈശാഖേട്ടൻ ഒരുങ്ങിയിറങ്ങി അവനെ ആകെയൊന്ന് നോക്കി. പിന്നെ ചിരിച്ചു.

"എന്തോ കാര്യമായിട്ടുണ്ട്. പതിവില്ലാത്തൊരു സന്തോഷം."

"ഒന്നുമില്ല. തോന്നുന്നതാവും." അവൻ ചിരിച്ചു.

ആത്തുവുമായുള്ള ബന്ധം പുനരാരംഭിച്ച കാര്യം പറഞ്ഞില്ല. അതിനി ആരുംതന്നെ അറിയേണ്ടതില്ല. അവനും അവളുമല്ലാതെ.

"ദൂരേക്കാണോ?"

"ബന്ധുവീട്ടിലേക്കാണ്, കുറച്ചായി പോകണമെന്ന് കരുതിയതാ. സമയം ഒത്തുകിട്ടണ്ടേ?"

"എവിടെയുള്ള ബന്ധു? ആരാണ്?" അങ്ങനെയൊക്കെ ചോദിക്കുന്നതിൽ അർത്ഥമില്ല. വൈശാഖേട്ടന് എല്ലായിടത്തും ഒരു നിഗൂഢത കാത്തുസൂക്ഷിക്കുന്നുണ്ടെന്ന് പലപ്പോഴും തോന്നിയിട്ടുണ്ട്. ഒന്നുമങ്ങോട്ട് തെളിച്ച് പറയാറേയില്ല. എങ്കിലും പാലോട് എത്തിയപ്പോൾ ചോദിച്ചു.

"എങ്ങോട്ടേക്കാണ്? ഇടത്തേക്കോ, അതോ?"

"ഇടത്തേക്ക് പോകാം."

"കൃത്യമായ സ്ഥലം പറയില്ലല്ലോ. അല്ലേ?"

"നീയവിടെയിരിക്ക്, തിരികെ വരുമ്പോൾ പഞ്ചവടിയില് കയറണം."

"അതെവിടെ?"

"അതൊരു ബാറിന്റെ പേരാ? വലിയൊരു ബാറാ." അതുംപറഞ്ഞ് അയാളുറക്കെ ചിരിച്ചു.

വണ്ടി ഇരുമ്പുപാലവും പിന്നിട്ട് മുന്നോട്ടുനീങ്ങി. ഇരുമ്പുപാലം ബ്രിട്ടീഷുകാർ പണിതതാണ്. അതേറെ പഴക്കം ചെന്നിരിക്കുന്നു. വീതി കുറവാണ്. കഷ്ടിച്ച് ഒരു വാഹനത്തിന് കടന്നുപോകാം. അതുകൊണ്ട് തന്നെ സമാന്തരപാലത്തിനായുള്ള പണികൾ പുരോഗമിക്കുന്നുണ്ട്.

"പത്ത് മണി കഴിഞ്ഞു." അവൻ സ്വയം പറഞ്ഞു.

"തെരക്കൊന്നും ഇല്ലല്ലോ?"

"വെറുതെ പറഞ്ഞതാ. എന്ത് തെരക്ക്?"

കൊല്ലായിയിൽനിന്നും ഇടത്തേക്ക് തിരിഞ്ഞ് കടയ്ക്കൽ റോഡിനരികിലെത്തി. പിന്നെയും മുപ്പത് മിനിട്ടോളം സഞ്ചരിച്ചിട്ടുണ്ടാകും വലിയൊരു വീടിന്റെ ചരൽപാകി വൃത്തിയാക്കിയ മുറ്റത്തേക്ക് വാഹനം കയറിച്ചെന്നു.

പുറത്തേക്കിറങ്ങി ചുറ്റിനും കണ്ണോടിച്ചു. വലിയൊരു ഇരുനിലവീട്. അടുത്തകാലത്തായി പെയിന്റ് ചെയ്തതേയുള്ളുവെന്ന് വിളിച്ച് പറയുന്നു. വാഹനത്തിന്റെ ശബ്ദം കേട്ടാകാം പ്രായംചെന്ന ഒരു സ്ത്രീ പൂമുഖത്തെത്തി. അവരുടെ മുഖത്ത് തികഞ്ഞ ആഢ്യത്തം നിറഞ്ഞുനില്പുണ്ട്.

"കയറിവരു." അകത്തേക്ക് ക്ഷണം കിട്ടി. സോഫമേലിരുന്ന് ആകെയൊന്ന് കണ്ണോടിച്ചു അവർ വൈശാഖേട്ടന്റെ കുടുംബവിശേഷങ്ങൾ തെരക്കി. അയാൾക്ക് ഇങ്ങനെയൊരു ബന്ധുവുള്ളതായി ഇതുവരെയും അവന് അറിവുണ്ടായിരുന്നില്ല. ടീപ്പോയിൽ കിടന്ന പത്രമെടുത്ത് വെറുതെ പേജുകൾ മറിച്ചു.

“കള്ളിപ്പാറയിലാണോ താമസം?” ആ സ്ത്രീ ചോദിച്ചു. ചോദ്യം അവനോടാണ്.

“അതെ. ഞങ്ങൾ അയൽക്കാരായിരുന്നു. ഇപ്പം അല്പം മാറിയാണ്.”

“അതിനടുത്താ.....”

“വളരെ അടുത്ത്.”

അവർ ചിരിച്ചുകൊണ്ട് അകത്തേക്കുപോയി.

“ഇവിടെയൊരു പെൺകുട്ടിയുണ്ട്. ഇല്ലേ?” അവന്റെ ചോദ്യം വൈശാഖനെ അത്ഭുതപ്പെടുത്തിയതുപോലെ തോന്നി.

“നെനക്ക് അതെങ്ങനെ അറിയാം?”

“സത്യമാണ്..?”

“ഒണ്ട്.”

“അതീന്ദ്രീയ ജ്ഞാനം എന്നൊക്കെ കേട്ടിട്ടില്ലേ?”

“ങും. ഒലക്കേടെ മൂട്?” അയാൾ ചിരിച്ചു.

ടീപ്പോയിൽ കിടന്ന ഗൃഹലക്ഷ്മിയും, വനിതയും ചൂണ്ടിക്കാണിച്ചുകൊടുത്തു. അയാൾ ആശ്വസിച്ചു.

സ്ത്രീയോടൊപ്പം ഒരു പെൺകുട്ടിയും പുറത്തേക്കിറങ്ങി വന്നു. അവരുടെ മകൾതന്നെയാകും. അവളുടെ കൈയിലെ ട്രേയിൽ രണ്ട് കട്ടൻ കാപ്പിയും. ചിരിച്ചുകൊണ്ട് അവൾ കാപ്പി നീട്ടി.

“എടുക്കെടോ.” വൈശാഖേട്ടൻ അവനോടായി പറഞ്ഞു. കാപ്പിയെടുത്തു. വൈശാഖനും.

“മോള് സ്കൂൾ ടീച്ചറാണ്.” ആ സ്ത്രീ പറഞ്ഞത് അവനോടായിരുന്നു. വൈശാഖന് അതറിയാമല്ലോ?

കാപ്പി ഒരു കവിൾ കുടിച്ചു ചോദിച്ചു.

“ഏത് സ്കൂളിലാ?” ടീച്ചറെ നോക്കി ചോദിച്ചു.

“ഇവിടെ അടുത്താണ്.”

“സർക്കാർ സ്കൂളാ?”

“അതെ.”

“ഏതാ വിഷയം?”

“ഇംഗ്ലീഷ്.”

“ഞാൻ പഠിച്ചത് ചരിത്രമായിരുന്നു.”

കാപ്പി കുടിച്ചുകഴിഞ്ഞ് കപ്പ് ടീപ്പോയിലേക്ക് വച്ചു.

“നല്ല കാപ്പി.” അത് കേട്ട് ടീച്ചർ ചിരിച്ചു.

വൈശാഖേട്ടനെ നോക്കി, അയാൾ കാപ്പി കുടിച്ചുതീർന്നിട്ടില്ല.

“വീട്ടിലാരൊക്കെയുണ്ട്?”

“ഞാനും അമ്മയും മാത്രം.”

“അമ്മയ്ക്ക് സുഖമാണോ?”

“അതെ, സുഖം.” അവരുടെ ക്ഷേമാന്വേഷണത്തിൽ അവൻ ചിരിച്ചു. ആ സ്ത്രീയും ടീച്ചറും അടുത്തുതന്നെയുണ്ട്.

"ടീച്ചറുടെ ഭർത്താവ് എന്തുചെയ്യുന്നു?" ടീച്ചറുടെ മുഖത്തേക്ക് നോക്കി. അവളുടെ ചിരി മാഞ്ഞുപോയി. ആ സ്ത്രീയുടെയും. അവ നെന്തോ അപരാധം ചെയ്തമട്ടിൽ വൈശാഖൻ അവനെ നോക്കി.

"എന്നാ ഞങ്ങളെറങ്ങട്ടെ?" അയാളെഴുന്നേറ്റ് യാത്ര പറഞ്ഞു.

"വിളിക്കാം." അതുകേട്ട് ടീച്ചറുടെ അമ്മ അസംതൃപ്തയായി തല യാട്ടി.

കാറിൽ മടങ്ങുമ്പോൾ വൈശാഖൻ നിശ്ശബ്ദനായിരുന്നു. അയാ ളുടെ മൗനം അവനെ ചിന്താക്കുഴപ്പത്തിലാക്കി. പിന്നെ ചിരിച്ച് മെല്ലെ ചോദിച്ചു.

"ഞാൻ ചായ കുടിക്കാറില്ലെന്ന് നേരത്തെ പറഞ്ഞിരുന്നില്ലേ?" മറു പടി പറയാതെ അയാൾ പാതയോരം ചേർന്ന് വണ്ടിനിർത്തി. ഒരു സിഗ രറ്റ് കത്തിച്ച് പുകയൂതി. ഒരെണ്ണം അവനും കൊടുത്തു. സൈഡ് ഗ്ലാസ് താഴ്ത്തിയതിനുശേഷം സിഗരറ്റിന് തീകൊടുത്തു.

നേരത്തെ പറഞ്ഞതുപോലെ പഞ്ചവടിയിലേക്ക് വാഹനം ചെന്നെത്തി. വലിയ ബാറുതന്നെ. ഒഴിഞ്ഞസ്ഥലം കണ്ടെത്താനായി കണ്ണുകളെ പറഞ്ഞയച്ചു. അങ്ങോട്ടേക്ക് നടന്നു. ഓർഡർ ചെയ്തത് ഒറ്റ ശ്വാസത്തിൽ വലിച്ചുകയറ്റി ചുണ്ടുകൾ തുടച്ച് അയാൾ പറഞ്ഞു."അതെ, നീ കട്ടൻകാപ്പിയല്ലെ കുടിക്കൂ." അയാളുറക്കെ ചിരിച്ചു. അവനും.

"ഒരിക്കൽ മാത്രം സംഭവിക്കുന്ന ജീവിതത്തിലേക്ക് ഒരു വിരുന്നു കാരി കടന്നുവന്നതുകൊണ്ട് അർത്ഥമില്ല, അവള് നാളെ മടങ്ങിപ്പോകും. അത് സ്വാഭാവികം." മടക്കയാത്രയ്ക്കിടയിൽ വൈശാഖൻ പറഞ്ഞു.

ശരിയായിരിക്കാം പക്ഷേ, അവിടേക്കും ഉത്തരങ്ങളില്ലാതെ ചിലത് അവശേഷിക്കുന്നുണ്ട്. വിരുന്നുണ്ണാനെത്തിയവളെയും വീട്ടുകാരിയാകാൻ എത്തുന്നവളെയും എങ്ങനെ തിരിച്ചറിയും. അവൻ അയാളോട് ചോദി ച്ചില്ല. അതിന് ഒരു ഏഴാമിന്ദ്രിയം വേണ്ടിവരും. മനുഷ്യമനസ്സിന്റെ അക ത്തളങ്ങളിലേക്ക് കടന്നുചെന്ന് അതിൽ അന്തർലീനമായിരിക്കുന്ന നിറ ങ്ങളെ തിരിച്ചറിയുന്നതിനുള്ള ഒരു അത്ഭുതമന്ത്രം. ടീച്ചർ വിരുന്നുകാരി അല്ലെന്നാണോ വൈശാഖേട്ടൻ പറഞ്ഞുവരുന്നത്? ആയിരിക്കാം. അല്ലാ യിരിക്കാം. അവൻ ഉച്ചത്തിൽ ചിരിച്ചു.

"അവളെ നെനക്ക് കാട്ടിത്തന്നു. എനിക്കത്രേ, ചെയ്യാനാവൂ." ഡ്രൈവിങ്ങിൽ കൂടുതൽ ശ്രദ്ധപുലർത്തി അയാൾ പറഞ്ഞു.

"അവൾ നല്ല പെണ്ണാ.. എന്റെ ബന്ധുവായതുകൊണ്ട് പറഞ്ഞത ല്ല." അതിനവൻ മറുപടി പറഞ്ഞില്ല.

"അവളെങ്ങനെയൊണ്ട്? നെനക്കിഷ്ടപ്പെട്ടെങ്കി.." അയാൾ പാതി യിൽ നിർത്തി. ടീച്ചറിന്റെ ശരീരം കൊള്ളാം നല്ല വെളുത്ത ശരീരം. പക്ഷേ, അവളുടെ ഹൃദയത്തിന്റെ നിറം. അത് അവനെങ്ങനെ അറി യാൻ..?

"ടീച്ചർ കൊള്ളാം. അവൾ സുന്ദരി തന്നെ."

വൈശാഖേട്ടനോടൊപ്പമുള്ള യാത്രയും മറ്റു വിശേഷങ്ങളുമൊന്നും ആരോടും പറഞ്ഞില്ല. അമ്മയോടും. അല്ലെങ്കിൽ പറയാനായിമാത്രം അതിലെന്താണുള്ളത്? അന്ന് രാത്രിയിൽ ഫോണെടുക്കുമ്പോൾ അങ്ങേ ത്തലയ്ക്കൽ ആത്തുവായിരുന്നു. ഉള്ളിലെങ്ങോ നിഗൂഢമായ ഒരാനന്ദം തിളച്ച് മറിയുന്നു. അവൾക്കെന്താകും പറയാനുണ്ടാവുക?

"നാളെ ഞായറാഴ്ചയല്ലേ?"

"അതറിയാനാ വിളിച്ചത്?"

"നാളെ നമുക്കൊരിടംവരെ പോകാം?"

"എവിടേക്ക്?"

ഒരുനിമിഷമെന്തോ ഓർത്തുനിന്ന ശേഷം അവൾ പറഞ്ഞു.

"ആ പഴയ ബീച്ചിലേക്ക്."

"ഉറപ്പായും."

മുമ്പ് അവളുമൊത്ത് അവിടേക്ക് പോയിട്ടുണ്ട്. ഒരു തവണ. മോഹ നങ്ങളായ പഴയകാലസ്മരണകളിൽ അവൻ ചിരിച്ചു. ആ ഓർമ്മയിൽ ഉറങ്ങിയെണീറ്റു. ആ പ്രഭാതത്തിന് പതിവിലും ഉന്മേഷമുള്ളതായി തോന്നി. ഭൂമിക്ക് മൊത്തത്തിൽ സൗന്ദര്യം വർദ്ധിച്ചതുപോലൊരു തോന്നൽ. ഈ ലോകം മനോഹരംതന്നെ. ജീവിതവും.

ബീച്ചിന് സമീപം വാഹനമിറങ്ങുമ്പോൾ സമയം പത്ത് ആകുന്ന തേയുള്ളു. ഇന്നലെ രാത്രിയിൽ അവൾ വിളിച്ചതിന് ശേഷം ഇതുവ രെയും വിളിച്ചിരുന്നില്ല. അതിന്റെ ആവശ്യകതയെന്ത്?. ദൃശ്യങ്ങളാകാത്ത മൗനങ്ങൾ പോലും വാചാലതയിലേക്കെത്തുന്ന വേളകളിൽ..?

അവൾ നേരത്തെ എത്തിയിരുന്നു. അവനെയും പ്രതീക്ഷിച്ച് തീരത്ത് തന്നെ നില്പുണ്ട്. അവൾ കൈവീശിക്കാണിച്ചു. അവനും. കടലിനിപ്പോഴും പഴയനിറം തന്നെ. ആത്തുവിന്റെ വസ്ത്രങ്ങളുടെ അതേ നിറം. വികൃതി പൂണ്ട കാറ്റിന്റെ കരങ്ങൾ വസ്ത്രങ്ങളെ വകഞ്ഞുമാറ്റി അവളുടെ നഗ്നയിലേക്കെത്തിനോക്കാൻ ശ്രമിച്ചുകൊണ്ടേയിരിക്കുന്നു. അവൾ വസ്ത്രങ്ങൾ നേരെയാക്കാൻ ശ്രമിച്ചു, ഒപ്പം മുഖത്തേക്ക് പാറിവീഴുന്ന നീളമുള്ള അളകങ്ങളെയും, ആ ചന്തം അവൻ കുറച്ച് നിമി ഷങ്ങൾ നോക്കിനിന്നു. അതെ അവൾ സുന്ദരിതന്നെ.

ഒഴുകുന്ന വസ്ത്രങ്ങൾ അവളുടെ നിതംബദലങ്ങളുടെ ഭംഗി എടു ത്തറിയിക്കുന്നു. പിന്നിലൂടെ ചെന്ന് അവളുടെ ഉദരത്തിൽ കൈചുറ്റി കവി ളുകളിലും ചുണ്ടിലും ചുംബിക്കുവാൻ അവന്റെയുള്ളം തരിച്ചുനില്ക്കു ന്നുണ്ടിപ്പോഴും. അതെ, പ്രണയമാണിപ്പോഴും. മരിച്ചുപോകാത്ത പ്രണയം. കാമമാണിപ്പോഴും. അടങ്ങാത്ത കാമം. അത് അവളോട് മാത്രം തന്നെ.

അവൾ അവനെനോക്കി ചിരിച്ചു. അവനോട് ചേർന്നുനിന്നു. അവ ളുടെ മുഖത്തേക്ക് നോക്കി. അവൾ അകലേക്ക് നോക്കിനില്ക്കുന്നു. കാണുന്നത് കടൽ തന്നെയാണോ? അതോ കൊഴിഞ്ഞുപോയ ആ ഓർമ്മ

കൾക്കുള്ളിൽ മോക്ഷംതേടി അലയുകയാണോ? അവളുടെ കണ്ണുകളിൽ നനവ് പടർന്നിരിക്കുന്നു.

"ആത്തൂ.." അവളുടെ തോളിൽ കൈയിട്ടു.

"നമുക്ക് അവിടിരിക്കാം." തീരത്തുള്ള കൽമണ്ഡപത്തിലേക്ക് നടന്നു. അടുത്തിരിക്കുമ്പോഴും അവൾ നിശ്ശബ്ദയായിരുന്നു.

"എന്തുപറ്റി? ഈ മൂകത?" ചോദ്യത്തിനുത്തരം പറയാതെ അവൾ മിഴികളെ തുടച്ചുമാറ്റി.

"കഴിഞ്ഞതൊക്കെ പോയി തുലയട്ടെ?" അവളുടെ തുടയിൽ കൈയമർത്തി.

"ദുഃഖിക്കാനായി ഞാനിപ്പോൾ പഴയതൊന്നും ഓർക്കാറില്ല."

ചോദ്യഭാവത്തിൽ അവൾ നോക്കി,

"ഓർക്കാറുണ്ട്, ഓർമ്മകൾക്കിപ്പോൾ മാധുര്യമാണ്."

"എനിക്കതിന് കഴിയാറില്ല, ഞാൻ കാരണം.." അവളുടെ വാക്കുകൾ മുറിയുന്നു. മൗനത്തിലേക്ക് ആണ്ടുപോകുന്നു.

"ഇനിയൊരു വിവാഹം കഴിച്ചൂടേ?"

"ഞാൻ സ്നേഹിച്ചത് നിന്നെ മാത്രമായിരുന്നു."

"..........."

"നീയിപ്പോൾ എന്റെ അടുക്കൽത്തന്നെ ഇല്ലേ?"

"പണ്ട് നമ്മളിവിടെ വന്നത് ഓർമ്മയുണ്ടോ?" അവളിലെ മൗനം വെയിലേറ്റ് അലിയാൻ തുടങ്ങിയിരിക്കുന്നു.

"മറക്കാനാവില്ല ആത്തൂ, ഒരിക്കലും." അറിയാതെ ഒരു നെടുനിശ്വാസത്തിൽ വീണുപോയി.

പണ്ട് കൂട്ടുകാരുമൊന്നിച്ച് ഇവിടേക്ക് വരുമ്പോൾ തീരത്തുകൂടി കാറ്റുംകൊണ്ട് ഏറെ ദൂരം നടക്കുമായിരുന്നു. ഒരിക്കൽ ബിജുക്കുട്ടനും വേണുവും സച്ചിദാനന്ദനുമൊത്ത് വലിയതുറപാലം വരെ നടന്നു. പാലത്തിനടിയിൽ എണ്ണിയാലൊടുങ്ങാത്ത മത്സ്യക്കുഞ്ഞുങ്ങളുടെ കൂമ്പാരം കൂറ്റനൊരു യന്ത്രപ്പന്തുപോലെ കറങ്ങുന്ന കാഴ്ച ഏറെ കൗതുകമുണർത്തുന്നതായിരുന്നു. അവയൊരിക്കലും കൂട്ടിമുട്ടുകയില്ല.

"ആത്തൂ.." അവളെ ശരീരത്തോട് ചേർത്തുപിടിച്ചു. അവൾ അവനോട് ചേർന്നിരുന്നു. അവളുടെ കൈത്തലമെടുത്ത് കൈക്കുള്ളിൽ വച്ചു.

"എന്തെങ്കിലുമൊക്കെ പറയ്. പണ്ടത്തെപ്പോലെ.."

"ഒരു പുസ്തകമെഴുതുന്നുണ്ടെന്ന് അനുപമ പറഞ്ഞു?"

"അതെ. *നാല്പത്തിയൊന്ന് വർഷങ്ങൾ.*"

"സ്വന്തം കഥയാണല്ലേ?" അവൾക്ക് ദുഃഖമുള്ളതുപോലെ തോന്നി.

"അതിനെന്തേ?" അവളെ ഒന്നുകൂടി ചേർത്തുപിടിച്ചു.

"കഥയിൽ എന്റെ പേരെന്താണ്?"

"അലീന."

"അലീന, കൊള്ളാം നല്ല പേര്." നെടുനിശ്വാസത്തോടെ അവൾ ചിരിച്ചു.

"അനു കഥയിലില്ലേ?"

"ഉം"

"അവളുടെ പേരെന്താ?"

"റാണി."

അവൾ നിശ്ശബ്ദയായി അകലേക്ക് നോക്കിയിരുന്നു

"ആത്തുവിന് വിഷമമുണ്ടോ?"

"എന്തിന്?"

"നമ്മുടെ കഥ പുസ്തകത്തിലൂടെ.."

"ഇല്ല."

"അത് ഞാനെഴുതുന്ന ഒരു കഥമാത്രം, അവിടെ ആത്തുവില്ല. ഉള്ളത് അലീനമാത്രം."

"ഉടനെതന്നെ കാണ്വോ?"

"താമസിയാതെ."

"കഥയിൽ സ്വന്തം പേരെന്താണ്?"

"പേരില്ല."

"പേരില്ലാത്ത നായകനോ..?" അവൾ ചിരിച്ചു.

"അതെ പേരില്ലാത്ത നായകൻ."

അതെ, ഈ കഥയിലെ നായകന് പേരിന്റെ ആവശ്യമില്ല. അവൻ അനാഥത്വത്തിലേക്കും അനസ്യൂതം പ്രവഹിക്കുന്ന ഏകാന്തതയുടെ ഇരുണ്ട ഇടനാഴികളിലേക്കും വലിച്ചെറിയപ്പെട്ട ഒരുവൻ മാത്രം. ദൈവദാനമായി കിട്ടിയ ജന്മത്തെ തീയിട്ടുകൊന്ന് ആരോടോ പകവീട്ടിയ ഒരുവൻ. കരഗതമായ മോഹനയൗവനത്തെ ചിതയിലേക്കെറിഞ്ഞ് അകാല വാർദ്ധക്യം സ്വീകരിച്ച് ചിരിച്ചുകൊണ്ട് നിന്നവൻ. രാവിന്റെ പകയടങ്ങാത്ത ദാഹങ്ങൾക്കുമുന്നിൽ വിധിയെ ശപിച്ചുകൊണ്ട് കാലം കഴിച്ചവൻ. അവന് പേരിന്റെ ആവശ്യമില്ല. അവന്റെ പേരിന് അർത്ഥപൂർണ്ണതയില്ല.

അത് ഒരു സുഹൃത്തിന്റെ ബന്ധുവിന്റെ വിവാഹസൽക്കാരമായിരുന്നു. ഒരിക്കൽക്കൂടി അങ്ങനെയൊരാളെ കണ്ടുമുട്ടേണ്ടി വരുമെന്ന് വിചാരിച്ചതേ ഉണ്ടായിരുന്നില്ല. പ്രതീക്ഷിക്കാത്ത ആ സമാഗമം അല്പം ജാള്യത പരത്തിയോ എന്ന് ശങ്ക തോന്നി, കണ്ടപ്പോൾ ആദ്യമൊന്ന് അറച്ചുനിന്നെങ്കിലും അവൾ ചിരിച്ചുകൊണ്ട് അടുക്കലേക്കുവന്നു. അത് ടീച്ചറായിരുന്നു.

"ഓർമ്മയുണ്ടോ?" ടീച്ചറാണ് തുടക്കമിട്ടത്. ജീവിതത്തിലൊരിക്കലും ആ നിമിഷം മറന്നുപോകില്ലായെന്ന് അവളോടെങ്ങനെ പറയും?

"മറന്നിട്ടില്ല." തെല്ലൊരു സങ്കോചത്തോടെ കൂട്ടിച്ചേർത്തു.

"അതൊരു ചടങ്ങാണെന്ന് അന്നേരമെനിക്ക് അറിയില്ലായിരുന്നു."

"ഞാനറിഞ്ഞു, പിന്നീട്."

"ഇന്ന് ലീവെടുത്തു അല്ലേ?"

"ഇന്ന് ഞായറാഴ്ചയാണ്." അവൾ ചിരിച്ചു.

"ഞാനത് ഓർത്തില്ല." ഇളിഭ്യനായോ വീണ്ടും?

"ടീച്ചറുടെ ബന്ധുവാണോ?"

"അല്ല, പെൺകുട്ടി അടുത്ത പരിചയക്കാരിയാണ്."

കണ്ടുമുട്ടലിന് വിരാമമിടാനെന്നോണം ടീച്ചർ വാച്ചിലേക്ക് നോക്കി. പെട്ടെന്ന് ചോദിച്ചു.

"ടീച്ചറെന്തേ വിവാഹത്തെക്കുറിച്ച് ചിന്തിക്കാൻ വൈകി?"

ഒരു നിമിഷത്തെ ആലോചനയ്ക്ക് ശേഷമാണ് അവൾ മറുപടി പറഞ്ഞത്.

"അങ്ങനെ ചോദിച്ചാൽ പെട്ടെന്നൊരു മറുപടി ബുദ്ധിമുട്ടാണ്."

അവൾ യാത്ര ചോദിച്ചു.

"പോട്ടെ?"

"ആയിക്കോട്ടേ?" ആൾക്കൂട്ടത്തിലിടയിലെങ്ങോ അവൾ അലിഞ്ഞില്ലാതായിത്തീരുന്നതും നോക്കിനിന്നു.

(ടീച്ചറുടെ ഡയറിക്കുറിപ്പിൽനിന്നും)

ഒക്ടോബർ-8

അന്ന് അയാൾ പോയതിനുശേഷം അതോർത്ത് ഞാനേറെ ചിരിക്കുകയുണ്ടായി, വിവാഹമാലോചിക്കാൻവന്ന് വധുവാകേണ്ടവളുടെ ഭർത്താവിനെ തെരക്കിയ ലോകത്തിലെ ആദ്യത്തെ ആൾ അയാളായിരിക്കാം. എന്തുകൊണ്ടോ അയാളെ ഒരിക്കൽക്കൂടി കാണണമെന്ന് ഞാൻ ആഗ്രഹിച്ചിരുന്നു. പിന്നെ ഞാൻ അക്കാര്യമേ മറന്നുപോയി. ഒരിക്കലും നടക്കാനിടയില്ലാത്ത സത്യങ്ങളെ എന്തിന് ഓർത്തിരിക്കണം?

ഇന്ന് തികച്ചും യാദൃച്ഛികമായി അയാളെ കണ്ടുമുട്ടുകയുണ്ടായി. ഏറെ വിചിത്രമായതെന്തെന്നാൽ അയാൾ എന്നെ ടീച്ചർ എന്നാണ് അഭിസംബോധന ചെയ്യുന്നത്. ഇനിയും അയാളെ കണ്ടുമുട്ടും എന്നാരോ ഉള്ളിൽ മന്ത്രിക്കുന്നു. ഇന്ന് അയാളെക്കുറിച്ചോർത്ത് ഞാനുറങ്ങും. ഗുഡ് നൈറ്റ്.

(അവന്റെ ഡയറിക്കുറിപ്പിൽനിന്നും)

ഒക്ടോബർ - 8

ആദ്യമായി ടീച്ചറെ കണ്ടതിന്റെ അന്നുതന്നെ ഞാനവളെ വിസ്മൃതികളിൽ പ്രതിഷ്ഠിച്ചിരുന്നു. മാസങ്ങൾക്ക് ശേഷമുള്ള ഈ കണ്ടുമുട്ടൽ ഒരിക്കലും പ്രതീക്ഷിച്ചിരുന്നില്ലല്ലോ? തികച്ചും യാദൃച്ഛികമായ ഈ സമാഗമം മറ്റൊരാഗ്രഹം ജനിപ്പിക്കുന്നു. അവളെ ഒരിക്കൽക്കൂടി കാണണമെന്നും, സംസാരിക്കണമെന്നും ഒരു തോന്നൽ. അതിന്റെ അർത്ഥം അവളെ വിവാഹം കഴിക്കാൻ ആഗ്രഹിക്കുന്നു എന്നല്ല. എന്തുകൊണ്ടോ

ണെന്നത് എനിക്കജ്ഞാതമായിത്തന്നെ തുടരട്ടെ. ടീച്ചറെ ഒരിക്കൽക്കൂടി കാണണം. ഞാൻ തീരുമാനിച്ചു. നല്ല രാത്രി.

രാവിലെ തന്നെ വൈശാഖേട്ടനെ കാണാനായി വീട്ടിലേക്ക് പോയി. അയാൾ ചാർമിനാർ സിഗരറ്റും പുകച്ച് ചാരുകസേരയിൽ കിടപ്പുണ്ട്. തലേദിവസം രാത്രിയിൽ കഴിച്ച മദ്യത്തിന്റെ ലഹരി വിട്ടുമാറിയിട്ടില്ലാത്ത മുഖത്തോടെ അയാൾ ചിരിച്ചു.

"ഞാനിന്നലെ നമ്മുടെ പഴയ ടീച്ചറെ കണ്ടു."

"ഏത് സ്കൂളിലെ?"

"നമ്മളന്ന് കാണാൻ പോയില്ലേ? വൈശാഖേട്ടന്റെ ബന്ധത്തിലുള്ള..."

"എവിടെ വച്ച്?"

മറ്റൊന്നും ചോദിക്കാതെ അയാൾ മൊബൈൽ ഫോണിൽ എന്തോ പരതിത്തുടങ്ങിയത് മനഃപൂർവ്വമായിരിക്കണം. അത് അരോചകമായി തോന്നിയതുകൊണ്ട് മുന്നോട്ടുള്ള സംഭാഷണത്തെ ഉപേക്ഷിക്കേണ്ടതായി വന്നു. യാത്ര പറഞ്ഞിറങ്ങുമ്പോൾ ഓർത്തു; അയാളിപ്പോൾ അവനെത്തന്നെ നോക്കിയിരുന്ന് ചിരിക്കുകയാവും.

തീരുമാനത്തിൽനിന്നും പിന്നോട്ട് പോകരുതെന്ന് മനസ്സ് ഉപദേശം നല്കി. ടീച്ചർ പഠിപ്പിക്കുന്ന സ്കൂളിന്റെ പേര് ഓർമ്മകളിൽ തിരഞ്ഞ് പൊടിതട്ടിയെടുത്തു. സ്കൂളിലേക്ക് വിളിച്ച് ടീച്ചറെ ആവശ്യപ്പെട്ടു. പേരു പറഞ്ഞപ്പോൾ തന്നെ അങ്ങേത്തലയ്ക്കൽ മറുപടി എത്തി.

"മനസ്സിലായി."

"എനിക്ക് ടീച്ചറെ നേരിട്ടൊന്ന് കാണണമെന്നുണ്ട്, സംസാരിക്കണം. വിരോധമില്ലെങ്കിൽ..?"

"ഞാൻ സ്കൂളിലാണ്."

"നാളെ ഹാഫ് ഡേ ലീവെടുക്കാൻ കഴിഞ്ഞാൽ..?"

"ശ്രമിക്കാം."

"ശ്രമിക്കണം. മൂന്ന് മണിക്ക് നമ്മൾ കാണും."

ഫോൺ കട്ടാക്കിയതിന് ശേഷമാണ് ചിന്തകൾ യാഥാർത്ഥ്യങ്ങളുടെ തലത്തിലേക്കെത്തുന്നത്. നാളെ ടീച്ചറെ കാണും. കണ്ടാൽ എന്താണ് അവളോട് പറയാൻ പോകുന്നത്? അതാകെ ചിന്താക്കുഴപ്പങ്ങൾ സൃഷ്ടിക്കുന്നു. വാക്കുകൾ അളന്ന് മുറിക്കുകയും വേണം. സംസാരിക്കാൻ പോകുന്നത് ഒരു ടീച്ചറോടാണ്. ഇല്ലെങ്കിൽ.. അന്നത്തെ ജാള്യതയോർത്ത് ചിരിച്ചു. ചാരുകസേരയിൽ ചിന്താമഗ്നനായി. തെക്കൻതോട് ഒഴുകുന്ന ഒച്ച കേൾക്കാം. അവളെന്തോ പറയുന്നുണ്ട്. അതിന്റെ സാരം ഗ്രഹിക്കുവാൻ അവന് കഴിയാത്തതാകാം.

രാത്രിയിൽ ആത്തു വിളിച്ചിരുന്നു.

"ഒറങ്ങാറായില്ലേ?"

"ഇല്ല ആത്തു, ഞാൻ വായിക്കുകയായിരുന്നു."

"ഞാൻ ഡ്യൂട്ടിയിലാണ്."
"തെരക്കിലാണോ?"
"കൊറച്ച്."
"നാളെയോ..?"
"വിളിക്കാം."

ഗതകാലങ്ങളിലെ കഴിഞ്ഞുപോയ പ്രണയത്തെ വീണ്ടും കരഗതമാക്കാനായതിൽ അവൻ അത്യധികം ആഹ്ലാദിച്ചിരുന്നു. എങ്കിലും നിലാവ് മൗനമായി പെയ്തിറങ്ങിയ ആ രാത്രിയിൽ അവൻ ചിന്തിച്ചത് ആത്തുവിനെക്കുറിച്ചായിരുന്നില്ല. അവന്റെ ശയ്യയിലന്ന് ഒപ്പമുണ്ടായിരുന്നത് ടീച്ചറായിരുന്നു. അതിന്റെ കാരണങ്ങൾ അവന് അജ്ഞാതവും.

(ടീച്ചറിന്റെ ഡയറിക്കുറിപ്പിൽനിന്നും)
ഒക്ടോബർ-9

ഇന്ന് സ്കൂളിലെ ഫോണിൽ വിളിച്ച് എന്നെ കാണണമെന്ന് അയാൾ ആവശ്യപ്പെടുകയുണ്ടായി. ഞാൻ സമ്മതിച്ചു. നാളെ നേരിൽ കാണാമെന്ന് അയാൾ പറഞ്ഞിട്ടുണ്ട്. എന്നോടെന്തോ സംസാരിക്കാനുണ്ടത്രേ? എന്താണയാൾക്ക് പറയാനുണ്ടാവുകയെന്ന് ഞാൻ ആകാംക്ഷയോടെ കാത്തിരിക്കുന്നു. അയാളിന്നും ടീച്ചർ എന്നുതന്നെയാണ് എന്നെ അഭിസംബോധന ചെയ്തത്. എന്റെ പേര് അറിയില്ലെന്നുണ്ടോ? അയാളിതുവരെയും അക്കാര്യം ചോദിച്ചിട്ടില്ല. എങ്കിലും വൈശാഖനിലൂടെ അത് മനസ്സിലാക്കാവുന്നതേയുള്ളു. അതെന്തോ ആകട്ടെ? നാളെയെ ഓർത്താകാംക്ഷയോടെ ഞാൻ ഉറങ്ങാൻ തുടങ്ങുന്നു. ഗുഡ് നൈറ്റ്.

(അവന്റെ ഡയറിക്കുറിപ്പിൽനിന്നും)
ഒക്ടോബർ-9

നാളെ ടീച്ചറെ കാണും എന്ന് പറഞ്ഞുവെങ്കിലും ഇപ്പോൾ ഞാനാകെ ആശയക്കുഴപ്പത്തിലായിരിക്കുന്നു. എന്തിനാണ് ടീച്ചറെ കാണണമെന്നും സംസാരിക്കണമെന്നും ആവശ്യപ്പെട്ടത്? എന്താണ് അവളോട് പറയാനുള്ളത്? അതിപ്പോഴും തികച്ചും അവ്യക്തമായിത്തന്നെ തുടരുന്നു.

അതോ അവളെ വിവാഹം ചെയ്യണമെന്ന് ആഗ്രഹമുണ്ടോ? അങ്ങനെയൊരു ചിന്ത ഉള്ളിലെവിടെയെങ്കിലും അജ്ഞാതമായി മറഞ്ഞിരിപ്പുണ്ടോ? അങ്ങനെയെങ്കിൽ ആദ്യം പറയുക ആത്തുവിനെക്കുറിച്ച് തന്നെയാകും. അവളെക്കുറിച്ച് ടീച്ചറോട് ഞാനെങ്ങനെ പറയും? വിവിധങ്ങളായ ചിന്തകൾ എന്നെ മദിക്കാൻ തുടങ്ങുന്നു. ഒന്നുറപ്പാണ്, ഈ രാത്രി ഞാനാകെ ആശയക്കുഴപ്പത്തിലായിരിക്കും.

നല്ല രാത്രി.

(ടീച്ചറുടെ ഡയറിക്കുറിപ്പിൽനിന്നും)
ഒക്ടോബർ 10

ഇന്ന് ഹാഫ് ഡേ ലീവെടുത്തിരുന്നു. മൂന്ന് മണിക്കാണ് അയാൾ കാണാമെന്ന് പറഞ്ഞിരുന്നത്. സത്യത്തെ വളച്ചൊടിക്കാതെ പറഞ്ഞാൽ എന്നിൽ ഏറെ ആകാംക്ഷ വളർന്നിരുന്നു. പറഞ്ഞിരുന്ന സമയത്തിനും മുന്നേതന്നെ അയാളെത്തിച്ചേർന്നു. അയാൾ ചിരിച്ചു. ഞാനും.

“ടീച്ചറ് ലീവെടുത്തു അല്ലേ?”

മറുപടിയായി അയാളുടെ മുഖത്തേക്കു നോക്കി..

‘ടീച്ചർ എന്ന് വിളിക്കാതെ പേര് വിളിക്കരുതോ?’ എന്ന ചോദ്യം പുറത്തേക്ക് വരാതെ കണ്ഠനാളത്തിനുള്ളിൽ ഞെരിഞ്ഞമർന്ന് നിന്നു.

“എനിക്ക് ടീച്ചറോട് സംസാരിക്കണമായിരുന്നു. അതെന്താണെന്ന് ഇതിനുള്ളിലുണ്ട്.” കൈയിലിരുന്ന പായ്ക്കറ്റ് എനിക്ക് നല്കി അയാൾ പറഞ്ഞു.

“എന്റെ ഫോൺ നമ്പർ ഇതിലുണ്ട്. പോട്ടെ..”

തൊട്ടരികിലുള്ളതിനെ ഒഴിവാക്കി അയാൾ നടന്നകന്നത് അടുത്ത സ്റ്റോപ്പ് ലക്ഷ്യമാക്കിയാവണം. പായ്ക്കറ്റിനുള്ളിൽ എന്താണെന്നറിയാൻ ഞാൻ വെമ്പൽ പൂണ്ടു.

ഗുഡ് നൈറ്റ്

(അവന്റെ ഡയറിക്കുറുപ്പിൽനിന്നും)
ഒക്ടോബർ 10.

എന്തുകൊണ്ടോ ടീച്ചറോട് ആത്തുവിനെക്കുറിച്ച് പറയണമെന്ന് എനിക്കുതോന്നി. അതൊരിക്കലും അവളോട് നേരിട്ടുപറയാൻ എനിക്ക് ആകുമായിരുന്നില്ല. അതിനായി ഞാൻ കണ്ടെത്തിയ മാർഗ്ഗമായിരുന്നു, എന്റെ പുസ്തകം. അതിലുള്ളത് ആത്തുവും ഞാനും തമ്മിലുള്ള പഴയകാല ചിത്രങ്ങൾ മാത്രമായിരുന്നു. ഇപ്പോൾ അവളുമായി തുടരുന്ന ബന്ധത്തെക്കുറിച്ച് ടീച്ചർ ഒരിക്കലും അറിയാനും പോകുന്നില്ല. അത് എന്റെയും ആത്തുവിന്റെയും ഉള്ളിൽ മാത്രം എരിഞ്ഞടങ്ങാനാണ് ഇനിയെനിക്കിഷ്ടം. അവളുടെയും.

നല്ല രാത്രി.

(ടീച്ചറുടെ ഡയറിക്കുറിപ്പുകളിൽനിന്നും)
ഒക്ടോബർ 11

*41 വർഷങ്ങ*ളിലൂടെ ഞാൻ അവന്റെ അലീനയെ കണ്ടു. വാക്കുകൾകൊണ്ട് അവൻ വരച്ച ചിത്രങ്ങളിലൂടെ ഞാൻ അവളുടെ മുഖം കണ്ടു. അവൾ അത്യധികം സുന്ദരിതന്നെയായിരുന്നു. അവന്റെ ഉള്ളിലുണ്ടായിരുന്ന പ്രണയത്തിന്റെ തീക്ഷ്ണതയും, അതിന്റെ തകർച്ചയിലുണ്ടായ വേദനയും ഞാൻ അനുഭവിച്ചറിയുന്നു. അവന്റെതന്നെ വാക്കു

കളിൽ പറഞ്ഞാൽ അവന്റെ ഹൃദയത്തിന്റെ നിറം കാണാൻ എനിക്കാകുന്നു.

'അവൻ അവൾക്കായി അവന്റെ ഹൃദയത്തിനെ കാണിച്ചുകൊടുത്തു. അവളവിടെ കണ്ടത് അവളുടെ മുഖം മാത്രമായിരുന്നു.' ഇതിലും മനോഹരമായി ഏത് വാക്കുകൾകൊണ്ടാണ് പ്രണയത്തിന്റെ ആത്മാവിനെ ആവിഷ്കരിക്കാനാവുക? അവന്റെ പ്രണയത്തെ നഷ്ടപ്പെടുത്തിയ അലീന ബുദ്ധിമതിയല്ലെന്ന് ഞാനുറപ്പിച്ചു.

ഒപ്പം ചുവപ്പും മഞ്ഞയും വെള്ളയും നിറങ്ങളിലുള്ള ചെമ്പകങ്ങളും മഞ്ഞ നിറമുള്ള താഴകളും പൂത്തുനില്ക്കുന്ന, തെക്കൻതോടും, കാലികൾ മേഞ്ഞുനടക്കുന്ന പച്ചപ്പുല്ലുകൾ നിറഞ്ഞ പാതയുമുള്ള അവന്റെ നാട് കാണാൻ എനിക്ക് മോഹം. ചുവന്നുതുടുത്ത സ്വപ്നങ്ങൾ ചിതറിക്കിടക്കുന്ന മഞ്ചാടിപ്പാടവും, കൈകളിൽ വർണ്ണച്ചെപ്പുകളേന്തി നൃത്തം ചെയ്യുന്ന കുങ്കുമച്ചെടികളും കാണാൻ ആഗ്രഹം. അവനെ ഒന്നുകൂടി കാണാനും.

ഗുഡ്നൈറ്റ്

(അവന്റെ ഡയറിക്കുറിപ്പിൽനിന്നും)

ഒക്ടോബർ 11

ടീച്ചറെന്നെ വിളിക്കുമെന്ന് പ്രതീക്ഷിച്ചിരുന്നോ എന്ന് ചോദിച്ചാൽ അതിനുത്തരമില്ല. എങ്കിലും അതു ഞാൻ ആഗ്രഹിച്ചിരുന്നു. അങ്ങനെ സംഭവിച്ചില്ലായെങ്കിലും ആ കാത്തിരിപ്പിന് സുഗന്ധമുണ്ടാകും. മാധുര്യവും. രാത്രിയിലാണ് ടീച്ചർ വിളിച്ചത്.

"പുസ്തകം നന്നായിട്ടുണ്ട്, *41 വർഷങ്ങൾ* മനോഹരം തന്നെ."

"നന്ദി ടീച്ചർ."

"അത് പ്രസിദ്ധീകരിക്കാത്തതെന്താ?"

"ചെയ്യണം ടീച്ചർ. അതിനുള്ള തയ്യാറെടുപ്പിലാണ്."

"എനിക്കൊന്ന് നേരിട്ട് സംസാരിക്കണം."

"തീർച്ചയായും, ടീച്ചർ പറഞ്ഞോളു."

"വരുന്ന ഞായറാഴ്ച രാവിലെ."

"ഉറപ്പായും."

ഈ രാത്രിയിൽ വ്യക്തതയില്ലാത്ത ചിന്തകളാകും എന്റെയുള്ളിൽ. ഞാനോർക്കുന്നത് അവളെക്കുറിച്ച് മാത്രമാകും.

നല്ല രാത്രി.

അന്നൊരു ഞായറാഴ്ച ആയിരുന്നു. കള്ളിപ്പാറയിലെ കത്തോലിക്കാ പള്ളിയിൽനിന്നും സ്തുതിഗീതങ്ങൾ പടിക്കെട്ടുകളും കടന്ന് താഴെക്കിറങ്ങിവന്ന ദിവസം. രാവിലെ ആത്തു വിളിച്ചിരുന്നു.

"തെരക്കിലാണോ?"

"ആത്തു പള്ളിയിൽ പോയില്ലേ?"

"ഇല്ല."

"എന്തുപറ്റി?"

"എനിക്കൊന്ന് നേരിൽ കാണണം."

"ഞാൻ വരാം."

അവൾ നല്കിയ ചുംബനത്തിന്റെ പരാഗങ്ങൾ ഫോണിൽനിന്നും തെറിച്ച് ചുണ്ടുകളിൽ പറ്റിപ്പിടിച്ചു.

"ഇതിന്റെ മറുപടി ഞാൻ നേരിട്ട് തന്നോളാം."

"എത്രയെണ്ണം?"

"നിന്റെ ആശ തീരുവോളം. അത് പോരേ?"

"മതി." അവൾ ചിരിച്ചു.

ടീച്ചറെ കാണാൻ ചെല്ലാമെന്ന് പറഞ്ഞിട്ടുണ്ട്. ആത്തുവിനെ കണ്ട തിന് ശേഷമാകാം. പാലോട് വണ്ടിയിറങ്ങുമ്പോൾ അവൾ കാത്തുനില്പു ണ്ടായിരുന്നു.

"നേരത്തെ എത്തിയോ നീ?"

"ഇല്ല ഇപ്പഴായിട്ട്.." അവൾ ചിരിച്ചു.

"എന്തേ വിളിച്ചത്?"

"വെറുതെ ഒന്ന് കാണാൻ."

അതും പറഞ്ഞ് അവൾ ചിരിച്ചു. അവളിന്ന് പഴയ ആത്തുവിലേക്ക് പരിണാമം ചെയ്യപ്പെട്ടിരിക്കുന്നു. കുറേനാൾ കണ്ടുപരിചയിച്ച അതേ കുസൃതി ഒളിച്ചിരിക്കാതെ ആ മുഖം അലങ്കരിച്ചിരിക്കുന്നു.

"ഇങ്ങനെ മാത്രം കണ്ടാൽ മതിയോ?" അതും ചോദിച്ച് കണ്ണുക ളാൽ അവളുടെ വിരിഞ്ഞ യൗവനത്തിൽ തഴുകി, അതുകണ്ടിട്ടാകണം അവൾ പിന്നെയും ചിരിച്ചു.

"നമുക്കൊരു സ്ഥലംവരെ പോയാലോ?" അവളുടെ ചോദ്യത്തിനു മപ്പുറത്ത് കാത്തുനില്ക്കുന്ന ടീച്ചറുടെ രൂപംകണ്ടു.

"ഇപ്പോഴോ ആത്തു."

"അല്ല. ഞാൻ പറയാം. പിന്നീടൊരു ദിവസം."

"എവിടെയാണ്?"

"അത് രഹസ്യം. അന്നേരം അറിഞ്ഞാൽ മതി." അവളുടെ ചിരി യിൽ വീണ്ടുമാ കുസൃതി നിറയുന്നു.

"നിനക്കെന്തെങ്കിലും വേണോ? കഴിക്കാനോ?"

"ഒന്നും വേണ്ട, ഞാൻ വിളിക്കാം." അവന്റെ മിഴിയിലേക്കുതന്നെ തെല്ലുനേരം അവൾ നോക്കിനിന്നു. അവളുടെ മിഴികൾക്കുള്ളിൽ പഴയ ആത്തുവിനെ അവൻ കണ്ടെത്തി.

"പോട്ടെ." അവന്റെ കൈത്തലത്തിൽ മെല്ലെ സ്പർശിച്ച് അവൾ നടന്നു. അകലുന്ന അവളുടെ പിൻഭാഗത്തെ ചന്തം അവൻ നോക്കിനിന്നു. അവൾ സുന്ദരിതന്നെ.

ബസിൽ പുറത്തെ കാഴ്ചകൾ നോക്കിയിരിക്കവേ അവശേഷിച്ച്

നില്ക്കുന്നത് ടീച്ചറുടെ മുഖം തന്നെയായിരുന്നു. എന്ത് പറയാനാകും അവൾ വിളിച്ചിട്ടുണ്ടാകുക? അതിന്റെ ഉത്തരം ഊഹങ്ങൾക്കുമപ്പുറത്താണ്. അതോർത്ത് ചിരിച്ചു. ബസിറങ്ങുമ്പോൾ അവൾ കാത്തുനില്പുണ്ടായിരുന്നു.

"കൃത്യനിഷ്ഠ കൂടുതലാണല്ലേ?" വാച്ചിൽ നോക്കി അവൾ ഹൃദ്യമായി ചിരിച്ചു.

"അത്യാവശ്യത്തിന്."

കുറ്റിച്ചെടികൾ നട്ടുപിടിപ്പിച്ച പാതയോരത്തുകൂടി അവളോടൊപ്പം നടന്നു.

"നമുക്ക് അവിടെയിരിക്കാം. അത് സ്കൂളിന്റെ സ്ഥലമാണ്."

ചെറിയൊരു പാർക്ക്, പുൽത്തകിടിയും തണൽ വൃക്ഷങ്ങളുമൊക്കെയുണ്ട്. സിമന്റിൽത്തീർത്ത നീളൻ ഇരപ്പിടങ്ങളും. വലിയൊരു ഇരിപ്പിടത്തിന്റെ അരികിലായി ടീച്ചർ ഇരുന്നു. അകലെയല്ലാതെ അവനും. തെല്ലുനേരം അവൾ നിശ്ശബ്ദയായി അകലേക്ക് നോക്കിയിരുന്നു. സംഭാഷണത്തിന് തയ്യാറെടുക്കുകയാവും. മെല്ലെ തിരിഞ്ഞ് അവനെ നോക്കി ചിരിച്ചുകൊണ്ട് അവൾ ചോദിച്ചു.

"തെക്കേക്കൂപ്പിലിപ്പോഴും ചെമ്പകങ്ങളും താഴകളും പൂത്തുനില്പുണ്ടാവും അല്ലേ?"

"അതെ, ഇപ്പോഴും."

"നാഞ്ചിക്കുന്നിലെ പ്രേതങ്ങൾക്കും പിശാചുക്കൾക്കും സുഖംതന്നെയല്ലേ? അവരുടെയൊക്കെ അടുത്ത ആളല്ലേ?"

"അതെല്ലാം എന്റെ ഭാവനകൾ മാത്രമായിരുന്നു."

അതെ, അതെല്ലാം അവന്റെ ഭാവനകളായിരുന്നു. മുത്തശ്ശിക്കഥകളിലൂടെ അവൻ കേട്ടറിഞ്ഞ കാര്യങ്ങൾ അവന്റെ ചിന്തകളിൽക്കൂടി കടന്നു പോയതുമാത്രം.

"കൊള്ളാം. മനോഹരമായ അവതരണം. അത് പ്രസിദ്ധപ്പെടുത്തണം."

"തീർച്ചയായും. ചെയ്തിരിക്കും."

കുറച്ചുനേരം ടീച്ചർ ആലോചനയിലാണ്ടിരുന്നു. വാക്കുകൾ നഷ്ടപ്പെട്ട് അവനും. ടീച്ചർ പറഞ്ഞു.

"പ്രണയവും സമ്പത്തുമായി എന്തെങ്കിലും ബന്ധമുണ്ടോയെന്ന് ചോദിച്ചാൽ ഇല്ല എന്നായിരിക്കും എന്റെ മറുപടി. പ്രണയം അവസാനിക്കേണ്ടത് യാഥാർത്ഥ്യങ്ങൾ നിറഞ്ഞ ജീവിതത്തിനുള്ളിലാണ്."

അതെ യാഥാർത്ഥ്യങ്ങൾക്ക് അസഹ്യമായ ചൂടും തണുപ്പുമുണ്ടായേക്കാം. ചിലപ്പോഴത് മൃദുല പ്രഭാമയവും സുഗന്ധപൂരിതവുമാകാം.

"ജീവിതത്തിന്റെ ശരിയായ അർത്ഥതലങ്ങളെ ഉൾക്കൊള്ളുവാൻ അലീനയ്ക്കായില്ല. അതുകൊണ്ടാണ് അവൾക്ക് തെറ്റുകൾ ചെയ്യേണ്ടി വന്നത്. അവളുടെ വഴിയിലെ ശരി അതായിരുന്നു."

"ടീച്ചർ നന്നായി സംസാരിക്കുന്നു."

"ടീച്ചറല്ലേ?"

"പഠിപ്പിക്കലാണല്ലോ അല്ലേ?"

"ആദ്യം പഠിക്കും, പിന്നെ പഠിപ്പിക്കും." അവൻ ചിരിച്ചു. അവളും. ശേഷം ചോദിച്ചു.

"അലീനയുടെ ശരിക്കുള്ള പേരെന്താണ്?"

"ആൻസി, ആത്തു എന്ന് വിളിക്കുമായിരുന്നു."

"ആത്തു. നല്ല വിളിപ്പേര്."

കുറച്ച് നിമിഷങ്ങളുടെ മൗനം അനിവാര്യതയായി തോന്നി.

"ആത്തുവിനെ കാണാറില്ലേ?"

"കാണും."

"അടുത്താണ് താമസം?"

"അതെ."

"അവളോട് സംസാരിക്കാറില്ലേ?"

"ഇല്ല." കള്ളം പറഞ്ഞു. നന്നായി കള്ളം പറയാനും അവൻ പഠിച്ചിരിക്കുന്നു.

"അവളെയോർക്കുമ്പോൾ സത്യത്തിൽ വിഷമമുണ്ടോ?"

"എന്ന് ചോദിച്ചാൽ ഉണ്ട്. അത് എന്നെയോർത്താണെന്ന് മാത്രം."

"ആരെയും കുറ്റപ്പെടുത്താനോ, ഉപദേശിക്കാനോ ഞാനാളല്ല." അവൾ പറഞ്ഞു.

"ഒന്നുകിൽ ഭൂതകാലത്തിൽ ജീവിക്കുക. ഒരു അടിമയെപ്പോലെ. ഇല്ലെങ്കിൽ മുന്നോട്ട് നടക്കുക. രണ്ടിന്റെയും പേര് ഒന്നുതന്നെയാണ്. ജീവിതം."

അവൻ ഭൂതങ്ങളെ വേട്ടയാടി കീഴ്പ്പെടുത്തിയിട്ട് സമയമേറെയായിരിക്കുന്നു. വർത്തമാനകാലത്തിൽ മാത്രമാണ് ഇനിയുള്ള ജീവിതം. ജീവിച്ചിരിക്കുന്നു എന്ന് പറയുന്നതാണ് സത്യം. നാളെ ജീവിക്കും എന്ന് പറയുന്നത് നിരർത്ഥകങ്ങളായ വാക്കുകൾ മാത്രം.

"ടീച്ചർ പറഞ്ഞതാണ് ശരി. വർത്തമാനകാലങ്ങളിൽ ജീവിക്കാനാണ് ഇനിയെനിക്കിഷ്ടം. തീരുമാനിച്ച് കഴിഞ്ഞതാണത്."

മുൻവിധികൾക്ക് സ്ഥാനമില്ലാത്ത നാളെകളെക്കാളേറെ അർത്ഥപൂർണ്ണത മുന്നിലെ കാഴ്ചകൾക്ക് തന്നെയാണ്.

"ടീച്ചർ എന്നുള്ള വിളി ഒഴിവാക്കിക്കൂടേ?"

"അങ്ങനെ വിളിക്കുന്നത് ഇഷ്ടമല്ലേ?" മറുപടി പറയാതെ അവൾ ചിരിച്ചു.

"ആദ്യമായി വിളിച്ചത് അങ്ങനെയല്ലേ? അതിനൊരു സുഖമുണ്ട്." അതുകേട്ട് മന്ദഹാസത്തോടെ അവൾ അകലേക്കെങ്ങോ നോക്കിയിരുന്നു.

"ടീച്ചറെക്കുറിച്ച് ഒന്നും പറഞ്ഞില്ല."

"ചോദ്യം മനസ്സിലായി, വിവാഹം വൈകിയതിനു പിന്നിൽ ഒരു

പ്രണയത്തിന്റെ കഥയില്ല." അവന്റെ മുഖം വിളറിയത് കണ്ടിട്ടാകാം അവൾ പറഞ്ഞു.

"വിഷമിപ്പിക്കാൻ പറഞ്ഞതല്ല. വിവാഹാലോചനകളൊക്കെ നടക്കുന്ന സമയത്തായിരുന്നു അച്ഛന്റെയും സഹോദരന്റെയും അപകടമരണം. അതിന്റെ ദുഃഖവുമായി കുറേനാളുകൾ, വീണ്ടും പഠനത്തിലേക്ക്. പിന്നെ ജാതകത്തിലെ പ്രശ്നങ്ങൾ. അങ്ങനെ നീണ്ടുപോയി."

"അന്ധവിശ്വാസിയാണോ?"

"ഒരിക്കലുമല്ല, ജോലി ലഭിച്ചതിനുശേഷം സ്വയം ഒരു തീരുമാനത്തിലെത്തി."

"എന്താണത്?"

"ഗ്രഹങ്ങൾ എന്റെ ഭാവി തീരുമാനിക്കേണ്ടതില്ലായെന്ന്."

അതുകേട്ട് അവൻ ചിരിച്ചു.

"എന്തേ, ചിരിച്ചത്? കളിയാക്കിയതാണോ?"

"ഒരിക്കലുമല്ല." അവൻ ചിരിച്ചത് പണ്ടേതന്നെ അഗ്നിദേവന് സമർപ്പിച്ച അവന്റെ ഗ്രഹങ്ങളുടെ അവസ്ഥയോർത്തായിരുന്നു. അതവൻ അവളോട് പറഞ്ഞില്ല.

വാക്കുകൾ അവസാനിച്ചതായി അവന് തോന്നിത്തുടങ്ങി. മന്ദഹാസം കൈവിടാതെ ടീച്ചറും നിശ്ശബ്ദയായിരുന്നു. പിരിയാൻ സമയമായി എന്ന് ഓർമ്മിപ്പിക്കാനെന്നോണം അവൾ വാച്ചിലേക്ക് നോക്കി.

"എന്നാൽ പോകാം ടീച്ചർ." എഴുന്നേറ്റു. അവളും. അവർ ഒന്നിച്ച് നടന്നു. അവർക്കിടയിൽ വാക്കുകൾ നഷ്ടപ്പെട്ടുപോയോ? ഒരിക്കലുമില്ല.

"ടീച്ചർ, നമുക്കെന്തെങ്കിലും കഴിക്കാം?"

"പിന്നീടൊരിക്കലാകട്ടെ" അവൾ നിരസിച്ചു.

"അതിനർത്ഥം നമ്മളിനിയും കണ്ടുമുട്ടും എന്നല്ലേ?"

മറുപടിയായി അവൾ ചിരിച്ചതേയുള്ളു.

"വീട് അടുത്താണല്ലേ?"

"വീട്ടിൽ വന്നതല്ലേ?"

"അന്നെനിക്കത് ശ്രദ്ധിക്കാനായില്ല." അവൻ ചിരിച്ചു. പഴയ ആ സംഭവം ഓർത്തിട്ടാകാം അവളും ചിരിച്ചത്.

"അടുത്താണ്, വരുന്നോ?" അവളുടെ ക്ഷണത്തിന് ഊഷ്മളതയുണ്ട്.

അവളോടൊപ്പം വീട്ടുപടിക്കൽവരെ നടക്കാൻ കാലുകൾ തരിച്ചുനിന്നു.

"വേണ്ട ടീച്ചർ, ഇനിയൊരിക്കലാകാം."

"ഞാൻ പോട്ടെ?" അവൾ യാത്ര ചോദിച്ചു.

"ടീച്ചർ." ചോദ്യഭാവത്തിൽ അവൾ നോക്കി.

"വൈശാഖേട്ടനെയും കൂട്ടി ഒരിക്കൽക്കൂടി വീട്ടിലേക്ക് വരാമല്ലോ? അല്ലേ?"

"എന്റെ ഫോൺ നമ്പർ ഉണ്ടല്ലോ?" കണ്ണുകളാൽ വിടചൊല്ലി അവൾ നടന്നു. അകലെ മറയുന്ന അവളെയും നോക്കിനിന്നു.

(ടീച്ചറിന്റെ ഡയറിക്കുറിപ്പിൽനിന്നും)

ഞാനെല്ലാം അമ്മയോട് തുറന്നുപറഞ്ഞു. അമ്മ എതിർത്തൊന്നും പറഞ്ഞില്ല. അല്ലെങ്കിലും അവനെ അമ്മയ്ക്കറിയാമല്ലോ? അതുകൊണ്ടാവാം. എങ്കിലും ഒരുകാര്യം അമ്മയിൽനിന്നും മറച്ചുപിടിച്ചു. ആത്തുവും അവനും തമ്മിലുണ്ടായിരുന്ന ബന്ധം. ഒരുപക്ഷേ, ജീവിതത്തിലൊരിക്കലും അമ്മ അറിയാനിടയില്ലാത്ത ഒരു കാര്യം. അത് എന്നിൽത്തന്നെ എരിഞ്ഞടങ്ങട്ടെ. പുസ്തകത്തിൽ കൂടിയാണെങ്കിലും അവനത് എന്നിൽ നിന്നും മറച്ചുവച്ചിട്ടില്ലല്ലോ. അതിലെനിക്ക് സന്തോഷമുണ്ട്. ഇന്ന് രാത്രിയിൽ ഞാനോർക്കുന്നത് അവനെക്കുറിച്ച് മാത്രമായിരിക്കും. ഗുഡ് നൈറ്റ്.

(അവന്റെ ഡയറിക്കുറിപ്പുകളിൽനിന്നും)

ഞാൻ ടീച്ചറോടൊപ്പം നടക്കാൻ തീരുമാനിച്ചു. അക്കാര്യം ഞാൻ വൈശാഖേട്ടനോട് പറയുകയുണ്ടായി. വിരുന്നുകാരിയായിട്ടാണോ, വീട്ടുകാരിയാകാനാണോ അവളെത്തുന്നത് എന്ന് കാലം തീരുമാനിക്കട്ടെ.

"നീ അവിടെത്തന്നെ എത്തുമെന്ന് എന്റെ മനസ്സ് പറഞ്ഞിരുന്നു. അവള് നല്ല പെണ്ണാ."

"ആർഭാടങ്ങളൊന്നുമില്ലാത്ത ഒരു ചടങ്ങുമാത്രം." വൈശാഖേട്ടനെ ഓർമ്മിപ്പിച്ചു.

"മതി, ഇനിയെല്ലാം എനിക്ക് വിട്ടേക്ക്."

അയാൾക്കേറെ സന്തോഷമുണ്ടെന്ന് എനിക്കുതോന്നി.

സമയം പത്തുമണി കഴിഞ്ഞിരിക്കുന്നു. പിണർ വൃക്ഷങ്ങൾക്കും അകലെ ആകാശാതിർത്തിയിൽ ചന്ദ്രബിംബം തെളിഞ്ഞുനില്ക്കുന്നു. ഈ രാത്രിയിൽ ഞാനോർത്തുറങ്ങുന്നത് ആത്തുവിനെക്കുറിച്ചായിരിക്കില്ല. ടീച്ചറെക്കുറിച്ച് മാത്രമായിരിക്കും. നല്ലരാത്രി.

തെറ്റ്. എന്താണ് തെറ്റ്? ഇവിടെ തെറ്റ് എന്നൊന്നില്ല. ഇവിടെ ആഗ്രഹങ്ങൾ മാത്രമേയുള്ളൂ. അവയുടെ മഹത്തായ സഫലീകരണങ്ങളും. തികച്ചും ആപേക്ഷികവും വ്യക്തിനിഷ്ഠവുമായ കേവല സങ്കല്പത്തെ തെറ്റെന്നുവിളിച്ച് പ്രതിക്കൂട്ടിൽ നിർത്തി ചോദ്യംചെയ്ത് വിധിക്കുവാൻ മനുഷ്യന് ആരാണ് അധികാരം കൊടുത്തത്?

തെറ്റ്. ആത്തു അവനോട് ചെയ്തത് തെറ്റായിരുന്നില്ലേ? ചതിക്കുകയായിരുന്നില്ലേ അവനെ? ആഘോഷമാക്കേണ്ടിയിരുന്ന അവന്റെ യൗവനത്തിലെ വർണ്ണങ്ങളെ മുഴുവൻ മായ്ച്ചു കളഞ്ഞില്ലേ? ശാപാഗ്നിയിൽ എരിഞ്ഞടങ്ങിയത് വരമായി ലഭിച്ച അവന്റെ ജന്മം തന്നെയല്ലേ?

ഇവിടെ തെറ്റുകളില്ല. ആഗ്രഹങ്ങൾ മാത്രമേയുള്ളൂ. അവയുടെ

മഹത്തായ സഫലീകരണങ്ങളും. സ്വപ്നങ്ങളേയുള്ളൂ. അവയുടെ പൂർത്തീകരണങ്ങളും. കലിയടങ്ങാത്ത കാമം മാത്രമേയുള്ളൂ. ശേഷമുള്ള വിശുദ്ധമായ ശാന്തതയും. ഇവിടെ ലക്ഷ്യങ്ങൾ മാത്രമേയുള്ളൂ. അവയിലേക്ക് നീളുന്ന അനന്തമായ പ്രയാണപഥങ്ങളും.

വർത്തമാന കാലങ്ങളിൽ ജീവിക്കാം. അതിൽത്തന്നെ മരിക്കുകയും ചെയ്യാം. വേദനിപ്പിക്കുന്ന പൂർവ്വകാലങ്ങളും ആശങ്കകളുണർത്തുന്ന നാളെകളും ഇനി വേണ്ട. കാലിൽ കടിച്ചുതൂങ്ങി പുറകിലെ അന്ധകാരത്തിലേക്ക് വലിച്ചു വേദനിപ്പിച്ചുകൊണ്ടിരുന്ന ഭൂതങ്ങളെ അവൻ ചാട്ടവാറിനടിച്ചു. വേദനിച്ചപ്പോൾ അവ നിലവിളിച്ചുകൊണ്ട് എങ്ങോട്ടേക്കൊക്കെയോ ഓടിയൊളിച്ചു. കാഴ്ചകളുടെ അതിർവരമ്പിൽ നിവർത്തിയിട്ട കറുത്ത തിരശ്ശീലയ്ക്ക് പിന്നിലായി അവൻ ചിരിച്ചുനിന്നു.

അവൻ അടുക്കലിരിക്കുന്ന ആത്തുവിനെ നോക്കി. അവൾ അത്യധികം സന്തോഷവതിയായി കാണപ്പെട്ടു. എന്തോ ഓർത്തുചിരിച്ച് പുറത്തെ കാഴ്ചകളിലേക്കുനോക്കി അവളിരിക്കുന്നു.

“അടുത്തല്ലേ?” അവളോട് ചോദിച്ചു.

“അധികദൂരമില്ല. ഇപ്പഴെത്തും.”

വലിയൊരു വീടിനുമുന്നിലായി വാഹനം നിർത്തി. ആരെയോ പ്രതീക്ഷിച്ചിട്ടെന്നവണ്ണം ഒരു സ്ത്രീ പൂമുഖത്തുണ്ടായിരുന്നു. അവൾ ചിരിച്ചുകൊണ്ട് ആത്തുവിനോട് കുശലാന്വേഷണങ്ങൾ നടത്തി. അവരെ അകത്തേക്ക് ക്ഷണിച്ചു.

ആ സ്ത്രീയെ ആത്തു അവന് പരിചയപ്പെടുത്തി.

“ഞാൻ പറഞ്ഞിട്ടില്ലേ? എന്നോടൊത്ത് ജോലിചെയ്യുന്ന...”

അവളൊരിക്കലും അങ്ങനെ പറഞ്ഞിട്ടില്ലല്ലോ എന്നോർത്ത് ആശ്ചര്യപ്പെട്ടു.

“അറിയാം പറഞ്ഞിട്ടുണ്ട്.” ആ സ്ത്രീയോട് ചിരിച്ചു.

“ഇരിക്ക്...”

ഇളം നീലനിറമുള്ള ഒരു സോഫമേലിരുന്നു. കുറച്ചുനേരം ആത്തുവും സ്ത്രീയുമായി മാറിനിന്ന് സ്വകാര്യസംഭാഷണത്തിലേർപ്പെട്ടു. അറിയേണ്ടതല്ലായെന്ന് ഉറപ്പുള്ളതുകൊണ്ട് അശ്രദ്ധനായിരുന്നു. ശേഷം ആ സ്ത്രീ അരികിലെത്തി.

“ആൻസി എല്ലാം പറഞ്ഞിട്ടുണ്ട്. അറിയാം.”

അവളുടെ മുഖത്തേക്കുനോക്കി ചിരിച്ചു. എന്താണാവോ ആത്തു ഇവളോട് പറഞ്ഞിരിക്കുകയെന്ന് ചിന്തിച്ചു.

“വാ..” ആത്തു വിളിച്ചു. അവളോടൊപ്പം പടിക്കെട്ടുകൾ താണ്ടി മുകളിലേക്കുപോയി. മുറിക്കുള്ളിലേക്ക് കടന്നപ്പോൾ ആത്തുവിനോട് ചോദിച്ചു.

“ഇവിടെ മറ്റാരുമില്ലേ?”

“അവൾ മാത്രേയൊള്ളൂ. ഭർത്താവ് വിദേശത്താണ്.” വാതിൽ കുറ്റിയിട്ട് അവൾ പറഞ്ഞു.

"കുട്ടികളോ."

"പഠിക്കയാണ്. കൊച്ചുങ്ങളാ."

അവൾ അവന്റെ തോളിലൂടെ കൈയിട്ട് അവന്റെ നെഞ്ചിലേക്ക് ചാഞ്ഞ് ഏറെനേരം കിടന്നു. ശേഷം അവന്റെ ചുണ്ടുകളിൽ ചുംബിച്ചു.

"എത്രനാളുകളായി ഇങ്ങനെയൊക്കെ അല്ലേ...?" അവളോട് ചോദിച്ചു.

"ഇപ്പോ വീണ്ടുമൊന്നിച്ചില്ലേ?"

ചുരിദാറിന്റെ ഷാളെടുത്ത് അയയിലേക്കിട്ടു. അവനുമുന്നിൽ അവൾ നാണിക്കുന്നതെന്തിന്? അവൾ വിവസ്ത്രയായി. അതുകണ്ട് അവൻ ശബ്ദമുണ്ടാക്കാതെ ചിരിച്ചു. അവളും. അവളുടെ ചുണ്ടുകളിലും കവിളിലും മാറി മാറി ചുംബിച്ചു. കവിളിലെ കറുത്ത മറുകിൽ പ്രണയത്തോടെ തഴുകി.

അവളുടെ നഗ്നതയിൽ നീന്താൻ തുടങ്ങുമ്പോൾ പെട്ടെന്ന് ടീച്ചറുടെ മുഖം ഓർമ്മയിലെത്തി. ഇനി വെറും ഏഴ് ദിവസങ്ങളേയുള്ളൂ അവൾ ഭാര്യയാകാൻ. അവളോട് ചെയ്യുന്ന തെറ്റല്ലേ ഇത്? ഇല്ല, ഇവിടെ തെറ്റുകളില്ല. അടങ്ങാത്ത ആഗ്രഹങ്ങളും അവയുടെ മഹത്തായ സഫലീകരണങ്ങളും മാത്രമേയുള്ളൂ. ഇവിടെ ലക്ഷ്യങ്ങളേയുള്ളൂ. അവയിലേക്ക് നീണ്ടുപോകുന്ന യാത്രാപഥങ്ങളും. പക്ഷേ...

"എന്തുപറ്റി?" ഉദ്വേഗത്തോടെ ആത്തു ചോദിച്ചു.

"എന്തോ ഒരു വല്ലായ്മ."

"സുഖമില്ലേ?" അവൾ ആശങ്കാകുലയായി. നെറ്റിമേല്
കൈത്തലം വച്ചുനോക്കി.

"ഒന്നുമില്ല ആത്തു. ചിലപ്പോൾ പരിചയമില്ലാത്ത സ്ഥലമായതുകൊണ്ടാകും."

"പേടിക്കാനൊന്നുമില്ല. അവള് നല്ലൊരു സ്ത്രീയാ. എനിക്ക് നന്നായി അറിയാം." അവൾ കിടക്കയിൽ എഴുന്നേറ്റിരുന്നു.

അവളുടെ അടുക്കലിരുന്ന് പറഞ്ഞു.

"പിന്നീടൊരിക്കലാകാം ആത്തൂ. എനിക്കവളെ പരിചയമില്ലാത്തതുകൊണ്ടാകും. ഒരു അസ്വസ്ഥത."

അവളെഴുന്നേറ്റ് വസ്ത്രങ്ങൾ ധരിച്ചു. അവളിൽ നിരാശയുണ്ടോ?

"വിഷമമായോ ആത്തുവിന്?" അവളുടെ തോളിൽ കൈത്തലമമർത്തി മുഖത്തേക്ക് നോക്കി.

"എന്തിന്?" അവൾ ചിരിച്ചു.

"ഇനിയൊരു ദിവസമാകട്ടെ."

"എപ്പഴാണെങ്കിലും..." അവന്റെ നെഞ്ചിലേക്ക് ചാരിനിന്ന് അവൾ മന്ത്രിച്ചു.

"ഞാൻ വിളിച്ചോളാം." അവൾ ചിരിച്ചുകൊണ്ട് അവന്റെ അധരത്തിൽ ചുംബിച്ചു.

പുറത്തേക്കിറങ്ങിയപ്പോൾ ആ സ്ത്രീയുടെ മുഖത്ത് അമ്പരപ്പുണ്ടായിരുന്നു. അവളുടെ നോട്ടത്തെ വകവയ്ക്കാതെ യാത്രപറഞ്ഞ് പുറത്തേക്കിറങ്ങി. ടീച്ചറെ വിളിച്ചു.

"ടീച്ചർ സ്കൂളിലാണോ?"

"അതെ..."

"ഞാനങ്ങോട്ട് വരുന്നുണ്ട്. എനിക്ക് ടീച്ചറെയൊന്ന് കാണണം."

"ഞാൻ ഉച്ചയ്ക്കുശേഷം ലീവെടുക്കാം."

ബസിറങ്ങിയപ്പോൾ ടീച്ചർ കാത്തുനില്പുണ്ടായിരുന്നു. അവളുടെ മുഖത്ത് സംഭ്രമം നിഴലിട്ടിരുന്നു. അവളോടൊപ്പം നടന്നു. നീളൻ ഇരിപ്പിടത്തിൽ തണൽ വീണുറങ്ങുന്ന ഭാഗത്തിരുന്നു.

അവൻ അവളുടെ അടുക്കലേക്കിരുന്നു.

"എന്തേ... ഒരു വല്ലായ്മ?"

"ഒന്നുമില്ല ടീച്ചർ. യാത്ര ചെയ്തതുകൊണ്ട് തോന്നുന്നതാകും."

"കാണണമെന്ന് പറഞ്ഞത്...?"

"പ്രത്യേകിച്ചൊന്നിനുമല്ല. വെറുതെ ഒന്നുകാണാൻ." അവൻ ചിരിച്ചുകൊണ്ട് അവളെ നോക്കി.

"ഞാൻ പേടിച്ചു. എന്തോ അത്യാവശ്യമാണെന്ന്..." ആശ്വാസത്തോടെ അവൾ ചിരിച്ചു.

"പ്രണയത്തിന്റെ വിശുദ്ധി എന്താണെന്ന് ഞാനറിയുന്നു. വസ്ത്രങ്ങളില്ലാത്ത ടീച്ചറുടെ ശരീരത്തെ ഞാനിതുവരെയും സങ്കല്പിച്ചിട്ടുപോലുമില്ല."

അതുകേട്ട് തെല്ലൊരു നാണത്തോടെ അവൾ ചിരിച്ചു.

"ഇനി വേണമെങ്കിൽ ആകാം അല്ലേ?" അവളോട് ചോദിച്ചു.

"അതിനുള്ള സമയമാകട്ടെ."

"ഇനി വെറും എട്ട് ദിനങ്ങൾ മാത്രം." അവളുടെ കണ്ണുകളിലേക്ക് നോക്കി. അവയിൽ അവനോടുള്ള സ്നേഹമുണ്ട്. അവൾ കാണുന്ന സ്വപ്നങ്ങൾ അതിൽ പ്രതിഫലിക്കുന്നുണ്ട്.

"എന്നാൽ ഞാൻ പോട്ടെ ടീച്ചർ?" അവളുടെ കൈത്തലത്തിൽ മെല്ലെ സ്പർശിച്ച് യാത്ര ചോദിച്ചു.

"വീട്ടിലേക്ക് വരുന്നോ?" അവൾ ക്ഷണിച്ചു.

"ഇനിയെന്തായാലും...പിന്നെയാകാം."

"ആയിക്കോട്ടെ..."

"ഞാൻ വിളിക്കാം." ശരിയെന്നവൾ ശിരസ്സിളക്കി.

ഒരിക്കൽക്കൂടി അവളോട് യാത്ര ചോദിച്ചു. അവൾ ചിരിച്ചു.

നാഞ്ചിക്കുന്നിലെ കരിമ്പനക്കൂട്ടങ്ങൾക്കു മുകളിൽനിന്നും തേങ്ങലുകൾ ഉയർന്നുകേട്ടുവോ? ചിരിച്ചുകൊണ്ടൊഴുകിയ തെക്കൻതോടിന്റെ മിഴികൾ വ്യഥയാൽ കുതിർന്നുവോ? ഒടുവിൽ അത് സംഭവിച്ചിരിക്കുന്നു. നിഷേധിക്കാനാകാത്ത മഹത്തായ ആ സത്യം. ഇനിയുമത് അംഗീകരിക്കാതിരിക്കുന്നതിൽ അർത്ഥമില്ലതന്നെ. ഈ ലോകത്തിൽ ജീവൻ

എന്നത് സത്യവും. നശ്വരവുമാണ്. അത് എന്നേക്കുമായി വിട്ട കന്നുപോയിക്കഴിഞ്ഞു. നശിച്ചുപോകാത്തതായി ഈ ലോകത്തിൽ എന്താണുള്ളത്?

പുനർജ്ജനിയുണ്ടാകുമോ? അല്ലെങ്കിൽത്തന്നെ, പൂർവ്വകാല സ്മൃതികളൊന്നുമില്ലാത്ത മറ്റൊരു ജന്മം നിരർത്ഥകം തന്നെയല്ലേ? പുനർജ്ജനി സംഭവിക്കുന്നത് ഭൂമിയിൽ ജീവിച്ചിരിക്കുമ്പോഴാണ്. കാമമോഹങ്ങളുടെ ആഴികടഞ്ഞ് അതിലെ അഗ്നിയിൽ നിന്നുമുയർന്നുവരുന്ന നിധിയിലൂടെ. പുത്രന്മാരിലൂടെ... പൗത്രന്മാരിലൂടെ... അനന്തമായി തുടർന്നുകൊണ്ടേയിരിക്കുന്ന പുനർജ്ജനികൾ.

അമ്മയുടെ അടുക്കലേക്ക് ചെന്നു. അബോധാവസ്ഥയിലെന്നതുപോലെ അമ്മ കരഞ്ഞ് തളർന്നുകിടക്കുന്നു. ഇടയ്ക്കിടെ ഉയരുന്ന തേങ്ങലുകളും ഒഴുകിയിറങ്ങുന്ന മിഴികളും. അനുപമയും രാധമ്മായിയും അമ്മയുടെ അടുക്കൽത്തന്നെ ഇരിപ്പുണ്ട്. രണ്ടുപേരും കരയുന്നുണ്ട്. അനുപമയുടെ ഭർത്താവിനെ തെരഞ്ഞു. അയാൾ പലരോടും എന്തൊക്കെയോ സംസാരിക്കുന്നുണ്ട്. കുട്ടികളും ഒപ്പമുണ്ട്. അയാളിലും ദുഃഖം നിറയുന്നു. കൃഷ്ണേട്ടൻ നീളമേറിയ വരാന്തയ്ക്കരികിൽ അകലേക്ക് മിഴികൾ നട്ടിരിക്കുന്നു. അയാൾക്കോർക്കാൻ അവനുമൊത്തുള്ള എത്രയോ അവിസ്മരണീയ മുഹൂർത്തങ്ങളുണ്ടായിരിക്കും.....???

ബിജുക്കുട്ടനും വേണുവും സച്ചിദാനന്ദനുമൊക്കെ ചടങ്ങുകൾക്കുള്ള ഒരുക്കങ്ങൾ നടത്തുന്നുണ്ട്. ദീപുവും സജിത്തും ഒപ്പം തന്നെയുണ്ട്. അവരുടെ ശബ്ദം പലപ്പോഴും മുറിഞ്ഞുപോകുന്നുണ്ട്. അത് മറച്ചുപിടിക്കാൻ അവർ വൃഥാ ശ്രമിച്ചുകൊണ്ടേയിരുന്നു. സാംകുട്ടി എത്തിയിട്ടില്ല. ദൂരമേറെയുള്ളതുകൊണ്ട് അവനെത്താൻ വൈകുമായിരിക്കും.

ചേതനയറ്റു കിടക്കുന്ന സ്വശരീരത്തിനടുത്തേക്ക് ചെന്നു. പുതപ്പിച്ചിരിക്കുന്ന വെള്ള വസ്ത്രങ്ങൾക്കു മുകളിൽ റീത്തുകൾ അനവധിയായിരിക്കുന്നു. വായനശാലയുടേത്, വിവിധ രാഷ്ട്രീയ പാർട്ടികളുടേത്, പൗരസമിതിയുടേത്... കുറച്ചുസമയം മുമ്പുവരെ ഈ ശരീരത്തിനുള്ളിലുണ്ടായിരുന്നു. അതിന് അമൂല്യമായ ജീവൻ നല്കിയിരുന്നു. അതിനെ ചലിപ്പിച്ചിരുന്നു. ചിരിപ്പിക്കുകയും ചിന്തിപ്പിക്കുകയും ചെയ്തിരുന്നു. അതിന്റെ വേദനകളെ ഏറ്റുവാങ്ങിയിരുന്നു. ഇപ്പോൾ...

ശരീരത്തിനാണോ പ്രാധാന്യം? ശരീരമില്ലെങ്കിൽ എവിടെ താമസിക്കും? ആത്മാവിന്റെ സുരക്ഷിതമായ കൂടാണ് ശരീരം. പ്രാധാന്യം ശരീരത്തിനുതന്നെ. അങ്ങനെയാണോ? ഒരിക്കലുമല്ല. ആത്മാവില്ലാത്ത ശരീരംകൊണ്ട് എന്താണുപയോഗം? അതിന് ചേതനയില്ല. അത് വെറും ജഡം മാത്രമാണ്. അഗ്നിയിൽ സമർപ്പിക്കുവാനേ കൊള്ളാവൂ. അപ്പോൾ രണ്ടും തുല്യങ്ങൾതന്നെ. പരസ്പര പൂരകങ്ങൾ മാത്രം.

ദഹനത്തിനുള്ള ഒരുക്കങ്ങൾ തുടങ്ങിയിരിക്കുന്നു. കുറച്ചകലേക്ക് മാറിനിന്നു. ഇതുവരെയും സ്വന്തമായിരുന്ന, നിർവൃതിയോടെ കാത്തു

സൂക്ഷിച്ച ഒരുപാട് സ്നേഹിച്ചിരുന്ന സ്വന്തം ശരീരമാണ് അഗ്നിയിൽ ദഹിക്കാൻ പോകുന്നത്. ചിതയ്ക്ക് തീകൊളുത്തിയത് അനുപമയുടെ മകനാണ്. ചെയ്യുന്ന കർമ്മത്തിന്റെ പ്രാധാന്യമറിഞ്ഞിട്ടാകണം അവന്റെ മുഖം ആശങ്കകളാൽ നിറഞ്ഞിരുന്നു. അധികം താമസിയാതെ ഒരു പിടി ചാരമായി മാറും. കാറ്റിന്റെയൊപ്പം പറന്നുപോയി മണ്ണിൽ ലയിച്ചു ചേരും.

പലരും പിരിഞ്ഞ് തുടങ്ങുന്നു. സാംകുട്ടി ഇനിയും എത്തിയിട്ടില്ല. അവനെത്താതിരിക്കില്ല. ചിലപ്പോൾ വൈകുമായിരിക്കും. കൂട്ടുകാരെല്ലാം ചിതയ്ക്കരികിൽ തന്നെയുണ്ട്. കൃഷ്ണേട്ടൻ കൈത്തലംകൊണ്ട് ശിരസ്സിനെ താങ്ങിയിരിക്കുന്നു.

ഒരിക്കൽക്കൂടി അമ്മയുടെ അടുക്കലേക്ക് ചെന്നു. അമ്മ കണ്ണുകളടച്ച് കിടക്കുന്നു. അനുപമ അടുത്തുതന്നെയുണ്ട്. അമ്മയുടെ കണ്ണുനീരൊലിക്കുന്ന കവിളിൽ ഒരു ചുംബനം നല്കി. ശിരസ്സിൽ മെല്ലെ തഴുകി. അമ്മയ്ക്ക് ആരുമില്ലാതായിരിക്കുന്നു. ആരു നോക്കും അമ്മയെ? ഒറ്റയ്ക്കെങ്ങനെ ജീവിക്കും? മകൻ മരിച്ചുപോയ ദുഃഖവും പേറി, ആരുമില്ലാതെ...? അറിയില്ല. ഒന്നും അറിയില്ല. ഒരിക്കലും ഉത്തരം കണ്ടെത്താനാകാത്ത ഒരുപാട് ചോദ്യങ്ങൾ അവശേഷിപ്പിച്ചുകൊണ്ട് തന്നെയാണ് ഓരോ മരണങ്ങളും കടന്നുപോകുന്നത്.

അമ്മയുടെ മുഖം കണ്ടുനില്ക്കാൻ ഇനിയുമാവില്ല. പോകണം. പക്ഷേ, അതിനുമുമ്പായി ആത്തുവിനെ ഒന്ന് കാണണം. അവസാനമായി അമ്മയെ ഒന്ന് നോക്കി. പിന്നെ പുറത്തേക്കിറങ്ങി നടന്നു. ആത്തുവിന്റെ വീട്ടിലെത്തി. പ്രതീക്ഷകൾക്കെല്ലാം വിപരീതമായിരുന്നു അവിടുത്തെ കാഴ്ചകൾ. ആത്തു ഓടിനടന്ന് വീട്ടുജോലികളിൽ ഏർപ്പെടുന്നു. കുട്ടികളെ കൊഞ്ചിക്കുന്നു. ഭർത്താവിനോട് സംസാരിക്കുമ്പോൾ അതിനുള്ളിൽ കാമം നിറഞ്ഞുനില്ക്കുന്നു. അവളുടെ ഭർത്താവും ആഹ്ലാദത്തിൽത്തന്നെ. അവസാനത്തെ ശത്രുവും അവസാനിച്ചുപോയതിൽ ആശ്വസിക്കുകയാവും അവനും.

ആത്തുവിന്റെ അമ്മ ഉച്ചത്തിലാരോടോ ഫോണിൽ സംസാരിക്കുന്നുണ്ട്. ആ ശബ്ദത്തിലറിയാം അവളുടെ സന്തോഷം വിവരണാതീതമാണെന്ന്. അവളെ ന്യായീകരിക്കാം. ഒരു മാതാവ് എന്ന നിലയിൽ മാത്രം. മകൾ സുരക്ഷിതയായി മാറിയ ആനന്ദം അവൾക്ക് മറച്ചുപിടിക്കാനാവില്ല തന്നെ. പക്ഷേ, ആത്തുവോ? അവളെ എങ്ങനെ ന്യായീകരിക്കാനാകും.? ഏതാനും മണിക്കൂറുകൾക്കു മുമ്പുപോലും പൂർണ്ണ നഗ്നയായി അവനോടൊപ്പം കിടന്നവൾ. ഒരു വേശ്യയുടെ ഹൃദയം എത്ര മാത്രം പരിശുദ്ധി നിറഞ്ഞതായിരിക്കും? അവളെ കല്ലെറിയുന്ന കപട സദാചാരത്തിന്റെ തോലണിഞ്ഞ സമൂഹത്തോട് കണ്ണുനീരോടെ വിളിച്ചുപറയുവാൻ അവൾ ദാഹിക്കുന്നുണ്ടാകും... 'ഇത് ജീവിക്കാൻ വേണ്ടിമാത്രം. ജീവൻ നിലനിർത്താൻ വേണ്ടിമാത്രം..' എങ്കിൽ ആത്തുവോ.....???

ആയുഷിന്റെ ചോദ്യം വീണ്ടുമെത്തുന്നു "താൻ കാമിച്ചതും രമിച്ചതുമെല്ലാം ഒരു മനുഷ്യസ്ത്രീയോടൊപ്പംതന്നെ ആയിരുന്നോ...?" ആത്തു അവൾ ഒരു കവിതയായിരുന്നു. അവനത് വായിച്ചു. പക്ഷേ, അതിന്റെ സാരം ഗ്രഹിക്കുവാൻ അവന് കഴിഞ്ഞിരുന്നില്ല. വാത്സ്യായനനെഴുതിയ അനശ്വരവരികളായിരുന്നു അവൾ. അതവൻ അർത്ഥം ഗ്രഹിച്ച് വായിച്ചെടുത്തു. അവളൊരു കടങ്കഥയായിരുന്നു. അവനൊരിക്കലും ശരിയുത്തരം കണ്ടെത്തി പൂരിപ്പിക്കാനാകാത്ത ഒരു സമസ്യ.

ആത്തു, അവൾ അവന്റെ കാമിനിമാത്രമായിരുന്നു. ഭാര്യയായിരുന്നില്ല. യൗവനകുംഭങ്ങൾക്കുള്ളിൽ തുളുമ്പുന്ന കാമവും സ്വയം മെനഞ്ഞെടുത്ത പ്രണയവും നിറച്ചുവച്ച ഒരു കച്ചവടക്കാരി മാത്രമായിരുന്നു അവൾ. ഭാര്യ. അവൾ പ്രണയംതന്നെ നിറച്ചുവയ്ക്കണം. കാലത്തിന്റെ കൈകളാൽ സൃഷ്ടിക്കപ്പെടുന്ന അനശ്വരമായ പ്രണയംമാത്രം. അതിന് ചെമ്പകങ്ങളുടെ പരിശുദ്ധിയുണ്ടാകും. അതിൽ നിന്നൂറിയിറങ്ങുന്ന കാമം ഒഴിഞ്ഞ അറകളെ നിറച്ചുകൊള്ളും.

സമയം വൈകിത്തുടങ്ങുന്നു. ടീച്ചറെക്കൂടി അവസാനമായി ഒന്ന് കാണണം. അവളോടൊന്നിച്ചുള്ള ജീവിതം ഏറെ സ്വപ്നം കണ്ടിരുന്നു. പുണ്യംപോലെ ജനിക്കുന്ന പുത്രനെ ഉള്ളിൽ ഓമനിച്ചിരുന്നു. ടീച്ചറുടെ പേരിന്റെ ആദ്യത്തെ അക്ഷരവും അവന്റെ പേരിന്റെ അവസാനത്തെ അക്ഷരവും ചേർത്ത് അവന് പേരിടണമെന്ന് ആഗ്രഹിച്ചിരുന്നു. അക്കാര്യം ടീച്ചറോട് പറഞ്ഞിരുന്നു.

എല്ലാം അകലെയെങ്ങോ മാഞ്ഞുപോയിരിക്കുന്നു. ഈ ലോകത്തിൽ ഒന്നും അവശേഷിപ്പിക്കാനാകാതെ യാത്രയാകേണ്ടി വന്നു. ഒരു പുത്രനിൽക്കൂടി പുനർജ്ജനിക്കാനുള്ള ഭാഗ്യമുണ്ടായില്ല. കാലമെഴുതുന്ന അനശ്വരേതിഹാസത്തിലെ കഥാപാത്രങ്ങൾ മാത്രമാണ് നമ്മൾ. മുഖവും നിറവുമെല്ലാം കല്പിക്കപ്പെട്ടിരിക്കുന്നുവെന്നുമാത്രം. മികവുറ്റ ഒരു കഥാപാത്രമായി കൈയൊപ്പ് ചാർത്തുവാൻ എഴുത്തുകാരൻ അനുവാദം തന്നതുമില്ല. നായകൻ എന്നാൽ നഷ്ടങ്ങൾ മാത്രം ഏറ്റുവാങ്ങേണ്ടുന്നവൻ എന്നാണോ? ഭൂപട ചിത്രങ്ങളിൽനിന്നും വരുംകാല വിസ്മൃതികളിലേക്ക് എന്നേക്കുമായി മാഞ്ഞുപോകുവാൻ മാത്രം വിധിക്കപ്പെട്ടവനായിരുന്നോ അവൻ...?

ടീച്ചറുടെ വീട്ടുമുറ്റത്ത് വൈദ്യുത വെളിച്ചം പരവതാനി വിരിച്ച് നീണ്ടുനിവർന്ന് കിടപ്പുണ്ടായിരുന്നു. അകത്തേക്ക് കയറി ടീച്ചറുടെ മുറി തേടി നടന്നു. ഒടുവിൽ കണ്ടെത്തി. ടീച്ചറുടെ വസ്ത്രങ്ങൾ കിടപ്പുണ്ട്. മേശമേൽ അടുക്കിവച്ചിരിക്കുന്ന പുസ്തകങ്ങളുണ്ട്. ഒപ്പം ഡയറിയും. മടക്കിവച്ച ഡയറിക്കുള്ളിൽ പേന വച്ചിട്ടുണ്ട്. എഴുതിക്കഴിഞ്ഞതോ, അതോ എഴുതാൻ പോകുന്നതേയുള്ളോ? അറിയില്ല വായിക്കേണ്ടതില്ല. അനുവാദമില്ലാതെ വായിച്ചുകൂടാ.

ടീച്ചർ കുളിക്കുകയാണ്. ബാത്ത്റൂമിനുള്ളിലായി വെള്ളം വീണു

ചിതറുന്ന ഒച്ച കേൾക്കാം. അകത്തേക്ക് കടന്നുചെല്ലാം. പക്ഷേ, പാടില്ല. അത് തെറ്റാണ്. അവളുടെ നഗ്നതകാണാൻ പാടില്ല. അവൾ സ്വന്തമല്ല. സ്വന്തം ആകേണ്ടിയിരുന്നവൾ മാത്രമായിരുന്നു. ഇനിമുതൽ ആരുമല്ല. ആരെങ്കിലുമാകുവാൻ ഒരിക്കലും കഴിയുകയുമില്ല.

ഏറെനേരം ടീച്ചറെയും നോക്കി അവളുടെ കട്ടിലിനരികിലായി ഇരുന്നു. കാണാനില്ല. ഇത്രയേറെ താമസിക്കാൻ മാത്രം...? ടീച്ചറുടെ അമ്മ കടന്നുവന്നു. അവരുടെ മുഖം ഭയാശങ്കകളാൽ നിറഞ്ഞിരിക്കുന്നു. അമ്മ ബാത്ത്റൂമിന്റെ കതകിൽത്തട്ടി പേരുചൊല്ലി വിളിച്ചു. കുറച്ചുനേരത്തിന് ശേഷം ടീച്ചർ കതക് തുറന്നു.

അവൾ കുളിക്കുകയായിരുന്നില്ല. കരയുകയായിരുന്നു. അമ്മയെ കെട്ടിപ്പിടിച്ച് അവൾ ഏങ്ങിയേങ്ങി കരഞ്ഞു. നെഞ്ചകം തകർന്ന അവളുടെ ശബ്ദം മുറിക്കുള്ളിൽ പ്രതിധ്വനികൾ തീർക്കുന്നു. അവിടെനിന്നും ഇറങ്ങി ഓടി. എത്രനേരം ഓടി? അറിയില്ല. ഒരുപാടു നേരം. ഒരുപാടു ദൂരം. ഒരുപാട് അകലേക്ക്.

അകലേക്കു പോയി. ഒരുപാട് അകലങ്ങളിലേക്ക്. ദൈവത്തിന്റെ അടുക്കലേക്ക് കടന്നുചെന്നു. മുഖത്തേക്ക് നോക്കി. ആ മിഴികൾക്കുള്ളിൽ ദുഃഖവും നിസ്സഹായതയും ഉറഞ്ഞുകിടക്കുന്നു.

(ടീച്ചറുടെ ഡയറിക്കുറിപ്പുകളിൽനിന്നും)

2019 ഡിസംബർ-11

ഇന്നുച്ചയ്ക്ക് അവൻ എന്നെ കാണാനായി വന്നിരുന്നു. ഞാൻ സ്കൂളിൽനിന്നും ഹാഫ്ഡേ ലീവ് എടുത്തു. ഞങ്ങൾ ഏറെനേരം സംസാരിച്ചിരുന്നു. 20-ാം തീയതി ഞങ്ങളുടെ വിവാഹമാണ്. ഇനി വെറും എട്ട് രാത്രികൾ കൂടി. ഒൻപതാമത്തെ രാത്രിയിൽ ഞാൻ ശയിക്കുന്നത് അവന്റെയൊപ്പം ആയിരിക്കും. സുഖകരങ്ങളായ സ്വപ്നങ്ങൾകണ്ട് ഞാൻ ഉറങ്ങാൻ പോകുന്നു.

ഗുഡ് നൈറ്റ്.

2019 ഡിസംബർ-12

രാത്രിയിൽ അവൻ വിളിച്ചിരുന്നു. ഞങ്ങൾ പല കാര്യങ്ങളും സംസാരിച്ചു. അവനുമായി രമിക്കുന്നത് ഞാൻ സ്വപ്നം കണ്ടു. ഞങ്ങളുടെ മകന് എന്റെ പേരിന്റെ ആദ്യത്തെ അക്ഷരവും അവന്റെ പേരിന്റെ അവസാനത്തെ അക്ഷരവും ചേർത്ത് 'ആര്യൻ' എന്ന് പേരിടാൻ ഞാൻ തീരുമാനിച്ചു. ഞാനത് അവനോട് പറയുകയുണ്ടായി.

ഗുഡ് നൈറ്റ്.

2019 ഡിസംബർ-13

കുറച്ചുമുമ്പ് അവൻ എന്നെ വിളിച്ചിരുന്നു. ഞാൻ അവനെമാത്രം ഓർത്തുകൊണ്ട് ഉറങ്ങാൻ തുടങ്ങുന്നു.

ഗുഡ് നൈറ്റ്.

2019 ഡിസംബർ-14

ഇന്ന് രാത്രിയിൽ അവൻ വിളിച്ചിരുന്നു. ഇനി അഞ്ച് രാത്രികളേയുള്ളൂവെന്ന് കുസൃതിയോടെ അവൻ ഓർമ്മപ്പെടുത്തി. ഈ രാത്രിയിൽ അവനോടുള്ള എന്റെ പ്രണയത്തിന്റെ തീക്ഷ്ണത ഞാൻ അനുഭവിച്ചറിയുന്നു. അവനൊപ്പമുള്ള ആ രാത്രിയെ ഓർത്ത് ഞാൻ ഉറങ്ങാൻ തുടങ്ങുന്നു.

ഗുഡ് നൈറ്റ്.

2019 ഡിസംബർ-15

രാത്രിയിൽ അവൻ വിളിച്ചിരുന്നു. ഇനി വെറും നാല് രാത്രികൾമാത്രം. അഞ്ചാമത്തെ രാത്രിയിൽ ഞാൻ അവനോടൊപ്പമായിരിക്കും. അന്ന് ഞങ്ങൾ ഒന്നായിത്തീരും. അവനുമായി രമിക്കുന്നത് മാത്രം സ്വപ്നം കണ്ട് ഇന്ന് ഞാനുറങ്ങും.

ഗുഡ് നൈറ്റ്.

2019 ഡിസംബർ-16

എല്ലാം അവസാനിച്ചു. ശേഷിക്കുന്നത് കുറേയേറെ ഓർമ്മകൾ മാത്രമാണ്. ഓർമ്മകൾ.... കാലം കണ്മുന്നിലെ കൽവിളക്കുകൾക്കും മുകളിലായി കരുതലോടെ കൊളുത്തിവയ്ക്കുന്ന അണയാത്ത ദീപങ്ങളാണ് ഓർമ്മകൾ. അനശ്വരങ്ങളാണ് ഓർമ്മകളെന്നും. ഓർമ്മകൾക്ക് മരണമില്ലതന്നെ. അതെ. ഓർമ്മകൾക്ക് മരണമില്ല.

www.ingramcontent.com/pod-product-compliance
Lightning Source LLC
LaVergne TN
LVHW060114051026
849517LV00007B/2300